അറിയപ്പെടാത്തവർ

ariyappedathavar

•

v krishnavadhyar

•

first chintha edition
october 2012

•

typesetting
sudha graphics, thiruvananthapuram

•

published
chintha publishers, thiruvananthapuram

•

printed

•

cover
ambeesh

വിതരണം

ദേശാഭിമാനി ബുക്ക് ഹൗസ്

H O തിരുവനന്തപുരം-695 035
www.chinthapublishers.com
chinthapublishers@gmail.com

ബ്രാഞ്ചുകൾ

ഹെഡ്ഡാഫീസ് കുന്നുകുഴി • ഓവർബ്രിഡ്ജ് തിരുവനന്തപുരം • കെ എസ് ആർ ടി സി ബസ് സ്റ്റേഷൻ ആലപ്പുഴ • കെ എസ് ആർ ടി സി ബസ് സ്റ്റേഷൻ എറണാകുളം • മച്ചിങ്ങൽ ലെയ്ൻ തൃശൂർ • ഐ ജി റോഡ് കോഴിക്കോട് • കെ എസ് ആർ ടി സി ബസ് സ്റ്റേഷൻ കോഴിക്കോട് • എൻ ജി ഒ യൂണിയൻ ബിൽഡിങ് കണ്ണൂർ • സെൻട്രൽ ബസ് ടെർമിനൽ കോംപ്ലക്സ് താവക്കര കണ്ണൂർ

CO - 1822 / 3014

അറിയപ്പെടാത്തവർ

(നോവൽ)

വി കൃഷ്ണവാധ്യാർ

ചിന്ത പബ്ലിഷേഴ്സ്
തിരുവനന്തപുരം-695 035

വി കൃഷ്ണവാധ്യാർ

1945 ൽ ആലപ്പുഴ ജില്ലയിലെ അമ്പലപ്പുഴയ്ക്കടുത്തുള്ള പുറക്കാട് എന്ന ഗ്രാമത്തിൽ ജനിച്ചു. *മാതൃഭൂമി, ദേശാഭിമാനി, കുങ്കുമം* എന്നീ പ്രസിദ്ധീകരണങ്ങളിൽ ചെറുകഥകൾ എഴുതി. *ഭട്മാം* എന്ന നോവലിന് മാമൻ മാപ്പിള അവാർഡ്, *ദേവ്ളി* എന്ന നോവലിന് *കുങ്കുമം* അവാർഡ് *ഒരു പുരാവൃത്തം* എന്ന നോവലിന് അബുദാബി ശക്തി അവാർഡ് എന്നിവ ലഭിച്ചിട്ടുണ്ട്. *കൃഷ്ണവാധ്യാരുടെ ബാലനോവലുകൾ* എന്ന കൃതിക്ക് എസ് ബി ടി പുരസ്കാരവും, പി ടി ഭാസ്കരപ്പണിക്കർ ബാലസാഹിത്യ അവാർഡും *ബാലപാഠം* എന്ന ബാലസാഹിത്യകൃതിക്ക് സി ജി ശാന്തകുമാർ അവാർഡും ലഭിച്ചു.

മറ്റ് കൃതികൾ: *കലാവതി* (നോവൽ), *സമാരാധന* (ചെറുകഥാ സമാഹാരം) *വിദ്യാമോൾ, ലോട്ടറിക്കിട്ടു* (ബാലസാഹിത്യം).

കേരള ഇലക്ട്രിസിറ്റി ബോർഡിൽ ഉദ്യോഗസ്ഥനായിരുന്നു. ഇപ്പോൾ ഇരിങ്ങാലക്കുടയിൽ താമസിക്കുന്നു.

ഭാര്യ : വത്സല

മക്കൾ : രതീഷ്, വിദ്യ.

വിലാസം : പുത്തൻമഠം,
പേഷ്കാർ റോഡ്
ഇരിങ്ങാലക്കുട – 680 121

ഫോൺ : 0480 – 2826524

ഒന്ന്

ഇന്റർവ്യൂ കഴിഞ്ഞുവരുമ്പോൾ കൃഷ്ണപുത്രൻ ഓർത്തു: ഇത് പന്ത്രണ്ടാമത്തെ അഭിമുഖമാണ്. ഇനി എത്രയെണ്ണം കഴിഞ്ഞിട്ടുവേണം തനിക്കൊരു ജോലി കിട്ടാൻ. തന്നെപ്പോലെ എത്ര ഭാഗ്യാന്വേഷികൾ. ഭാഗ്യം അനുഗ്രഹിച്ചവർ എത്ര തുച്ഛം, തനിക്കവരിൽ ഒരാളാകാൻ സാധിക്കുമോ?

പുറന്തള്ളപ്പെടുക, തന്റെ ഒരവകാശം എന്നതുപോലെ ആയിട്ടുണ്ട്. താൻ ഉയർന്ന ജാതിയിൽപ്പെട്ടവനല്ല. കൊങ്കണബ്രാഹ്മണൻ, ന്യൂനപക്ഷമാണെങ്കിൽപ്പോലും ബ്രാഹ്മണ്യം എന്ന പ്രഭാവലയത്തിലാണ് താൻ. ന്യൂനപക്ഷാവകാശങ്ങളൊക്കെ ആ പ്രഭാവലയത്തിൽ മുങ്ങിപ്പോകുന്നു. അത് തകർക്കാനെന്താണൊരു വഴി?

സാക്ഷിപത്രങ്ങൾ ഭദ്രമായി അടുക്കി വച്ചു. ചിലതൊക്കെ കീറിയിരിക്കുന്നു. കൊങ്കണബ്രാഹ്മണരുടെ ജീവിതംപോലെ. എന്നാലും സൂക്ഷിക്കുക തന്നെ. എത്ര പാടുപെട്ട് സമ്പാദിച്ചതാണവ. എന്നെങ്കിലും അവ തന്നെ രക്ഷിക്കാതിരിക്കുമോ?

റോഡിൽ വെയിൽ കട്ടപിടിച്ച് കിടന്നിരുന്നു. പുത്രന്റെ കാലുകൾ വെന്തു. തൊണ്ട വരണ്ടു. കുടിക്കാനെന്തെങ്കിലും കിട്ടിയിരുന്നെങ്കിൽ. പക്ഷേ, കീശയുടെ ദയനീയസ്ഥിതി. അതോർത്തപ്പോൾ കുടിക്കാനുള്ള ആശ ചത്തുമലച്ചു.

ശക്തികൂടിയ വെയിലിൽ കൃഷ്ണപുത്രൻ നീന്തി. ബസ്സ്റ്റേഷനിൽ വെയിൽ നേരത്തെതന്നെ താവളമടിച്ചിരുന്നു. നാട്ടിലേക്കുള്ള ബസില്ല. കാത്തുനിൽക്കുകതന്നെ.

പരിചയക്കാരാരും കാണാതിരിക്കാൻ പുത്രൻ ഒതുങ്ങിനിന്നു.

പുറക്കാട്ടേക്കുള്ള ബസ് വന്നപ്പോൾ ജനം അതിനെ പൊതിഞ്ഞു. കൃഷ്ണപുത്രൻ ചുറ്റും നോക്കി. തന്നെ ആരെങ്കിലും വിളിച്ചുവോ? ഇല്ല

തനിക്കു തോന്നിയതായിരിക്കും. അഥവാ വിളിച്ചാൽത്തന്നെ താൻ ശ്രദ്ധിക്കാനും പോണില്ലെന്നു മനസിൽ നിശ്ചയിച്ചു. ശ്രദ്ധിച്ചാൽപ്പിന്നെ അന്വേഷണങ്ങളായി. എവിടെനിന്നു വരുന്നു? ജോലി വല്ലതുമായോ?

പറഞ്ഞുപറഞ്ഞു തേഞ്ഞ വാക്കുകൾതന്നെ മറുപടിക്കായി തെരയേണ്ടി വരും. വയ്യ!

പുറത്തുള്ള ദൃശ്യങ്ങളിൽ കണ്ണുകൾ എറിഞ്ഞ് പുത്രനിരുന്നു. തീക്കാറ്റ് ബസിനെ നക്കി.

ആരോ തൊട്ടതുപോലെ തോന്നി കൃഷ്ണപുത്രന്. നോക്കി. ഓ, അയലത്തെ ഗുല്ലുവാധ്യാരാണ്. നേരത്തെ തന്നെ വിളിച്ചത് ഗുല്ലുവാധ്യാരായിരിക്കുമോ.

കണ്ടതിന് എന്തെങ്കിലും ചോദിക്കണമല്ലോ.

"ഗുല്ലാനു എവിടെ, ചോനത്തു* നിന്നോ?"

"ങാ! അതെതെ."

വളരെ സന്തോഷത്തിലാണ് ആനു അതു പറഞ്ഞത്. ശരിക്ക് തടഞ്ഞുകാണും ചോനത്തുനിന്ന്. അതാണ് ഇത്ര സന്തോഷം. കൂടുതൽ അങ്ങോട്ട് നോക്കേണ്ട. അതാ നല്ലത്. തുടങ്ങിയാൽപ്പിന്നെ നിർത്തുന്ന പതിവില്ല ഗുല്ലാനുവിന്, ബസിലുള്ളവർക്കതു മതി. അതും, അവരറിയാത്ത ഭാഷയിലാവുമ്പോൾ കൂടുതൽ ശ്രദ്ധിക്കപ്പെടാനാണ് സാധ്യത. അതുമല്ല കൊങ്കിണികൾ എന്നു കേൾക്കുമ്പോൾത്തന്നെ പരിഹാസം തിരികൊളുത്തുന്നവരാണ് പർജാതികൾ! തനിക്കെത്ര അനുഭവങ്ങൾ.

പൊതുവേ പാവങ്ങൾ എന്നാണ് കൊങ്കിണികളെക്കുറിച്ചുള്ള ധാരണ. അതൊക്കെ മാറിവരുന്നുണ്ടെങ്കിലും, തന്റെ നാട്ടിലെ പർജാതികൾ അതൊന്നും അറിയുന്നില്ല എന്നു തോന്നുന്നു. ഗുല്ലാനുവിനെ ഏറുകണ്ണിട്ടു നോക്കി. എന്തോ ആലോചനയിലാണ്. രക്ഷ!

ഗൊച്ചന്ദന്[1] കൊണ്ട് ദേഹമാസകലം മുദ്രകുത്തുന്ന ആനുവിനെ പുത്രന് സ്വതേ വെറുപ്പാണ്. മുദ്രകുത്തണം എന്നു കരുതി ഇത്രയും വേണോ. ഏത്തപ്പഴത്തിന്റെ തൊലി ഒട്ടിച്ചു വെച്ച മാതിരി ഗൊച്ചന്ദനം കൊണ്ട് വേഷം കെട്ടണോ.

പക്ഷേ, പുറത്തുപറയാൻ കൊള്ളുമോ. ഇതിനെക്കുറിച്ചൊരിക്കൽ ആനുവിനോട് ചോദിച്ചപ്പോൾ പകരം ഒരാട്ടാണ് കിട്ടിയത്.

"ഓച്ചറെ![2]നീയെന്താ ധരിച്ചിരിക്കുന്നെ! ങെ! ഗൊച്ചന്ദന് കൊണ്ട് കുറിയില്ലെങ്കിൽ പിന്നെ എന്തു ഭൊട്ടു[3]വാണെടാ! അല്ലെങ്കിലും നെന്നോട് എന്തിനാ ഇതൊക്കെ പറയുന്നെ. കൊങ്കോണു[4] വായിട്ട് നിനക്കുണ്ടോടാ പൂണൂല്?"

---

* ചോനത്ത് = ചേന്ദമംഗലത്ത്

1. ഗൊച്ചന്ദന് – ഗോപിച്ചന്ദനം. ബ്രാഹ്മണർ കുറി വരയ്ക്കാൻ ഉപയോഗിക്കുന്നു.
2. ഓച്ചറെ=പോടാ
3. ഭൊട്ടു = വാധ്യാർ
4. കൊങ്കോണു = കൊങ്കണി.

കാര്യം ശരിയാണ്. താൻ കൊങ്കോണുവാണ്. ബ്രഹ്മചാരിയുമാണ്. പൂണൂല് വേണ്ടതുമാണ്. മാത്രമോ! ദർഭകൊണ്ടുള്ള മൂഞ്ചിയും അരയിൽ കെട്ടേണ്ടതാണ്. പക്ഷേ, എവിടെ! താൻ അതൊക്കെ സൂക്ഷിച്ചു വച്ചിട്ടുണ്ട്. അത്രതന്നെ. എന്തെങ്കിലും ആവശ്യം വരുമ്പോൾമാത്രം എടുത്ത് ധരിക്കും. അതൊരു ഭാരമാവാതിരിക്കാൻ എപ്പോഴും ധരിക്കുന്നില്ല എന്നേയുള്ളൂ.

ബ്രാഹ്മണ്യം തന്നെ ഒരു ഭാരമായിരിക്കുന്നു. ആർക്കും വേണ്ടാത്ത ഭാരം. പക്ഷേ, ഭാരം ആണെന്നറിയാതെ എത്രയോ പേർ അതും വഹിച്ചുകൊണ്ടിപ്പോഴും ജീവിക്കുന്നുണ്ട്. ശീലമായിപ്പോയി. അതീതകാലം കൊണ്ട് തലയിലേറ്റിയ ഭാരം കുറേശ്ശെ കുറേശ്ശെയായി തലമുറകളിലേക്കു പകരുന്നു. പക്ഷേ, തനിക്കത് അസഹ്യമായിട്ടാണ് തോന്നുന്നത്.

ഈ ഭാരം താൻ വലിച്ചെറിയും. തനിക്ക് മോചനമാണാവശ്യം. എപ്പോഴും തോന്നും. പക്ഷേ, എവിടെ മോചനം? വളരെ അകലെയാണെന്നു തോന്നുന്നു. എന്നാലും ഓട്ടം അവസാനിപ്പിക്കില്ല. അതിലുള്ള തുടക്കമേ ആയുള്ളു. അവസരങ്ങൾ ഇനിയും വരും. "അറെ പുത്തോ![1] നീ എവിടെനിന്നാ വരുന്നെ?"

ഗുല്ലാനുവിന് ഇരുന്ന് മുഷിവു തോന്നിക്കാണും.

"എഞ്ചി കൊമ്മള്."

എറണാകുളത്തുനിന്നാണ് 'എന്നു' പറഞ്ഞുകഴിഞ്ഞപ്പോൾ അതോടെ അന്വേഷണം തീരും എന്നു കരുതി.

"ങും?"

എന്തിനെന്ന് ആനു ആംഗ്യം കാണിച്ചപ്പോൾ മിണ്ടാതിരുന്നു. ഇത്ര ദൂരെയിരുന്നുകൊണ്ടു പറയുക. തനിക്കു വയ്യ. പിന്നെ പറയാമെന്ന് ആംഗ്യം കാണിച്ചു. വെറുതെ ഇരുന്നുകൂടെ ഈ മനുഷ്യന്?

വയറ്റിലാണെങ്കിൽ എന്തൊക്കെയോ കത്തിയെരിയുന്നു. ഗുല്ലാനു ശരിക്ക് വെട്ടിയിട്ടാണ് വരുന്നത്. അതും കഴിഞ്ഞുള്ള വർത്തമാനത്തിന് ഒരു സുഖമൊക്കെ കാണും തനിക്കതാവില്ലല്ലോ. ഒരുനിമിഷം പുത്രൻ ഓർത്തു. തനിക്കുമതു സാധിക്കുമായിരുന്നില്ലേ. പെട്ടെന്ന് തിരുത്തി. സാധ്യമല്ലല്ലോ.

സദ്യ എപ്പോഴും കിട്ടുമോ. മൂഞ്ചി[2]യും ബാറാവോ[3]യുമൊക്കെ ഒരിക്കലേ കാണൂ. അതും നോക്കിയിരുന്നാൽ പറ്റുമോ.

അതുകൊണ്ടാണ് ബപ്പാ[4]യുമായി താൻ ഇടഞ്ഞത്.

എറണാകുളത്തെ ഒരു കമ്പനിയിൽനിന്നും കാർഡ് വന്നപ്പോഴേ

---

1. അറെ പുത്തോ = എടാ മോനെ
2. മൂഞ്ചി = ഉപനയനം
3. ബാറാവോ = മരിച്ചതിന്റെ പന്ത്രണ്ടാം ദിവസം ചെയ്യുന്ന ക്രിയ. അന്നു വന്ന വാധ്യാന്മാരിൽ നിന്നാണ് അടുത്ത ദിവസം തേറാവോയ്ക്ക് കോപ്പുകൾ കൊടുക്കേണ്ടുന്ന പതിമൂന്നുപേരെ തെരഞ്ഞെടുക്കുന്നത്
4. ബപ്പാ = അച്ഛൻ

തീർച്ചയാക്കിയതാണ്. ഇതിനു പോകണമെന്ന്. പക്ഷേ, പോകാൻ വഴി ച്ചെലവിനെവിടെ നിന്നാണ് തനിക്കു കാശ് കിട്ടുക. ബപ്പായോടു ചോദിക്കാമെന്നുവെച്ചാൽ ബപ്പായുടെ കൈയിൽ എവിടെനിന്നാ ഉണ്ടാവുക. അമ്മയുടെ കൈയിൽ പൈസാ കാണും, പപ്പടം വിറ്റവകയിൽ. പക്ഷേ, അന്നത്തേടം കഴിയേണ്ടത് ആ കാശുകൊണ്ടാണ്. അതെടുത്തു താൻ ചെലവാക്കിയാൽ നാളത്തേക്ക് പപ്പടമാവ് മേടിക്കാനെന്തു ചെയ്യും.

പപ്പടം വിറ്റിട്ടുവേണം വീട്ടിലേക്ക് എന്തെങ്കിലും മേടിക്കാൻ, എപ്പോഴും ആർക്കാണ് പപ്പടം ആവശ്യം. സ്ഥിരം കുറ്റികൾക്ക് മാത്രം പപ്പടം വിറ്റുവന്നാൽ എന്തുലാഭം. ഈ സ്ഥിരം കുറ്റികൾതന്നെ എപ്പോഴാണ് ഊരിപ്പോകുന്നതെന്നു സംശയംപോലും ഉണ്ട്, അമ്മയ്ക്ക്. കാരണം അച്ഛൻ തന്നെ.

കഴിയുന്നതും കൂടുതൽ പപ്പടം ഉണ്ടാക്കുക എന്നതാണ് അച്ഛന്റെ നിലപാട്. മാവ് മുറിച്ചു ഗുളിക ഉണ്ടാക്കുമ്പോഴും പപ്പടം പരത്തുമ്പോഴും അധികലാഭം മാത്രമാണ് അച്ഛന്റെ മനസിൽ.

കുറ്റികൾ അതൊക്കെ ചിലപ്പോൾ ഓർമിപ്പിക്കാറുണ്ട്.

"വെയ്ഭൊട്ടീണക്കാ![1] നിങ്ങൾ എന്തു പപ്പടാ യീ ഒണ്ടാക്കുന്നെ! തീരെ മോശമാവണു ട്ടോ." എന്ന് തെക്കേതിലെ ഉഷയുടെ വീട്ടുകാർ. അക്കാരണം കൊണ്ടുതന്നെ അമ്മ ഒന്നും എതിർത്തു പറയില്ല. അമ്മയോടു ദേഷ്യമാണ് തോന്നാറ്.

ഓ! അവരുടെ ഒരു വലിയ കണ്ടുപിടിത്തം. അവരുടെ പാലിന് ഇഷ്ടംപോലെ വിലകൂട്ടാം. വെള്ളവും ചേർക്കാം.

പക്ഷേ, പപ്പടത്തിനു വില കൂട്ടിയാൽ അവർക്ക് പപ്പടം വേണ്ടാ. ഇതൊക്കെ അങ്ങോട്ടു പറയാനുള്ളതിന് ഈ അമ്മ എല്ലാം കേട്ടോണ്ട് വന്നിരിക്കുന്നു!

പക്ഷേ, അമ്മ എപ്പോഴും അങ്ങനെയാണ്. എന്തുപറഞ്ഞാലും എതിർത്തു പറയാൻ അമ്മയ്ക്കറിയില്ല. അച്ഛനും ഇതൊക്കെ കേൾക്കാറുണ്ട്. പക്ഷേ, അച്ഛനു യാതൊരു കൂസലുമില്ല. കഴിയുന്നതും ചെറിയ ഗുളിക ഉണ്ടാക്കുന്ന തിരക്കിലാണ് അന്നേരവും അച്ഛൻ.

അതിനിടയ്ക്ക് എവിടെയെങ്കിലും ഒരടിയന്തിരം കിട്ടിയാൽ മതി. പപ്പടം പരത്തുന്ന എടപാടൊക്കെ അമ്മയെ ഏൽപ്പിക്കും. അച്ഛൻ സ്ഥലം വിടും.

മകന്റെ പുറപ്പാട് കണ്ടപ്പോഴെ അച്ഛന്–ബിക്കു വാധ്യാർക്ക് – സംശയമായി.

"നീ അപ്പോ ചോനത്ത് പോണില്ലേ?"

"ഇല്ല,"കൃഷ്ണപുത്രൻ ഉറപ്പിച്ചുതന്നെ പറഞ്ഞു.

"ങും! അതെന്താ, പറഞ്ഞതു മനസിലായില്ല എന്നുണ്ടോ."

എന്നിട്ടും മകനു മറുപടി ഇല്ലെന്നു കണ്ട അച്ഛൻ പപ്പടം പരത്തുന്നതു നിറുത്തി.

1. വെയ്ഭൊട്ടീണക്കാ! = എന്തു വാധ്യാരമ്മേ!

"നിനക്ക് എഞ്ചികൊമ്മള് പോയാൽ ജോലി കിട്ടുമെന്ന് എന്താണൊരു ഉറപ്പ്."

"ഉറപ്പിന്റെ കാര്യമല്ല. എന്നാലേ പോകാവൂ എന്നുണ്ടോ."

"എന്നാപ്പിന്നെ ഉറപ്പുള്ള ഒന്നിന് പോകരുതോ."

പുത്രൻ മിണ്ടിയില്ല.

"പറഞ്ഞതു കേട്ടില്ലേ. നീ, ബങ്കാറകമ്മത്തി ഒർത്തകനാ. അയാടെ ബാറാവോ. കാര്യമായി എന്തെങ്കിലും ദക്ഷിണ കിട്ടും. അതുറപ്പാ. ജോലിക്കുപോയാൽ കിട്ടുമെന്ന് എന്താണൊരു ഉറപ്പ്."

പുത്രൻ എവിടെയോ നോക്കിനിന്നു. കമ്മത്തിയുടെ ബാറാവോയാണത്രെ. അതിനു താൻ പോകണം. കൊള്ളാം. മിണ്ടാതിരിക്കുന്നതാണ് ഭംഗി.

മകൻ ശ്രദ്ധിക്കുന്നില്ല. എന്നു കണ്ടപ്പോൾ കയർത്തു:

"ഇനി എന്താലോചിക്കാൻ. നീ ചോനത്ത് പോ."

പെട്ടെന്നു പുത്രൻ പറഞ്ഞു:

"ഇല്ല. ചോനത്ത് ഞാനില്ല."

"ങേ?"

ബിക്കു മകനെ നോക്കി ഇരുന്നുപോയി. പപ്പടം പരത്തുന്ന കാര്യം വാധ്യാർ മറന്നു. അമ്മ അച്ഛനെയും മകനെയും ഇടംകണ്ണിട്ട് നോക്കി. പിന്നെ പറഞ്ഞു;

"പുത്തോ നെനക്കെന്താ പോയാല് ഇവിടത്തെ സ്ഥിതി നെനക്കറിയാലോ. അച്ഛനാണെങ്കി വയ്യ. അതാ നെന്നോടു പറഞ്ഞെ."

കൃഷ്ണപുത്രൻ അമ്മ പറഞ്ഞതൊക്കെ കേട്ടു. ശരിതന്നെയാണ്. ലേശം സൗകര്യമുണ്ടെങ്കിൽ അച്ഛൻ പോവാണ്ടിരിക്കില്ല. അത് വാധ്യാന്മാരുടെ ജീവിതത്തിൽ പറഞ്ഞിട്ടുമില്ല. കൊക്കിൽ ജീവനുള്ളിടത്തോളം കാലം അവർക്ക് പോവാണ്ടിരിക്കാൻ പറ്റില്ല.

ബാറോവോയുടെ ദക്ഷിണയും സദ്യയും ആരെങ്കിലും, വാധ്യാരായിട്ടു ജനിച്ചവൻ വിടുമോ.

പക്ഷേ, അച്ഛന് വയ്യ. കാലിൽ ആണി തറച്ചു നടക്കാൻ വയ്യാണ്ടായ സമയം. എന്തുചെയ്യും! പോയാൽ പത്തുറുപ്പിക കിട്ടുന്നതാ. ജോലി ഇനിയും അന്വേഷിച്ചു കൂടേ എന്നു ചോദിച്ചതിലെന്താണ് ഒരു തെറ്റ്.

പക്ഷേ.........

"ഇല്ല മരണം അന്വേഷിച്ചു നടക്കാൻ ഞാനില്ല. എനിക്ക് ആ മരണക്കാശും വേണ്ട."

കൃഷ്ണപുത്രൻ അതു പറഞ്ഞപ്പോൾ അച്ഛനും അമ്മയും ശരിക്കും അമ്പരന്നുപോയി.

തങ്ങടെ മകൻ തന്നെയോ ഇത്. കൃഷ്ണപുത്രനും തോന്നി.

പറഞ്ഞതു താൻ തന്നെയോ. തന്റെ ശബ്ദം തന്നെയോ ഈ കേട്ടതും! തന്റെ പഴയ ശബ്ദം എവിടെയോ വീണുടഞ്ഞിരിക്കുന്നുവോ?

"മരണക്കാശോ!"

അറിയാത്ത ഭാവത്തിൽ ചോദിച്ചു.

"അല്ലാതെ പിന്നെ ഇതിനൊക്കെ എന്താ വിളിക്ക. ആരോ മരിച്ചതിനു നമ്മക്കുള്ള വീതമല്ലേ ഈ കിട്ടുന്ന ദക്ഷിണ. എനിക്കതു വേണ്ട, വേണ്ട."

ശരിയല്ലേ? മരണം നടക്കുമ്പോൾ വാധ്യാമ്മാർക്ക് ഇട്ടുകൊടുക്കുന്ന പിച്ചക്കാശല്ലേ ദക്ഷിണ.

തനിക്കെത്ര

അനുഭവങ്ങൾ.

പക്ഷേ, അതിൽനിന്നു തനിക്കിനി രക്ഷപ്പെടാനൊക്കുമോ.

ആ ബാധ്യതയിൽനിന്ന് ഇനി മോചനമുണ്ടോ? അതല്ലേ തനിക്കിപ്പോൾ മകനോട് പറയാനുള്ള ഗതികേടുണ്ടാക്കിയത്.

പിന്നെയും അമ്മ പറയുന്നത് പുത്രൻ കേട്ടു.

"മോനെ, ഇതു നമ്മുടെ കുലത്തൊഴിലല്ലേ. നമ്മളെ പിന്നെ എന്തിനാ ഭൊട്ടു എന്നു വിളിക്കുന്നത്."

"ഭൊട്ടു എന്ന് അവര് വിളിക്കുന്നതല്ലേ. ഭൊട്ടുപോലും! ഭൊട്ടു. എന്നിട്ടു ബാക്കിയുള്ളവരുടെ മുന്നിൽ വെറും ഭിക്ഷക്കാരനാവുക. ഞാനില്ല."

പുത്രൻ തീർത്തു പറഞ്ഞു.

പറഞ്ഞു കഴിഞ്ഞപ്പോൾ തോന്നി. അത്രയും സാധിക്കുമോ? ബ്രാഹ്മണ്യത്തെ തീർത്തും തള്ളിപ്പറയാൻ തനിക്ക് അർഹതയുണ്ടോ. തന്റെ കാലിൽക്കിടക്കുന്ന ബ്രാഹ്മണ്യത്തിന്റെ ചങ്ങല വലിഞ്ഞു മുറുകുന്നതുപോലെ. അതിന്റെ തുരുമ്പിച്ച ശബ്ദമല്ലേ താനിപ്പോൾ കേട്ടത്. കാതടച്ചാലും കേൾക്കാതിരിക്കാനൊക്കുമോ ആ ശബ്ദം.

തുരുമ്പിച്ച ആ ചങ്ങല പൊട്ടിക്കണമെന്നുണ്ട്. പക്ഷേ, അതിനുള്ള ശക്തി തനിക്കുണ്ടോ. മുന്നിൽ എന്തെങ്കിലും ഒരു താങ്ങുണ്ടെങ്കിൽ അതിൽപ്പിടിച്ച് ശക്തിയോടെ മുന്നോട്ട് ആയാം. താങ്ങിൽ സ്വയം അർപ്പിക്കാം. ഇപ്പോഴതാവില്ല. ഇപ്പോൾ താൻ വലിച്ചാൽ വീണു തകരുന്നത് താൻ തന്നെ ആയിരിക്കും. മൂക്കുംകുത്തിയുള്ള ആ വീഴ്ച! അതോർക്കാൻ കൂടി കഴിവില്ല തനിക്ക്.

ബ്രാഹ്മണ്യമല്ലേ ഇപ്പോൾ തന്റെ നഗ്നത മാറ്റുന്നത്. താനുടുത്തിരിക്കുന്ന മുണ്ട് അച്ഛന് ഏതോ തേറാവോക്ക്[1] കിട്ടിയതല്ലേ. തന്റെ തോർത്ത് ഏതോ വർഷികിനു[2] കിട്ടിയതല്ലേ. അതൊക്കെ വലിച്ചെറിയാൻ പറ്റുമോ. അതും ഈ അവസ്ഥയിൽ, വേറൊരു താങ്ങില്ലാതെ. ചിന്തകൾ പുത്രന്റെ മനസിലൂടെ പാഞ്ഞുപോയി.

"അപ്പോൾ നീ പോകില്ല. അല്ലേ."

അച്ഛൻ വിടാൻ ഭാവമില്ല.

"ഞാൻ പറഞ്ഞില്ലേ, പിച്ചക്കാശായിട്ടു പത്തുപൈസ ഭിക്ഷമേടിക്കാൻ ഞാനില്ല."

---

1. തേറാവോ - മരിച്ചതിന്റെ പതിമൂന്നാം ദിവസത്തെ കർമം
2. വർഷിക് - ശ്രാദ്ധം

പുത്രന്റെ ആ വാക്കുകൾ കേട്ടപ്പോൾ ബിക്കുവാധ്യാർ അടങ്ങി. അതിലെ സൂചന മനസിലായി.

"ഓ! കായംകുളത്തെ കാര്യം ഓർത്തിട്ടാണോ?"

പുത്രൻ അതിനു മറുപടി ഒന്നും പറഞ്ഞില്ല. അവന്റെ മനസിൽ കായംകുളത്തെ കാര്യം ഒരു വ്രണംപോലെ കിടപ്പുണ്ടായിരുന്നു.

"അങ്ങനെ ഒരിക്കൽ നടന്നെന്നു വിചാരിച്ച്......" ബിക്കു ആശ്വസിപ്പിച്ചു.

"ഇല്ല, ഞാനില്ല." പുത്രൻ തീർത്തു പറഞ്ഞു.

ബിക്കുവാധ്യാർ പിന്നെ ഒന്നും പറഞ്ഞില്ല. അന്നു നടന്ന കാര്യത്തിൽ ബിക്കുവിനും ലേശം വിഷമമുണ്ട്. എത്ര പ്രതീക്ഷിച്ചാണ് കായംകുളത്തെ ഭക്തന്റെ മകളുടെ കല്യാണത്തിന് മകനെ അയച്ചത്. തനിക്കു പോകാൻ സാധിച്ചില്ല. അമ്പലത്തിൽ ശാന്തിയുള്ളതാണ്. താനില്ലാതെ ശാന്തി[1] ആരെക്കൊണ്ടെങ്കിലും നടത്തിക്കുക. അതത്ര ശരിയായി തോന്നിയില്ല ബിക്കുവിന്. സംക്രാന്തിയാണ്, ദേവസ്ഥാനത്തിൽ ആരെങ്കിലുമൊക്കെ വരുന്നതാണ്. എന്തെങ്കിലുമൊക്കെ ദക്ഷിണയായി കിട്ടുന്നതുമാണ്. അതാണ് മകനെ കായംകുളത്തേക്കു പറഞ്ഞയച്ചത്. എന്നിട്ട് അവൻ തിരിച്ചുവന്നതോ? അതറിഞ്ഞിട്ടുതന്നെയാണ് ബിക്കു ഇന്നു മകനെ വീണ്ടും നിർബന്ധിക്കാതിരുന്നത്.

താൻ വിജയിച്ചതായി കൃഷ്ണപുത്രനു തോന്നി. ഇല്ലാത്ത കാശുണ്ടാക്കി ബിക്കു മകനെ അയച്ചു. എന്തെങ്കിലും ജോലി കിട്ടിയാൽ അവനെങ്കിലും രക്ഷപ്പെടുമല്ലോ. താനോ അകപ്പെട്ടു. തനിക്കിനി ഈ ബ്രാഹ്മണ്യത്തിൽ നിന്നു മോചനമില്ല. അതുപോലൊക്കെ മകൻ ജീവിക്കണമെന്നുവെച്ചാൽ നടക്കുന്ന കാര്യമാണോ. അവൻ പോകട്ടെ.

എന്നാലും മനസിന്റെ കോണിൽ ബാറാവോയ്ക്കു പോയാൽ കിട്ടുന്ന കോപ്പിന്റെയും ദക്ഷിണയുടെയും നഷ്ടം ഒരു ഉറുമ്പുകടി മാതിരി ബിക്കുവിനെ നോവിച്ചുകൊണ്ടിരുന്നു. ഉടനെ അതങ്ങു വെളിപ്പെടുകയും ചെയ്തു.

"ബാറാവോയാണ്. ചെന്നാൽ നന്നായിരുന്നു. ചിലപ്പോൾ തേറാവോയ്ക്കു ക്ഷണം കിട്ടിയെന്നുമിരിക്കും."

ആരോടെന്നില്ലാതെയാണ് ബിക്കു അതു പറഞ്ഞത്.

ബാറാവോയ്ക്കു ചെന്നവരിൽ നിന്നാണ് തേറാവോയ്ക്ക് മുണ്ടും കോപ്പും മറ്റും കൊടുക്കേണ്ടുന്ന പതിമൂന്നുപേരെ ക്ഷണിക്കുക. ആ പ്രതീക്ഷയായിരുന്നു. ബിക്കുവിന്.

അതൊക്കെ നിസ്സാരമായി തള്ളിയിട്ടാണ് കൃഷ്ണപുത്രൻ ജോലിക്കുവേണ്ടി പോയത്. എന്നിട്ടിപ്പോഴോ? ജോലികിട്ടാനുള്ള സാധ്യതതന്നെ കുറവാണ്.

ഉറപ്പുള്ള കാര്യത്തിനു പോകരുതോ എന്നു ചോദിച്ചതാണ്. എന്നിട്ടിപ്പോൾ എന്തായി, എന്നായിരിക്കും ബപ്പാ പറയുക. അങ്ങനെയല്ലേ പറയാൻ പറ്റൂ.

1. ശാന്തി = പൂജ

കൃഷ്ണപുത്രൻ ചുറ്റിനും നോക്കി. പുറക്കാട്ടൊന്നും എത്താറായിട്ടില്ല. ഇടയ്ക്കുവെച്ചു ചില മരയ്ക്കാമ്മാരു കേറിയപ്പോൾ അവരുടുത്തിരിക്കുന്ന നനഞ്ഞ വസ്ത്രങ്ങളിൽനിന്നും മത്സ്യത്തിന്റെ മനംമടുപ്പിക്കുന്ന ഗന്ധം മൂക്കിൽ തുളഞ്ഞുകയറി. ചാകരസമയമല്ലേ. പുറക്കാട്ടുകാരാരെങ്കിലും കാണും. നോക്കേണ്ട. ഇളിക്കുന്ന മുഖം കാണണ്ട, പുത്രൻ മുന്നിലത്തെ കമ്പിയിൽ തല ചാരി ഉറങ്ങുന്ന മാതിരി ഇരുന്നു.

അപ്പോഴും അച്ഛനെ എങ്ങനെ നേരിടും എന്നുള്ളതായിരുന്നു പുത്രന്റെ മനസിൽ. ബപ്പാ ജയിച്ചിരിക്കുന്നു. താൻ തോറ്റിരിക്കുന്നു. അല്ലെങ്കിലും അച്ഛന് താൻ ജോലിക്കു വേണ്ടി അലയുന്നതൊന്നും തീരെ ഇഷ്ടമില്ലെന്നു ചിലപ്പോൾ തോന്നിയിട്ടുണ്ട്. ഈ സന്ദർഭത്തിലാണെങ്കിൽ പറയുകയും വേണ്ട.

അന്നത്തെ സന്ദർഭം തന്നെ ഓർക്കുമ്പോൾ ബപ്പായോട് എന്തെന്നില്ലാത്ത ദേഷ്യമാണ് തോന്നിയത്. കായംകുളത്തെ കല്യാണത്തിന് ബപ്പായുടെ പറച്ചിൽ കേട്ടുപോയതും പോരാ, പിന്നെ തനിക്കു ശകാരവും. താൻ അവിടെ ചെന്നു വഴക്കുണ്ടാക്കിയത്രെ. പിന്നെ അല്ലാണ്ടു താൻ എന്താണു ചെയ്യേണ്ടിയിരുന്നത്. അയാൾ തന്ന പിച്ചക്കാശും മേടിച്ചു പോരണമായിരുന്നോ?

ഒർത്തകനാണത്രെ[1] കായംകുളത്തെ ഒർത്തകൻ. ആദ്യം താനും വിചാരിച്ചത് അതൊക്കെത്തന്നെയാണ്. അതുകൊണ്ടാണ് അച്ഛൻ പറഞ്ഞപ്പോൾ ഏതായാലും പോകാമെന്നു കരുതിയത്. കായംകുളത്തെ ഒരു വലിയ ഗൃഹസ്ഥനും കൂടിയാണയാൾ. അയാളുടെ ഒരേയൊരു മകൾ, അവളുടെ കല്യാണം. ഗാവടക്കം[2] സദ്യ പിന്നെ എന്തുവേണം.

അന്നേ ദിവസമായിരുന്നു ഒരു ഇന്റർവ്യൂ. മൂന്നുമാസത്തെ ജോലിക്കാണ്. ചിലപ്പോൾ കിട്ടിയെന്നും വരാം. തീർച്ചയില്ല. അച്ഛനോടു കാര്യം പറഞ്ഞപ്പോഴാണ് കായംകുളത്ത കല്യാണക്കാര്യം എടുത്തിട്ടത്.

മനസിൽ കുറെ യുദ്ധം നടന്നു. ചെന്നാൽ കല്യാണം ഘോഷമായി കൂടാം. ദക്ഷിണയായി എന്തെങ്കിലും കനത്തത് കിട്ടാതിരിക്കില്ല, തീർച്ച. മനസിൽ അന്ന് ഒരു ചെറിയ ആശയൊക്കെ ഉണ്ടായിരുന്നുതാനും. അത് കൊടികയറിയ കണക്കെ കിടന്നാടി.

കായംകുളംവരെ നടക്കണം. സാരമില്ല. ഗുല്ലാനുവിന്റെ മക്കൾ കൂട്ടിനു കാണും. എത്രയോ പ്രാവശ്യം അവരുടെകൂടെ പലയിടത്തും അടിയന്തിരങ്ങൾക്കു പോയിരിക്കുന്നു. അന്നൊക്കെ അതൊരു ഹരമായിരുന്നു. അവരുടെകൂടെ കൂട്ടാളിയായി നടന്നാൽ മതി. വാധ്യാരായല്ല. സമയത്തു ദക്ഷിണ മേടിക്കാൻ കൈ നീട്ടുന്നവനായി.

പിന്നെ, താൻ പഠിച്ചവനാണ് എന്നൊരു ഗമയും അന്ന് ഉള്ളിലുണ്ട്. ജോലികിട്ടുന്നതുവരെയല്ലേ. പിന്നെ ആരാ ഇതിനൊക്കെ നടക്കുക എന്നുള്ള തലക്കനവും അന്ന് തനിക്കുണ്ടായിരുന്നു.

---

1. ഒർത്തകൻ = കച്ചവടക്കാരൻ, പണക്കാരൻ.
2. ഗാവടക്കം = നാടൊട്ടുക്ക്

ഗുല്ലാനുവിന്റെ മകൻ ബല്ലുവുമായിട്ടാണ് കായംകുളത്തേക്ക് തിരിച്ചത്. രാവിലെ ദേവസ്ഥാനത്തു പോയി കുളിച്ചു. പിന്നെ രണ്ടുപേരും കൂടി ഒറ്റനട, കായംകുളത്തേക്ക്.

ബല്ലുവിന്റെ തൊഴിൽ അതുതന്നെയായിരുന്നു. അല്ലെങ്കിൽത്തന്നെ വേറെ അവനെന്തു തൊഴിൽ കിട്ടാനാണ്, മൂന്നാംതരത്തിൽ പഠിക്കുമ്പോഴേ പഠിത്തം അവനങ്ങുനിർത്തി.

ഗുല്ലാനുവിന് മകനെ പഠിപ്പിക്കണമെന്നൊക്കെ ഉണ്ടായിരുന്നു. പക്ഷേ, അവന്റെ അമ്മ സമ്മതിക്കേണ്ടേ. ഗുല്ലാനു പറയുന്നതിന് എതിരുചെയ്യുക എന്നത് അവർക്കൊരു നിർബന്ധമാണ്.

എഞ്ചികമ്മള് ഉള്ള ഏതോ ഒരു പ്രഭുവിന്റെ മോള്, പല്ലു മുഴുവൻ വായിൽ ഒതുങ്ങാത്തതിനാൽ മാത്രം ഗുല്ലാനുവിനെ ഭർത്താവായി സ്വീകരിച്ചു. അയാൾക്ക് അവരെ പേടിയായിരുന്നു. ഭർത്താവ് അവരുടെ കണ്ണിൽ വെറും പീറയായിരുന്നു. തനിക്കിതിനെക്കാൾ എത്രയോ വലിയ കൊമ്പന്മാരെ കിട്ടുമായിരുന്നു എന്ന് ഭർത്താവിനോടുതന്നെ അവർ തുറന്നു പറഞ്ഞിരിക്കുന്നു.

പക്ഷേ, അയാൾ എതിർത്തൊന്നും പറഞ്ഞില്ല. ഭാര്യ അറിഞ്ഞു. ഇയാൾ വെറും പാവമാണ്, ഇയാളെ വകവെക്കേണ്ട കാര്യമൊന്നുമില്ല. മക്കളേയും അതുപോലെതന്നെയാണ് അവർ വളർത്തിയത്. അച്ഛൻ സ്കൂളിൽ പോകാൻ പറഞ്ഞാൽ മക്കൾ കേൾക്കില്ല. തല്ലിയാലോ?

“അവനിന്നു പോണില്ല, അവനെ തല്ലേണ്ട.” അമ്മ പറയും.

ഇനി എന്തെങ്കിലും കാരണം പറഞ്ഞ് അച്ഛൻ മക്കളോട് ഇന്നു സ്കൂളിൽ പോകേണ്ട എന്നുപറഞ്ഞാലോ? കുട്ടികളെ അമ്മ തല്ലിയോടിക്കും. ഇതിന്റെ എല്ലാം ഫലമോ?

കുട്ടികളെല്ലാം ആനമടിയന്മാരായി. പിന്നെ എന്തു തൊഴിൽ? അച്ഛൻ വല്ല അടിയന്തിരത്തിനും പോയാൽ പുറകെ മൂത്തവനായ ബല്ലുവും കാണും. കുട്ടിയായിരിക്കുമ്പോൾത്തന്നെ ദക്ഷിണയ്ക്കുവേണ്ടി കൈ നീട്ടി തുടങ്ങിയിരുന്നു ബല്ലു. ദയ തോന്നി ഗൃഹസ്ഥർ എന്തെങ്കിലുമൊക്കെ അവനു വെച്ചുനീട്ടും. അടിയന്തിരത്തിനൊക്കെ പോകുംവഴി ഗുല്ലാനു അവനെ കാര്യമായി ഉപദേശിക്കും:

“അറേ! നീ അവിടെ കളിച്ചുനടക്കരുത്. ദക്ഷിണസമയത്ത് എന്റെയടുത്തു കാണണം. കിട്ടുന്നതു കളയേണ്ട.”

ആ കാര്യം ഞാനേറ്റു എന്ന മട്ടിൽ ബല്ലു തലകുലുക്കും. ചില ഗൃഹങ്ങളിൽ കുട്ടികൾക്കുള്ള അരദക്ഷിണ കൊടുക്കുന്ന ഏർപ്പാടില്ലെങ്കിലും ബല്ലു കൈനീട്ടും.

“മിടുക്കൻ വാധ്യാരുട്ടി” എന്നു പറഞ്ഞ് ഗൃഹസ്ഥൻ തലോടും. എന്തെങ്കിലുമൊക്കെ വച്ചുകൊടുക്കുകയും ചെയ്യും.

“പൂണൂലുണ്ടോടാ” എന്നു പറഞ്ഞു കളിയാക്കിയാലും ബല്ലുവിനു വികാരമൊന്നുമില്ല.

മകനു ദക്ഷിണ കിട്ടിയാൽ ഗുല്ലാനു അക്ഷമനാകും. അടുത്തെങ്ങും ആളില്ലാത്ത തക്കംനോക്കി മകനോട് ചോദിക്കും:

"വെയ്റെ! നിനക്കു ദക്ഷിണ എത്ര കിട്ടി. നോക്കട്ടെ."

നിധിപോലെ കാക്കുന്ന ദക്ഷിണ ബല്ലു അച്ഛനെ കാണിക്കും. അന്ന് ബല്ലു വീട്ടിലെത്തുക വലിയ ഘോഷത്തോടെ ആയിരിക്കും. കിട്ടിയ ദക്ഷിണ അമ്മയെ ഏൽപ്പിക്കും. അമ്മ അഭിമാനത്തോടെ പറയും:

"അയ്ക്കീലെവെ[1]! അവനിന്ന് എത്രയാ ദക്ഷിണ കിട്ടിയതെന്നു നോയ്ക്കെ."

മകൻ ഗർവോടെ അച്ഛനെ നോക്കും. അച്ഛനും അതിൽ അഭിമാനം തോന്നാറുണ്ട്. ഒരു ഭൊട്ടുവിന് പിന്നെ എന്തിലാണ് അഭിമാനിക്കാനുള്ളത്. പഠിക്കാൻ പോയാൽ അവൻ പഠിക്കില്ല. എന്നാൽ പിന്നെ ഇങ്ങനെയെങ്കിലും നാലുകാശു മേടിക്കട്ടെ. കുലത്തൊഴിലല്ലേ എന്നു ഗുല്ലാനുവും കരുതി.

ചെറുപ്പത്തിലേ ബല്ലുവിന്റെ ഉപനയനം കഴിഞ്ഞു. ഉപനയനം കഴിഞ്ഞാലേ ദേവസ്ഥാനത്തിൽ ബ്രാഹ്മണഭോജനം തരപ്പെടുകയുള്ളൂ. അന്നുവരെ, വല്ലപ്പോഴും ദേവസ്ഥാനത്തിൽ വല്ല വഴിപാടോ അല്ലെങ്കിൽ അമാവാസിയിലോ ഉള്ള പിള്ളേരൂണ് നോക്കിനടന്ന ബല്ലുവിന് കോളായി. അന്നൊക്കെ ബ്രഹ്മണഭോജനം ദേവസ്ഥാനത്തിൽ സ്ഥിരമായിരുന്നു. ദേവസ്ഥാനത്തിലെ പ്രത്യേകതരത്തിലുള്ള കറികളും കൂട്ടിയുള്ള ഊണും അഞ്ചെട്ടുകൂട്ടം പോളി[2]യും തിന്ന് ഏമ്പക്കം വിട്ടുവരുന്നവരെ നോക്കി ബല്ലു ആനക്കൊട്ടിലിൽ നിൽക്കുമായിരുന്നു.

അവരൊക്കെ നടന്നകലുമ്പോൾ "ആ മാങ്ങാക്കറിയുടെ മണംകണ്ടോ" എന്ന് അവൻ സ്വയം പറയും.

എന്നെങ്കിലും തനിക്കും ഇതുപോലെ ഊണുകഴിച്ച് ഏമ്പക്കംവിടാൻ സാധിക്കും എന്നവൻ മനസിൽ കരുതി. എന്നാണ് അതു സാധിക്കുക?

അതു സാധിക്കാൻവേണ്ടി ഗുല്ലാനു ബല്ലുവിനെ ബ്രഹ്മചാരിയാക്കി. ഒരുനേരത്തെ ഭോജനം അങ്ങനെ തരമായി. ശരിക്കു ഗായത്രിപോലും അറിയാതെ കാവിമുണ്ടും കാവിക്കോണകവും കാവിത്തോർത്തും ധരിച്ച് ബല്ലു ദേവസ്ഥാനത്തിൽ പോയിത്തുടങ്ങി. ഗൊച്ചന്ദനം കൊണ്ട് ശരീരം മുഴുക്കെ അവൻ കുറികൾ വരച്ചു. ആളുകൾ അവന്റെ രൂപം കണ്ട് കളിയാക്കി. പക്ഷേ, ബല്ലുവിനുണ്ടോ കൂസല്. പക്ഷേ. അതു അധികം തരമായില്ല.

പുതിയനിയമം വന്നപ്പോൾ ദേവസ്ഥാനത്തിൽ വരവുകുറഞ്ഞു. ദേവൻതന്നെ പട്ടിണിയിലായി. പഴയതുപോലുള്ള ബ്രാഹ്മണഭോജനം തന്നെ ഇല്ലാതായി. വല്ലവരും വഴിപാടായി നമസ്കാര[3]ങ്ങൾ നടത്തുമ്പോൾ ഒന്നു രണ്ടു വാധ്യാമ്മാരെ ബ്രാഹ്മണഭോജനത്തിനായി വിളിക്കും.

---

1. അയ്ക്കീലെവെ = കേട്ടോ!.
2. പോളി = ചെറുചെറു പലഹാരങ്ങൾ, അപ്പം, എള്ളുണ്ട, വട മുതലായവ.
3. നമസ്കാരം= അമ്പലത്തിൽ വഴിപാടായി നടത്തുന്ന ബ്രാഹ്മണഭോജനം.

അതൊക്കെ നോക്കി ബല്ലു നടക്കും. നമസ്കാരത്തിനു വാധ്യാന്മാരെ വിളിക്കുക കലവറ പ്രഭുവാണ്. തന്നെ കണ്ടാൽ വിളിച്ചെങ്കിലായി എന്നോർത്ത് ബല്ലു പ്രഭുവിനെ നോക്കി നടക്കും. ഇടയ്ക്കൊക്കെ നോക്കി ചിരിക്കും.

ഞായറാഴ്ച ദിവസങ്ങളിൽ അടിമവെക്കാനായി മഞ്ചേശ്വരത്തു നിന്നുവരെ ആളുകൾ പുറക്കാട്ടെത്തും. പ്രതിഷ്ഠ വേണുഗോപാലനായതിനാൽ കുട്ടികളുടെ സംരക്ഷണത്തിനായി ഒർപ്പായി[1] ഇടാൻ പുറക്കാട് ദേവസ്ഥാനത്തിൽ കൊണ്ടുവരും. അപ്പോഴൊക്കെ എന്തെങ്കിലും വഴിപാടുകൾ നടത്താതിരിക്കില്ല. വല്ല നമസ്കാരങ്ങളോ മറ്റോ ഉണ്ടെങ്കിലോ. അതു നോക്കി ബല്ലു നടക്കും.

ഞായറാഴ്ച ദിവസങ്ങളിൽ ബല്ലു അമ്പലത്തിൽത്തന്നെ ആയിരിക്കും. കുറച്ചു പ്രസാദമോ തീർഥമോ തരമാക്കി പരദേശികൾക്ക് കൊണ്ടുകൊടുക്കും. അവരുടെ ഒരു ബന്ധുവിനെപ്പോലെ കൂടെ നടക്കും. ഏതാജ്ഞയും ശിരസാവഹിക്കുന്ന ഒരുത്തനെപ്പോലെ നടക്കും. കാപ്പി കുടിക്കാൻ ഹോട്ടലിൽ അവരെ കൊണ്ടാക്കും. നൈവേദ്യം ഭദ്രമാക്കി വാഴയിലയിൽ പൊതിഞ്ഞ് കൊടുക്കും. ഒർത്തകന്മാർ പോകുംവരെ അവരുടെ കൂടെ ആയിരിക്കും ബല്ലു.

പോകുമ്പോൾ ബല്ലുവിന് അവർ എന്തെങ്കിലും കൊടുക്കാതിരിക്കില്ല. അല്ലെങ്കിൽ അതു കിട്ടുന്നതുവരെ കാറിന്റടുത്തുതന്നെ നിൽക്കും. ചിലപ്പോൾ ചോദിച്ചു വാങ്ങുകയും ചെയ്യും.

അല്ലാത്ത ദിവസങ്ങളിൽ തീർഥകലശത്തിന്റടുത്ത് നിൽക്കും. വല്ലവരും തീർഥം വാങ്ങിയതിനുശേഷം ദക്ഷിണ തന്നാലോ.

കല്യാണങ്ങളും മറ്റും നടക്കുമ്പോൾ പ്രധാന ഭൊട്ടുവിന്റെ കൂടെ ബല്ലു കാണും. കല്യാണത്തിനു പലതരം ദക്ഷിണകളുണ്ട്, വീടു തോറും ക്ഷണിച്ചതിന് ഉഡിദ്ദാമുഹൂർത്ത[2] ദക്ഷിണ. വധൂവരന്മാരെ ബന്ധിക്കുന്ന നൂല് പിടിച്ചതിനുള്ള ദക്ഷിണ. പിന്നെ കല്യാണദക്ഷിണ. അതൊക്കെ ബല്ലുവിനറിയാം. എത്ര ഇടങ്ങളിൽ അവൻ കല്യാണത്തിനു പോയിരിക്കുന്നു.

തനിക്കു തരമാവുന്ന ദക്ഷിണയൊക്കെ അവൻ കൈക്കലാക്കും. അതിന് പ്രധാനപുരോഹിതനെ എന്തെങ്കിലുമൊക്കെ തരത്തിൽ സഹായിക്കുകയും ചെയ്യും. അതുകൊണ്ടെന്താ പ്രധാനപുരോഹിതനും ബല്ലുവിനെ വലിയ കാര്യമാണ്.

കായംകുളത്ത് ഇതുപോലെ ദക്ഷിണയ്ക്കുള്ള സമയമായിരുന്നു. മെത്തപ്പായിൽ വാധ്യാമ്മാർ കൂട്ടംകൂടി ഇരിക്കുന്നു. പ്രധാനപുരോഹിതന്റെ അരികുചേർന്ന് ബല്ലുവുമുണ്ട്.

കൃഷ്ണപുത്രന് വലിയ പ്രതീക്ഷയായിരുന്നു. ദക്ഷിണയും വണ്ടിക്കൂലിയും കിട്ടാതിരിക്കില്ല. അതൊക്കെ സാധാരണയാണ്. പുറക്കാട്ടുമു

---

1. ഒർപ്പായി= അടിമവക്കൽ ചടങ്ങ്
2. ഉഡിദ്ദാമുഹൂർത്തം = ഗണപതിഹോമം

തൽ കായംകുളംവരെ നടന്നുവന്നതാണ്. ദക്ഷിണയും വണ്ടിക്കൂലിയും പ്രതീക്ഷിക്കുന്നതിലെന്താ തെറ്റ്. അതൊക്കെ ഓർത്ത് പുത്രൻ ഇരുന്നു.

സദ്യയാണെങ്കിൽ കെങ്കേമൻസദ്യ. രണ്ടുമൂന്നു പ്രാവശ്യമാണ് കക്കേമ്പി[1] വിളമ്പിയത്. അതു കുടിക്കാൻ തന്നെ ഒരു മത്സരം. കുടിപ്പിക്കാൻ വേറൊരു മത്സരം. അതിലൊന്നും ഒർത്തകന്മാർ പിശുക്ക് കാണിക്കാറില്ല. നാട്ടുകാര് അറിയേണ്ട കാര്യമാണല്ലോ അതൊക്കെ. ഒർത്തകന്റെ പ്രതാപം അതിലൂടെയല്ലേ ലോകർക്കറിയാനൊക്കൂ.

പക്ഷേ, ദക്ഷിണയുടെ കാര്യമെത്തുമ്പോഴാണ് അവരെ ശരിക്കറിയുന്നത്. സദ്യയിൽ മേളിച്ചിട്ട്, ചില്ലുതുട്ടുകൾ വാധ്യാമ്മാർക്ക് ദക്ഷിണയായി ഇട്ടുകൊടുക്കുന്നവരാണ് മിക്ക ഒർത്തകന്മാരും.

വാധ്യാമ്മാർക്ക് ദക്ഷിണകൊടുക്കുന്നത് ആരറിയാനാണ്. അവർ മാത്രമല്ലേ അറിയൂ; അവർ മാത്രം. കൂടുതൽ ദക്ഷിണകൊടുത്ത് എന്നു വെച്ച് അവരുണ്ടോ അതൊക്കെ പുറത്തുചെന്ന് കൊട്ടിഘോഷിക്കാൻ പോണു. അപ്പോൾപ്പിന്നെ വാധ്യാമ്മാർക്ക് കനത്ത ദക്ഷിണകൊടുത്തു എന്നുവച്ച് ഒർത്തകന് ഖ്യാതി കിട്ടാനൊന്നും പോണില്ല. കുറച്ചു കൊടുത്താലോ, അതും പുറത്തറിയാൻ പോകുന്നില്ല. നാണക്കേടോർത്ത് ആരെങ്കിലും ദക്ഷിണക്കാര്യം പുറത്താക്കുമോ, അപ്പോൾ കുറച്ചുകൊടുക്കുന്നതല്ലേ കൂടുതൽ ലാഭകരം. പുറത്തറിയുന്നത് കല്യാണം കേമമാക്കി നടത്തി എന്നുമാത്രം.

ഇതൊക്കെ കൃഷ്ണപുത്രന് അനുഭവങ്ങളൊന്നുമല്ല. പറഞ്ഞു കേട്ടതാണ്. പക്ഷേ, ഇവിടെ അങ്ങനെ ഒന്നും ആയിരിക്കില്ല എന്നുതന്നെ കരുതി മനസിൽ.

ദക്ഷിണയുടെ സമയമായി. അതിനുള്ള ആലോചനയാണ്. അതിനുമാത്രം എന്താലോചിക്കാനാണ് എന്നു തോന്നാതിരുന്നില്ല.

"ങും, ഭൊട്ടുമാമു. ഇനി നിങ്ങടെ ദക്ഷിണക്കാര്യം, കല്യാണക്കാര്യങ്ങളൊക്കെ ഭംഗിയായി, നിങ്ങടെ ദക്ഷിണക്കാര്യവും ഭംഗിയാക്കണം. എങ്ങനെയൊക്കയാ നിങ്ങടെ ദക്ഷിണക്കാര്യം?"

വളരെ വിനയാന്വിതനായിട്ടുള്ള ഒർത്തകന്റെ വാക്കുകൾ മനസിനെ കുളിർപ്പിച്ചു എന്നു തോന്നി പുത്രന്; പുരോഹിതന്റെയും.

സന്തോഷത്തോടെ പുരോഹിതൻ അതിലും വിനയാന്വിതനായി പറഞ്ഞു:

"ഓ അതൊക്കെ ഭക്തനറിയാല്ലോ. ഇന്നുമിന്നലെയുമൊന്നുമല്ലല്ലോ ഭക്തൻ ഇതൊക്കെ നടത്തുന്നത്. അതൊക്കെ നോക്കി തന്നേച്ചാ മതിയെന്നേ."

"എന്നാലും കേൾക്കട്ടെ."

കുലുങ്ങിച്ചിരിച്ച് ഭക്തൻ പുരോഹിതനെ പ്രോത്സാഹിപ്പിച്ചു. തൂങ്ങിക്കിടക്കുന്ന ഭക്തന്റെ മുലകൾ കുലുങ്ങി. നാഴിയരി കൊള്ളാവുന്ന പൊക്കിൾ പുറത്തേക്ക് കാട്ടി അയാൾ ചിരിച്ചു.

---

1 കക്കേമ്പി = പായസം

പുരോഹിതൻ വർധിച്ച സന്തോഷത്തോടെ പറഞ്ഞു:

"നിർബന്ധമാണെങ്കിപ്പിന്നെ എന്തോ ചെയ്യും? എന്നാലും എന്നെ ക്കൊണ്ട് പറയിക്കുന്നതാ......."

"ഓ, ആയിക്കൊട്ടെ! പറയൂ."

"വീടു പറഞ്ഞതിന്, ഗണപതിഹോമത്തിന്, കല്യാണനൂല് പിടിച്ച തിന്....."

"മതി, മതി. നിർത്ത്"

ഭക്തന്റെ ഒച്ചത്തിലുള്ള ശബ്ദം പന്തലിലുള്ളവർ ശ്രദ്ധിച്ചു. കൃഷ്ണ പുത്രൻ അമ്പരന്നു.

പെട്ടെന്ന് ഒന്നുകൂടി ഒച്ചത്തിൽ ഭക്തന്റെ വായിൽനിന്നും വാക്കു കൾ തെറിച്ചുവീണു:

"കൊള്ളാം, ഞാൻ കല്യാണം നടത്തിക്കുക, നിങ്ങൾ വയറുനിറച്ച് സദ്യ ഉണ്ണുക. എന്നിട്ട് പോരാത്തതിന് അതിന് ദക്ഷിണ, ഇതിന് ദക്ഷിണ ങ്ങും, കൊള്ളാം."

തട്ടത്തിൽ നിന്നും ഒരു പത്തുപൈസത്തുട്ടെടുത്ത് വീണ്ടും തട്ടത്തി ലെറിഞ്ഞ് ശബ്ദമുണ്ടാക്കി ഭക്തൻ പറഞ്ഞു:

"അധികം വിസ്തരിക്കേണ്ട. എനിക്കറിയാം പത്തുപൈസ ഭിക്ഷ തരാൻ."

പന്തലിലുള്ളവർ തരിച്ചുനിന്നു.

കൃഷ്ണപുത്രൻ പന്തലിലുള്ള വാധ്യാന്മാരെ നോക്കി. ആരും ഒന്നും മിണ്ടുന്നില്ല. പ്രധാന പുരോഹിതൻപോലും. ഭക്തനിൽനിന്നും ഇത്രയും പ്രതീക്ഷിച്ചില്ല എന്ന് അയാളുടെ മുഖത്തുനിന്നും പുത്രൻ വായിച്ചു.

പന്തലിൽ ഉള്ള ഗൃഹസ്ഥന്മാര് തങ്ങളെ നോക്കി ചിരിക്കുന്നത് പുത്രൻ ശ്രദ്ധിച്ചു.

തനിക്കെന്തുപറ്റി. ബ്രാഹ്മണ്യത്തിന്റെ ചങ്ങല പൊട്ടിക്കാൻ പോയ തനിക്കെന്തുപറ്റി. ചങ്ങല തന്നെ പിന്നോട്ട് വലിക്കയാണോ? ഇത്രയും പഠിച്ചിട്ടും ഈ ധിക്കാരത്തിന് എതിരായി തനിക്കെന്തേ സംസാരിക്കാൻ കഴിയാത്തത് എന്നു പിന്നീട് പലപ്പോഴും പുത്രന് തോന്നിയിട്ടുണ്ട്.

തുരുമ്പിച്ച ചങ്ങലയാണെങ്കിൽ തന്നെ താൻ ബന്ധനത്തിലാണ്, വലിച്ചു പൊട്ടിക്കാനാവില്ല. കാലത്തിനുപോലും സാധിക്കുന്നില്ല. പിന്നെ യല്ലേ, തനിക്ക്.

ഭക്തൻ ദക്ഷിണ കൊടുത്തുതുടങ്ങി. അത് ദക്ഷിണതന്നെയോ? അതോ ഭിക്ഷയോ? പുറക്കാടു മുതൽ കായംകുളംവരെ നടന്നത് ഈ ഭിക്ഷയ്ക്കാണോ. എന്നാൽപ്പിന്നെ അതിനു വേണ്ടി ഇവിടെവരെ വരണ മായിരുന്നോ. ഭിക്ഷ വേറെ എവിടെയൊക്കെ കിട്ടുമായിരുന്നു.

ബപ്പായോടാണ് ദേഷ്യം തോന്നിയത്. തന്നെ ഇതിനു പറഞ്ഞയച്ചത് ബപ്പായാണല്ലോ. ആലപ്പുഴയിൽ ഇന്റർവ്യൂവിനു പോയാൽ മതിയായി രുന്നു. മൂന്നുമാസത്തേക്കുള്ള ഗുമസ്തപ്പണിയാണ്. ഇന്നുതന്നെ ഫലമ റിയുകയും ചെയ്യുമായിരുന്നു. എന്നിട്ട് അച്ഛൻ ചെയ്ത പണി.

പിന്നെ സമാധാനിച്ചു.

അച്ഛനു മാത്രമല്ലല്ലോ. തനിക്കും ലേശം പ്രതീക്ഷയുണ്ടായിരുന്നല്ലോ. സമാധാനിക്കുകതന്നെ.

ബല്ലു കഴിയുന്നതും വേഗം ദക്ഷിണ വാങ്ങി. താമസിച്ചാൽ കുറയുമോ എന്നു സംശയിച്ചു കാണും. കിട്ടിയ ദക്ഷിണ കൈയിൽ മുറുക്കിപ്പിടിച്ചു. ബല്ലു ആരും കാണാതെ കൈതുറന്നുനോക്കി. മുഖത്ത് ഇരുട്ട് പടർന്നുകയറുന്നത് പുത്രൻ കണ്ടു. മെല്ലെ അടുത്തുചെന്നു. നോക്കി.

കൈയിൽ അഞ്ചുപൈസായുടെ പത്തുതുട്ടുകൾ.

ബല്ലുവിന്റെ കണ്ണുകൾ നിറയുന്നത് നോക്കിനിൽക്കാനേ പുത്രന് കഴിഞ്ഞുള്ളു.

എത്ര ആശിച്ചുവന്നതാണ്. എന്തൊക്കെ പണികൾ ചെയ്തു. രാവിലെ തൊട്ടു തുടങ്ങിയതാണ് ബദ്ധപ്പാടുകൾ. വിവാഹച്ചടങ്ങുകൾ തീരുന്നതുവരെ ബല്ലു പുരോഹിതന്റെ അടുത്തുതന്നെ ആയിരുന്നു. ഹോമപ്പുകകൊണ്ട് കണ്ണുകൾ വികൃതങ്ങളായി.

എന്നിട്ട് !എന്നിട്ട്! കിട്ടിയത് കുറെ തുട്ടുകൾ.

ഒരു ചുമട്ടുകാരന് കിട്ടും ഇതിലും എത്രയോ ഭേദപ്പെട്ട കൂലി.

സ്വതേ വലിയ ജാതിയെന്നു നെറ്റിയിൽ എഴുതിയിട്ട് ഒരു ബ്രാഹ്മണന് ഒരുദിവസം അന്യനു വേണ്ടി ഹോമിച്ചതിനു കിട്ടിയ ദക്ഷിണ കേവലം അൻപതുപൈസ.

ബ്രാഹ്മണ്യം ഉയർന്ന തൊഴിലാണത്രേ. ബ്രാഹ്മണൻ ഉയർന്നവരാണത്രേ. ഇതിലും വലിയ വിഡ്ഢിത്തമുണ്ടോ? ബ്രാഹ്മണന് എവിടെയും സ്ഥാനം ഭിക്ഷക്കാരന്റേതെന്നു മാത്രം!

എത്ര ചെറിയ വാധ്യാരാണെങ്കിൽപോലും ഗൃഹസ്ഥന്മാരും "ഭട്മാം" എന്നേ വിളിക്കൂ.

ഭൊട്ടുമാമൻ!

അതു മുഴുവനും വിളിക്കില്ല. വിനയത്തിന്റെ നെയ് ആവോളം പുരട്ടിയ വിളിയിൽ ഭട്മാൻ വീഴണം.

ഞാൻ അങ്ങയുടെ വിനീതശിഷ്യനാണ്. എന്നു പറയുന്നതുപോലെയാണവരുടെ വിളി. ആദ്യമൊക്കെ തനിക്കും അതൊക്കെത്തന്നെയാണ് തോന്നിയത്. പക്ഷേ. എപ്പോഴും സത്യം മറയ്ക്കപ്പെടുന്നില്ല.

സ്വർണപ്പാത്രംകൊണ്ടു മൂടിയാലും ഇരുമ്പുകിടാരംകൊണ്ടു മൂടിയാലും സത്യം ചിലപ്പോഴൊക്കെ അതിന്റേതായ രൂപത്തിൽ പുറത്തുവരും. അത് താൻ പലപ്പോഴും അറിഞ്ഞിട്ടുണ്ട്. അപ്പോഴൊക്കെ തോന്നിയിരുന്നു, ഭട്മാം എന്ന വിളിയിൽ എന്തോ ഒരു അവജ്ഞയില്ലേ! അതല്ലേ ആ വിളിയിൽ മുഴങ്ങുന്നത്. അതല്ലേ ബാക്കി ഒന്നും വിളിക്കാതെ ആ വാക്കിൽ മാത്രം പിടിച്ചുകളിക്കുന്നത്.

നിങ്ങൾ ആരുമല്ല. വെറും പീറ ഭട്മാം. ഞങ്ങടെയൊക്കെ മഠങ്ങളിൽ നടക്കുന്ന പിണ്ഡമടിയന്തിരങ്ങൾക്കു വീണു കിട്ടുന്ന ദക്ഷിണയും കാത്തുകഴിയുന്ന വെറും വാധ്യാർ.

ഇതാണ് ആ വിളിയുടെ അർഥം എന്നു പലപ്പോഴും തോന്നിയിട്ടുണ്ട്.

വഴിയിൽവെച്ചുപോലും ഭട്മാമനെ കണ്ടാൽ വഴിമാറുന്നവരാണ് ഗൃഹസ്ഥർ. വളരെ വിനയത്തോടെ തങ്ങൾ തൊട്ടാൽ, ജാതിയിൽ ഉയർന്നവനായ ഭട്മാം കുളിക്കേണ്ടിവരില്ലേ എന്ന മട്ടിൽ.

ചിരിക്കാനാണ് തോന്നിയത്. തൊട്ടാൽ കുളിക്കണമത്രേ! വാധ്യാരെ തൊട്ടാൽ കുളിക്കേണ്ടിവരുമെന്നല്ലേ അവരർഥമാക്കുന്നതെന്നു തോന്നും. അത്ര അറപ്പുള്ളവരാണോ ഭട്മാം.

"ങാ! ഇനി ദക്ഷിണ വാങ്ങാൻ ആരാ ഒള്ളത്."

ആരോ വിളിച്ചു പറഞ്ഞു.

പുത്രൻ മിണ്ടാതിരുന്നു. ദക്ഷിണപോലും! ബല്ലുവിന്റെ പേരിൽ സങ്കടം തോന്നി. പ്രധാന പുരോഹിതനെ നോക്കി. അയാൾ ശിലപോലെ ഇരിക്കുന്നുണ്ട്. അതാണ് നല്ലതെന്ന് അയാൾക്ക് തോന്നിക്കാണണം.

"ങാ! ഒൊട്ടു! ദക്ഷിണ കാങ്കേനാവെ[1]?

പുത്രനെ തിരിച്ചറിഞ്ഞ ഒരു വാധ്യാർ തോണ്ടി പറഞ്ഞു.

അയാളെ സൂക്ഷിച്ചു നോക്കി. തല്ലിക്കൊല്ലാൻ തോന്നി. ഇയാൾക്കെന്തു നഷ്ടം. ഇയാൾക്കെന്തുവേണം താൻ ദക്ഷിണ മേടിക്കാഞ്ഞാൽ.

കല്യാണമണ്ഡപത്തിൽ നേരത്തെ ഈ മനുഷ്യനെ കണ്ടിരുന്നതായി പുത്രൻ ഓർത്തു. പലയിടത്തും കീറിയ വേഷ്ടി ചുറ്റി താറും കെട്ടി ശരീരമാസകലം ഗൊച്ചന്ദനം കൊണ്ട് കുറികളും വരച്ച്, ഇടയ്ക്കിടയ്ക്ക് വിവാഹമന്ത്രങ്ങളും ചൊല്ലി പന്തൽ മുഴുവനും ഒന്നാക്കി നടന്ന അയാളെ നേരത്തെ കണ്ടിരുന്നു.

നവധാന്യങ്ങളും പഴവും വീട[2]യും ഇരുന്നിടത്ത് അയാൾ ചുറ്റിപ്പറ്റി നിന്നത് പുത്രൻ ഓർത്തു. കൂട്ടത്തിൽ നല്ല ഒരു പഴമെടുത്തുകിർവണ്ടി[3]യിൽ തിരുകി.

"ഒന്നുമില്ലെങ്കിൽ ഒരു പഴമെങ്കിലും ഇരിക്കട്ടെ."

എല്ലാവരും കേൾക്കെ അയാൾ പറയുന്നുണ്ടായിരുന്നു.

പന്തലിൽ ഇരിക്കുന്നവർക്ക് പ്രത്യേകിച്ചൊന്നും തോന്നിയില്ല. വാധ്യാമ്മാരെക്കുറിച്ചു ഗൃഹസ്ഥർക്ക് എന്തു തോന്നാൻ.

പക്ഷേ, തനിക്കത് മറക്കാൻ കഴിയില്ല. ചുറ്റിയ തോർത്ത് ഒന്നുകൂടി വലിച്ചു ചുറ്റി ഒതുങ്ങിയിരുന്നു. തന്നെ ആരും അറിയേണ്ട. പക്ഷേ വാധ്യാരെ മറയ്ക്കാൻ വാധ്യാർക്കുതന്നെ കഴിയുമോ.

ആ മനുഷ്യൻ തന്നെ തിരിച്ചറിഞ്ഞു. ഗൗനിച്ചില്ല.

പിന്നെയും ആരൊക്കെയോ വിളിച്ചപ്പോൾ എഴുന്നേറ്റു. വന്നുപോയില്ലേ.

വളരെ ചെറുപ്പമായ തന്നെ ഭക്തൻ കൗതുകത്തോടെ നോക്കി.

---

1. ദക്ഷിണ കാങ്കേനാവെ = ദക്ഷിണ മേടിക്കുന്നില്ലേ?.
2. വീട = വെറ്റില.
3. കിർവണ്ടി = മടിക്കുത്ത്.

പ്രായത്തിനനുസരിച്ചുള്ള തടിയൊന്നുമില്ലാതിരുന്ന തനിക്കുമതുതോന്നി. എന്നാലും. ആ കുറവ് താനും മനസിൽ മറച്ചു.

അയാളെ താനും നോക്കി. അയാൾ വേഗം അടുത്തുവന്നു. ഒരു ചോദ്യം: "ഭൊട്ടൊ! ദക്ഷിണ ജായ്നെവെ?"

"ദക്ഷിണ വേണം, അല്യോ?"

ഒന്നാം ക്ലാസിലെ കുട്ടിയെ മാഷ് നോക്കുന്നതുപോലെ അയാൾ തന്നെ നോക്കി:

"ചെയ്ത്താ! ഗായത്രി അറിയുമോ ഭൊട്ടുവിന്?"

ഇന്റർവ്യൂ ചെയ്യുന്ന ഒരു ഓഫീസറെയാണ് പുത്രന് ഓർമവന്നത്. തനിക്കറിയാത്ത കാര്യങ്ങളെക്കുറിച്ചുപോലും ചോദ്യങ്ങൾ ചോദിക്കുന്ന ഓഫീസറെ.

ഏതായാലും ഇത്രയും കഴിഞ്ഞ സ്ഥിതിക്ക് ഇയാളെ വിട്ടുകൂടാ. നേരത്തെ മുതൽ തോന്നേണ്ടതാണ്. പക്ഷേ. താൻ വെറുതെ ചെന്നു ചാടേണ്ട!

പക്ഷേ, ഇങ്ങോട്ടു വന്നു മുട്ടിയാൽ ആ മുട്ടിന് എന്തെങ്കിലും ഒരു ചെറിയ തട്ടെങ്കിലും വേണ്ടതാണെന്നു തോന്നി മനസിലുറച്ചു.

നിമിഷനേരത്തെ മൗനംകണ്ട ഭക്തൻ വിജയഭാവത്തോടെ ചിരിച്ചു. പന്തലിൽ ഉള്ള സർവജനവും തന്നെ നോക്കുന്നതായി തോന്നി പുത്രന്.

ഇനി തനിക്കുള്ള ഭാഗമാണ്.

ഭക്തൻ അപ്പോൾ കുമ്പയും കുലുക്കി നിൽക്കയാണ്. പെട്ടെന്നാണ് പുത്രന്റെ വായിൽനിന്നും വാക്കുകൾ തെറിച്ചുവീണത്:

"എനിക്കറിയാം ഗായത്രി. പക്ഷേ......"

ഭക്തന്റെ മുഖത്തെ തിളക്കം എവിടെയോ തല്ലി അലച്ചു. ഒരു കൊച്ചു വാധ്യാരുടെ ഉറച്ച ശബ്ദം കേട്ട് അയാൾ പയ്യനെ തുറിച്ചു നോക്കി.

ബല്ലു. പുത്രനെ നോക്കി. പ്രധാന പുരോഹിതൻ പുത്രനെ ശ്രദ്ധിച്ചു. ജനത്തിന്റെ ശ്രദ്ധമുഴുവനും പുത്രനിലായിരുന്നു.

പുത്രൻ വിട്ടില്ല.

"ഞാൻ പറയുന്നത് ഗായത്രിയാണോ എന്നറിയാൻ ഇയാൾക്കറിയുമോ ഗായത്രി?"

ഭക്തൻ തരിച്ചുനിന്നു. കവണയിൽനിന്നും തെറിച്ച കല്ല് തിരിച്ച് തന്റെ നെറ്റിയിൽ തന്നെ കൊണ്ടിരിക്കുന്നു.

ഇപ്പോൾ ജനം ഭക്തനെയാണ് നോക്കിയത്. ഗ്രാമത്തിലെ ഒരു വലിയ ഒർത്തകൻ. എന്നിട്ട് അയാളോട് ഒരു നരുന്തു പയ്യൻ ചോദിച്ച ചോദ്യം.

അതിൽപ്പരം എന്തു സംഭവിക്കാൻ.

ഞൊടിയിട!

ഒന്നും സംഭവിച്ചിട്ടില്ലാത്ത മട്ടിൽ ഭക്തൻ ചിരിച്ചു. കൈകൊണ്ട് മുതുകിൽ തട്ടി അഭിനന്ദിച്ചു:

"മിടുക്കൻ! മിടുമിടുക്കൻ!"

എന്നിട്ട് ദക്ഷിണത്തട്ടത്തിൽനിന്നും വലിയ കാര്യമായിത്തന്നെ എന്തോ കനപ്പെട്ട ഒന്ന് സമ്മാനമായി കൊടുക്കുന്നതുപോലെ ദക്ഷിണ എടുത്തു നീട്ടി.

മേടിക്കാതിരിക്കുന്നതു മോശമല്ലേ. പക്ഷേ, മനസിൽ കരുതി. ഇയാൾ വർത്തകനാണ്. കന്നത്തടിച്ചമാതിരിയാണ് താൻ മറുപടി പറഞ്ഞത്. തിരിച്ച് എന്തെങ്കിലും ഒപ്പിക്കാതിരിക്കില്ല.

ദക്ഷിണ മേടിച്ചു. കനത്തതുണ്ട്. നോക്കാൻപോയില്ല. ഇത്രയും കനത്തത് ദക്ഷിണയായിരിക്കില്ല. ഭിക്ഷതന്നെ ആയിരിക്കും.

അതറിഞ്ഞുകൊണ്ടുതന്നെ ദക്ഷിണ തട്ടത്തിൽത്തന്നെ കുടഞ്ഞു.

"ഇതേയ്, ആരെങ്കിലും ഭിക്ഷക്കാരു വരുമ്പം അവർക്കു കൊടുക്കാനായി വെച്ചേരെ."

ദക്ഷിണത്തട്ടത്തിൽ ഇട്ട ചില്ലറയുടെ ശബ്ദം മാത്രം പന്തലിൽ മുഴങ്ങികേട്ടതായി തോന്നി. വേറൊരു ശബ്ദമില്ല.

കായംകുളം മുതൽ പുറക്കാടുവരെയുള്ള ദൂരം നടന്നതിൽ വലിയ വിഷമം തോന്നിയില്ല. താൻ ജയിച്ചിരിക്കുന്നു. ഭക്തന് ശരിക്കും കൊടുത്തിട്ടുണ്ട്.

തിരിച്ച് പുറക്കാട്ടേക്ക് നടക്കുമ്പോൾ വഴിനീളെ ബല്ലു തന്നെ പുകഴ്ത്തിപ്പറയുന്നതു പുത്രൻ കേട്ടു. പാവം അവന്റെ ദുഃഖം അതിൽ അലിഞ്ഞില്ലാതാവട്ടെ.

ഇപ്പോഴും അന്നത്തെ ഭക്തന്റെ ആ ധിക്കാരത്തെക്കുറിച്ചോർക്കുമ്പോൾ അമർഷം ഉറയുരാറുണ്ട്. കൂട്ടത്തിൽ ഒരു വിഷമവും: താൻ ആദ്യമേ എന്തുകൊണ്ട്, ഭക്തൻ കുമ്പ കുലുക്കി, പത്തുപൈസ ഭിക്ഷ തരാൻ തനിക്കറിയാം എന്നു പറഞ്ഞപ്പോഴേ പ്രതിഷേധിച്ചില്ല?

പുറക്കാട്ടെത്തിയതറിഞ്ഞില്ല. ഗുല്ലാനു തട്ടിയപ്പോഴാണറിയുന്നത്.

"ഇത്തെ നിദ്ദേലോ?" (എന്താ ഉറങ്ങിയോ?)

ഗുല്ലാനു ചോദിച്ചു.

കൃഷ്ണപുത്രൻ വെറുതെ ചിരിച്ചു.

സീറ്റിനടിയിൽനിന്നും ഭാണ്ഡക്കെട്ടും മറ്റും പുറത്തെടുക്കുന്ന ഗുല്ലാനുവിനെ പുത്രൻ അത്ഭുത്തോടെ നോക്കി.

ഒരു നല്ല ശീലക്കുട. ഹഢാവ്[1] മന്തൂരി[2] എല്ലാം കണ്ണിമയ്ക്കാതെ നോക്കി. കൊള്ളാമല്ലോ.

പുത്രന്റെ മനസ്സ് എവിടെയൊക്കെയോ മുറിയുന്നുണ്ടായിരുന്നു. അച്ഛൻ പറഞ്ഞതെത്ര ശരിയാണ്. ഇന്റർവ്യൂവിന് പോകേണ്ടിയിരുന്നില്ല എന്ന് പുത്രനു തോന്നിത്തുടങ്ങി. തലയുയർത്തി കിട്ടിയ സാധനങ്ങളുമായി നടന്നുനീങ്ങുന്ന ഗുല്ലാനുവിനെ ഒളികണ്ണോടെ പുത്രൻ നോക്കി.

വീട്ടിൽ ചെല്ലുമ്പോഴുള്ള ഭൂകമ്പത്തെക്കുറിച്ചാണ് കൃഷ്ണപുത്രൻ ഓർത്തത്. വീട്ടിൽ ചെന്നാൽ മതി. ബപ്പായ്ക്ക് ഇന്നത്തേക്കുള്ളതു കിട്ടിയിട്ടുണ്ട്. എന്തൊക്കെയാണ് ഇനി പറയാൻ പോകുന്നതാവോ!

---

1. ഹഢാവ് = മെതിയടി
2. മന്തൂരി = പായ

ഗുല്ലാനു ബാറാവോയ്ക്കു പോയതായി അച്ഛനറിയാം. ഇപ്പോൾ ഭാണ്ഡക്കെട്ടുമായി വരുന്ന ഗുല്ലാനുവിനെ കാണുകയും ചെയ്യും. കണ്ണുകൾ കോപ്പുകൂട്ടങ്ങളിൽ തടയും. അതിനേക്കാൾക്കൂടുതൽ, മടിയിൽ തിരുകിയിരിക്കുന്ന ദക്ഷിണയിലായിരിക്കും ഉടക്കുക, കോപ്പുകൾ ഈമാതിരിയാണെങ്കിൽ ദക്ഷിണ കനത്തതുതന്നെ കാണില്ലേ എന്നായിരിക്കും അച്ഛൻ ചിന്തിക്കുക.

തന്നെ കണ്ടാലുടൻ പറയുന്നതും ഇതൊക്കെത്തന്നെയായിരിക്കും.

അന്നും കായംകുളത്തുനിന്നും വന്നപ്പോഴേ പുത്രന് ആദ്യം കിട്ടിയത് ബപ്പായുടെ ശകാരമാണ്. താൻ ചെയ്യാത്ത കുറ്റത്തിന് ശിക്ഷ ഏൽക്കുക!

വീട്ടിലെത്തിയതുതന്നെ വളരെ വൈകിയാണ്. കണ്ണിൽ തീപ്പന്തുകളുമായി നിൽക്കുന്ന അച്ഛനെ ശ്രദ്ധിക്കാതെ ഉരൽപ്പുരയിൽ കയറാൻ ഭാവിച്ചു. പുത്രനെ കയറിട്ടു പിടിച്ച മാതിരിയാണ് അച്ഛൻ പിടിച്ചത്.

"അറെ റാബ്!"

നിന്നു.

"നന്നായിരിക്കുന്നു. നീ ഇതിനുവേണ്ടിയാണോ കായംകുളത്തേക്ക് പോയത്?"

ബല്ലു വേലിക്കരികിൽനിന്ന് ശ്രദ്ധിക്കുന്നത് കണ്ടു. പല്ലുറുമ്മി അവനെ നോക്കി. നിന്നെ ഞാൻ, ങും! വരട്ടെ.

"ഗൃഹസ്ഥരെ കളിയാക്കാൻ നീ എന്നാണെടാ പഠിച്ചത്?"

"ഞാൻ കളിയാക്കിയില്ല."

"പിന്നെ?"

"അച്ഛൻ എന്തറിഞ്ഞാണ് വർത്തമാനം. പന്തലിൽ എത്ര ആളുകൾ. അവരുടെ മുന്നിൽവെച്ച് എന്നോടയാൾക്ക് അങ്ങനെ ചോദിക്കാമോ?"

"എന്തുചോദിച്ചെന്നാണ്?"

"ഗായത്രി അറിയാമോന്ന്."

"ങാ! അതാന്നോ. ങും! ഒന്നുചോദിച്ചു അതിന്?"

"അയാൾ നിന്നെക്കാളും എത്ര വയസ്സ് മൂപ്പുള്ളവനാണെടാ. ങെ? എന്നിട്ട് നീ അയാളെ കളിയാക്കി, അല്ലേ?"

"ങാ! ഇങ്ങനെയൊക്കെ ചോദിക്കയാണെങ്കില്......... അയാടെ ഒരു ചോദ്യം. ഇനി ആരോടും അവൻ ചോദിക്കില്ല."

"നന്നായി, മിടുക്കൻ!"

"ങാ"

കൃഷ്ണപുത്രന് അത്ഭുതം തോന്നി. കൊള്ളാം. നന്നായിരിക്കുന്നു. ഇത്രയൊക്കെ ആയിട്ടും ഭക്തൻ തന്നെ പരസ്യമായി ആക്ഷേപിച്ചതിലല്ല കുറ്റം. അയാളോട് താൻ ഗായത്രി അറിയുമോ എന്നു ചോദിച്ചതാണ്. താൻ അയാളെ പന്തലിൽ വെച്ച് ചോദ്യം ചെയ്തതിൽ അച്ഛനു വല്ലാത്ത വിഷമം ഉള്ളതുപോലെ തോന്നി പുത്രന്.

കൃഷ്ണപുത്രൻ പിന്നെ അവിടെ നിന്നില്ല. ഇനിയും വല്ലതുമൊക്കെ പറഞ്ഞെന്നിരിക്കും.

"മിടുക്കനാണ്. കാര്യമൊക്കെ ശരി. ആ മൂന്നനെപ്പോലെ നീയും ആയിക്കോ...."

പുറകിൽനിന്ന് അച്ഛൻ വിളിച്ചു പറഞ്ഞു.

അതെത്ര ശരിയെന്നു പിന്നെ പലപ്പോഴും തോന്നിയിട്ടുണ്ട്. മൂന്നനെപ്പറ്റി താൻ എത്രയോ കേട്ടിട്ടുണ്ട്. ചിലപ്പോഴൊക്കെ തോന്നാറുണ്ട്. മൂന്നനെപ്പറ്റി തന്റെ മനസിൽ ബഹുമാനമല്ലേ ഉള്ളത് എന്ന്. മൂന്നനെ താൻ ഒരു വീരനായിട്ടാണ് കരുതുന്നത്. ആ ഓർമയാണല്ലോ കായംകുളത്തുവെച്ച് തന്നെക്കൊണ്ടത്രയും പറയിച്ചത്.

മൂന്നനെ താൻ കണ്ടിട്ടില്ല; പക്ഷേ, കേട്ടിട്ടുണ്ട്. മൂന്നനെപ്പോലെ ആരെങ്കിലുമൊക്കെ ഉണ്ടായാലെ ഭട്മാമന്മാർക്കൊരു ഉണർവുണ്ടാവു എന്ന് എപ്പോഴും തോന്നും. അത്രകണ്ട് ഉശിരനായിരുന്നു മൂന്നൻ.

ചെറുപ്പത്തിലെ ആരേയും കൂസാത്തവനായിരുന്നു മൂന്നൻ. ബപ്പാ പറഞ്ഞാൽപ്പോലും അത്രയ്ക്കു വകയൊന്നുമില്ല അവന്.

അമ്പലപ്പറമ്പിലെ മൊല്ലാക്കിമാവിൽ എറിഞ്ഞതിന് ദേവസ്വം മണിയംപ്രഭു അവനെ ഒന്ന് കിഴുക്കി. അവൻ വിടുമോ, തിരുമ്മി അവിടെ നിന്നു. പ്രഭു വലിയ ഭാവത്തിൽ വളവു തിരിഞ്ഞില്ല. അതിനുമുമ്പ് മൂന്നന്റെ കയ്യിൽ നിന്നുള്ള കല്ലേറ് നടന്നുകഴിഞ്ഞിരുന്നു.

പ്രഭു ഇരുന്നുപോയി.

"അറെ ബൊള്ളീക്കെ........ പുത്താ."

പ്രഭു വിളിച്ചുകൂവി. ആ തെറികേൾക്കാനൊന്നും മൂന്നൻ നിന്നില്ല.

പ്രഭു സ്വതേ പേടിത്തൊണ്ടനായിരുന്നു. മൂന്നനെ നേരത്തെ തന്നെ അറിയുകയും ചെയ്യാം. ഇത്തരത്തിൽ കലാശിക്കുമെന്ന് ആരറിഞ്ഞു. അയാൾ ചുറ്റും നോക്കി. ആരും കണ്ടില്ല. മെല്ലെ തല തിരുമ്മി മനസുകൊണ്ട് മൂന്നനെ പ്രാകി, നശിച്ചവൻ! തീർന്നു.

പ്രഭു അമ്പലത്തിലേക്ക് നടന്നു. പിന്നെ മൂന്നനെക്കുറിച്ചോർക്കുമ്പോഴൊക്കെ ആ ഏറിന്റെ ഓർമ അയാൾ അയവിറക്കും.

വാധ്യാരുട്ടിയായതിനാൽ ഉപനയനം കഴിഞ്ഞ ഉടനെ 'റ' മാതിരി മുന്നിൽ മുടിവെട്ടി ചെറിയ കുടുമയുമായിട്ടായിരുന്നു മൂന്നൻ നടന്നിരുന്നത്.

ബങ്കാറ ചിറ്റപ്പനെപ്പോലെ അവനും മുടി വളർത്തണം. അതായിരുന്നു അവന്റെ മനസിൽ. ബങ്കാറ ചിറ്റപ്പന്റെ മുടി കണ്ടിട്ട് മൂന്നൻ നോക്കി നിൽക്കുമായിരുന്നു. എത്രയാണ് ചിറ്റപ്പന്റെ മുടി. കുളിയും കഴിഞ്ഞ് മുടിയുടെ ജടകളഞ്ഞ് ചിറ്റപ്പൻ മുറ്റത്ത് നിൽക്കുമ്പോൾ വഴിയിൽ കൂടി പോകുന്ന പെണ്ണുങ്ങൾ ചിറ്റപ്പനെ നോക്കി അസൂയപ്പെടുന്നത് മൂന്നൻ എത്ര തവണ കണ്ടിട്ടുണ്ട്. ചിറ്റപ്പൻ മുടി ചീകിക്കഴിഞ്ഞ് കെട്ടിവെച്ചാൽ അതൊരു കാഴ്ച തന്നെ ആയിരുന്നു. മൂന്നൻ അന്നേ മനസിൽ കരുതിയതാണ്, തനിക്കും ഇതുപോലെയാവണം. മുടി വളർത്തണം, കുളികഴിഞ്ഞ് ചീകിവയ്ക്കണം. 'ശെണ്ഠി'* മാതിരി അത് ഉയർത്തിവെച്ച് നടക്കണം. എല്ലാവരും തന്നെ നോക്കും. പക്ഷേ, താനാരേയും നോക്കില്ല.

---

*. ശെണ്ഠി = കുടുമ

അന്നൊക്കെ ബ്രഹ്മചാരി ആയാൽ 'റ' മാതിരി മുടിവെട്ടണം.... വാധ്യാരായാൽ ശെണ്ഠി വേണം.

മൂന്നൻ തന്റെ ശണ്ഠി എത്ര ഓമനയായിട്ടാണെന്നോ കരുതിയത്. തന്റെ ശെണ്ഠിയെ കളിയാക്കുക, മൂന്നന് അതു സഹിക്കില്ല.

അതുകൊണ്ടാണ് സ്ഥലത്തെ വലിയ ഗൃഹസ്ഥനുമായി അവന് ശണ്ഠ കൂടേണ്ടിവന്നത്.

മൂന്നന്റെ 'റ' മാതിരിയുള്ള തല കണ്ടിട്ട് ഗൃഹസ്ഥൻ രങ്കന്റെ മകൻ അവനൊരു പേരിട്ടു. അരച്ചട്ടി. എവിടെ കണ്ടാലും അരച്ചട്ടി എന്നു വിളിച്ചാലേ അവന് സമാധാനമുള്ളു.

ആദ്യം മൂന്നൻ കാര്യമാക്കിയില്ല. ഗൃഹസ്ഥന്റെ മകന് അതൊരു പ്രചോദനമായി . ങാഹാ! ഇത്രേയുള്ളു! എന്നാൽ ഒന്നുകൂടി വിളിക്കാം.

"എടാ, അരച്ചട്ടീ......" അവൻ ഉറക്കെ വിളിച്ചു. അമ്പലത്തിന്റെ മുന്നിലുള്ള തട്ടുപന്തലിൽ ദേവസ്ഥാനജോലിക്കാർ കൗതുകത്തോടെ ശ്രദ്ധിച്ചു.

മൂന്നൻ പെട്ടെന്ന് നിന്നു.

"ങെ, ഇത്രയ്ക്കായോ!" വലിയവീട്ടിലെ സന്തതി ആയതിനാലായിരിക്കും ഇത്രയ്ക്ക് അഹങ്കാരം. അത് തന്റെ ശെണ്ഠിയിൽത്തന്നെ വേണോടാ തീർക്കാൻ മൂന്നൻ ഒരുങ്ങിനിന്നു.

തട്ടുപന്തലിൽ ഉള്ളവർ ഒന്നുകൂടി വിളിക്കാൻ ചെക്കനോട് ആംഗ്യം കാട്ടി. രസം തോന്നിയ ചെക്കൻ ഒന്നുകൂടി വിളിച്ചു.

വിളി അവസാനിക്കുന്നതിനുമുമ്പ് ചെക്കൻ ഇരുന്നുപോയി. തലമണ്ട പൊളിയുന്നുവോ. കൈകൊണ്ടു തല പൊത്തി ചെക്കൻ അവിടിരുന്നു.

കൈയിൽ ചോര.!

മൂന്നൻ ഓടിപ്പോയി.

സംഭവം അറിഞ്ഞ രങ്കൻ ജ്വലിച്ചു.

ഒരു വാധ്യാരുട്ടിയുടെ അഹങ്കാരം ഇത്രയ്ക്കോ. ഗൃഹസ്ഥന്റെ മോന്റെ തല പൊട്ടിക്കുക. അത്രയ്ക്ക് വളർന്നോ ആ എരപ്പാളി?

അത്രയ്ക്കൊന്നും അയാൾ വിചാരിച്ചിരുന്നുമില്ല. അങ്ങോട്ടുചെന്നു തല്ലിയാൽപ്പോലും മിണ്ടാതെ തല്ലുകൊണ്ടുപോകുന്നവരാണ് ഭൊട്മാമന്മാർ. എന്നിട്ടിന്ന് എന്താണിവിടെ നടന്നത്.

മൂന്നന്റെ അച്ഛനെ പ്രഭു വിളിച്ചു. പ്രഭുവിന്റെ കുടുംബപുരോഹിതനായിരുന്നു മൂന്നന്റെ അച്ഛൻ. നടന്ന സംഭവങ്ങളൊന്നുമറിയാതെ അയാൾ വേഗം നടന്നു. എന്താണാവോ!

എന്തെങ്കിലും ഹോമമോ മറ്റോ നടത്താനാണോ. അടിയന്തിരങ്ങൾ വല്ലതും ഒത്തിട്ടു നാളുകളേറെയായി. ഇന്നാള് ഒരു ഹോമത്തിന്റെ കാര്യം പറഞ്ഞിരുന്നു. ഇനി അതിനോ മറ്റോ ആയിരിക്കുമോ? അല്ലാതെ തന്നെ എന്തിനു വിളിക്കാൻ.

വലിയ ആശയോടെ മൂന്നന്റെ അച്ഛൻ ചെന്നു. ചെന്നപ്പോൾ ചുവന്നുവീർത്ത മുഖമാണ് വാധ്യാർ കണ്ടത്.

ങ്ങേ! എന്തേ! എന്തുപറ്റി? സാധാരണ ഇങ്ങനെയൊന്നു "ഭൊട്ടുമാമുവെ" എന്നു ഭവ്യതയോടെ വിളിച്ചുകൊണ്ടായിരിക്കും സ്വീകരിക്കുക. ലേശം നിന്നപ്പോൾ പ്രഭു പറഞ്ഞു:

"ങാ, ഭൊട്ടുമാമു! നിങ്ങടെ മോന്റെ വെളച്ചില് കൂടുന്നുണ്ട്. ഇന്നവൻ ഗൊപ്പിയുടെ തല അടിച്ചുപൊട്ടിച്ചിരിക്കുന്നു. വല്ല കാര്യമുണ്ടോ. അവനെ ഒന്നു വിളിച്ചു പറഞ്ഞേരെ......"

അയാൾ പിന്നെ ഒന്നും പറഞ്ഞില്ല. കുറച്ചു പറയണമെന്നു തോന്നിയതാണ്. ഭൊട്മാമന്റെ മോറ കണ്ടപ്പോൾ ഇത്രയും കൊണ്ടു നിറുത്തി.

എന്തിനാണ് മൂന്നൻ കല്ലെറിഞ്ഞതെന്നുപോലും അറിയാതെ ഭൊട്മാമൻ വിഷമിച്ചു. എന്തായാലും മൂന്നന്റെ കുറ്റം തന്നെ ആയിരിക്കും, തീർച്ച. മഠത്തിൽ ചെല്ലട്ടെ! അവനെ ഇന്നു താൻ....

മൂന്നന് അന്നു പൊതിരെ തല്ലുകിട്ടി. അവന്റെ മുറിവുകൾ ഉണങ്ങാതെ കിടന്നു. താൻ ചെയ്ത കുറ്റമെന്താണെന്നുപോലും ബപ്പാ പറഞ്ഞില്ല. തന്നെ ആ പയ്യൻ ഊശിയാക്കിയതും പോരാ, താൻ അടികൊള്ളുകയും വേണം. കൊള്ളാം!

മുറിവിൽ പൊറ്റ പിടിച്ചെങ്കിലും അവനത് ഉണക്കാതെ സൂക്ഷിച്ചു.

ഒരിക്കൽ വഴിയിൽ കണ്ട അവനെ ചതുർഥി കണ്ടവനെപ്പോലെ രങ്കപ്രഭു വിളിച്ചു:

"അറെ ഭൊട്ടൊ ! നിന്റെ വെളച്ചിലൊക്കെ എവിടെവരെ ആയെടാ,"

മുറിവു കിള്ളിക്കിള്ളിക്കൊണ്ടിരുന്ന മൂന്നന് സഹിക്കാനായില്ല.

"അറെയോ ! നീ ആരാടാ എന്നെ എടാന്നു വിളിക്കാൻ?"

പ്രഭു അത്രയും പ്രതീക്ഷിച്ചില്ല. ഒരുനിമിഷം അയാൾ തരിച്ചുനിന്നു. ഇവൻ ഇത്രയ്ക്കായോ താനാരാന്നു വിചാരിച്ചു. അമ്പലത്തിലെ അധികാരികളിലൊരുത്തൻ. സ്ഥലത്തെ ജന്മി പ്രമുഖൻ. എന്നിട്ട് ഈ പീറച്ചെക്കൻ തന്നെ നീയെന്നു വിളിച്ചിരിക്കുന്നു.

താൻ തന്നെ ഇവനോട് ഒന്നു പെരുമാറുന്നുണ്ട്. പ്രഭു മൂന്നനെ പിടിക്കാനാഞ്ഞു. മൂന്നനുണ്ടോ പിടികൊടുക്കുന്നു. അവൻ തെന്നിമാറി. വീണതു പ്രഭു. ആഞ്ഞുള്ള വീഴ്ചയിൽ പ്രഭുവിന്റെ ശരീരം ഉലഞ്ഞു മറിഞ്ഞു.

ആളുകൾ ഓടിക്കൂടി. മൂന്നനെ നോക്കി. അവന്റെ പൊടിപോലും ഇല്ല.

കാര്യങ്ങൾ അറിഞ്ഞ മൂന്നന്റെ അച്ഛന് മകനെ കൊല്ലാനുള്ള ദേഷ്യം തോന്നി. പക്ഷേ, എന്തുചെയ്യാൻ, തന്റെ ഒരേയൊരു മകൻ, പക്ഷേ, അവൻ ഇങ്ങനെ താന്തോന്നി ആയാലോ. ആകെ കുഴഞ്ഞു. എന്തെങ്കിലും ചെയ്തില്ലെങ്കിൽ പ്രഭു എന്തു വിചാരിക്കും. താൻ അവനെ പഠിപ്പിക്കുന്നു എന്നല്ലേ വിചാരിക്കുള്ളൂ.

മൂന്നനെ അന്ന് അയാൾ പൊതിരെ തല്ലി. പക്ഷേ അയാൾക്കു തെറ്റിപ്പോയി.

പ്രഭുവിന്റെ വീട്ടിൽ ആയിടയ്ക്കാണ് ഒരു ശ്രാദ്ധമുണ്ടായത്.

തലേന്നു തന്നെ അതിനെക്കുറിച്ചു പറയുമെന്ന് വാധ്യാർക്കറിയാം. അല്ലെങ്കിൽ പ്രഭു അതൊക്കെ അങ്ങു സൗകര്യപൂർവം മറക്കും.

വലിയഗൃഹസ്ഥൻ. അയാൾക്കുണ്ടോ ഇതിനൊക്കെ സമയം. ആവശ്യം തന്റെയല്ലേ. ഓർമിപ്പിക്കണമെന്നു തോന്നി. പക്ഷേ, എങ്ങനെ അയാളുടെ മുന്നിൽ ചെല്ലും. തന്റെ മകൻ അയാളോടു ചെയ്തതോർത്താൽ, അയാൾ തന്നെ അടിച്ചോടിക്കേണ്ടതാണ്. എന്നാലും കാണാതിരിക്കാനും വയ്യ. താൻ വാധ്യാരായി പോയില്ലേ. കുറച്ചെന്തെങ്കിലും പറയുമായിരിക്കും, കാര്യമാക്കാനില്ല.

താനെന്തുചെയ്യും. അയാൾ തന്റെ സ്ഥിതി ഓർക്കാതിരിക്കില്ല. ഗൃഹസ്ഥന്റെ മഠത്തിൽ എത്തിയില്ല. ആരുടെയോ ശബ്ദം! താൻ എവിടെയോ കേട്ടിട്ടുള്ളതാണല്ലോ ആ ശബ്ദം.

ങെ! കല്ലുവാണോ അത്. കല്ലുവാധ്യാർ! പക്ഷേ, അവനെന്താ ഇവിടെ കാര്യം, അവനല്ലല്ലോ ഇവിടത്തെ വാധ്യാര്.

പെട്ടെന്ന് എന്തോ ഒന്നു മനസിൽ മിന്നിമറഞ്ഞു. ശ്ശെ, ശ്ശെ! അങ്ങനെ വരുമോ? ഇല്ല! അപ്പോഴാണ് പ്രഭു പുറത്തേക്കുവന്നത്. മെല്ലെ ചിരിച്ചു. ഒന്നുമറിയാത്തമാതിരി.

'ങാ! ഭൊട്ടുമാമുവെ! ഇത്തെ വിശേഷം?"

എന്തു വിശേഷമെന്നോ! തന്നോടാണോ. കൊള്ളാം! കുടുംബപുരോഹിതനോട് ചോദിച്ച ചോദ്യം!

വാധ്യാർ നിന്ന കാലിൽ നിന്നു. കണ്ണുകൾ അകത്തെ വാധ്യാരെ തെരയുകയായിരുന്നു.

അതു പ്രഭു അറിഞ്ഞെന്നു തോന്നുന്നു:

"ങാ! കല്ലു ഭൊട്ടുമാമനാണ്. നാളെ വർഷിക്* അല്ലേ!"

"ങെ!" കണ്ണിൽ ഇരുട്ടു കയറുന്നതുപോലെ തോന്നി.

"നിങ്ങളെക്കൊണ്ടൊക്കെ ഞാൻ ഭട്പണ് ചെയ്യിക്കുക, എന്നിട്ടു നിങ്ങടെ സന്തതീടെ കൈയിൽനിന്നും തല്ലും മേടിക്കുക. ഏതായാലും രണ്ടുംകൂടി ഇനി വേണ്ട."

"ഇനി ഇവിടത്തെ കാര്യങ്ങൾ കല്ലു ഭൊട്മാമു നോക്കും."

മൂന്നന്റെ അച്ഛൻ മിഴിച്ചുനിന്നു.

അകത്ത് കല്ലുവാധ്യാര് പതുങ്ങിനിന്നു. പ്രഭു പറഞ്ഞതൊന്നും തന്നെ ബാധിക്കുന്ന കാര്യങ്ങളല്ലെന്നുള്ള സമാധാനത്തോടെ.

"ഞാൻ നോക്കട്ടെ, വാധ്യാമ്മാരെ ഒന്നു നിലയ്ക്കു നിർത്താനൊക്കുമോന്ന്."

അന്നും മൂന്നന് കിട്ടി പൊതിരെ തല്ല്. പിന്നോ വർഷങ്ങൾ എത്രയോ കഴിഞ്ഞു. പക്ഷേ, മൂന്നന്റെ പെരുമാറ്റത്തിനു മാത്രം യാതൊരു മാറ്റവും കണ്ടില്ല. ഈ ഒർത്തകന്മാരെ ഒന്നു പഠിപ്പിക്കണം. അതായിരുന്നു അവന്റെ ഉന്നം. ദേവസ്ഥാനത്താണെങ്കിൽ മൂന്നൻ ആരെയും വകവെക്കാറില്ല.

---

* വർഷിക് = ശ്രാദ്ധം.

ആയിടയ്ക്കാണ് ഉത്ഥാനദ്വാദശി വന്നത്. പുറക്കാട്ടമ്പലത്തിലെ വലിയൊരുത്സവമാണ് ദ്വാദശി. മുന്നൂറ്ററുപത്തിയഞ്ചേകാലിടങ്ങഴി നന അവിലാണ് അന്ന് ദേവനു നിവേദിക്കുക. പുറക്കാട്ടെ നന അവിൽ പ്രസിദ്ധമാണ്. ആ നിവേദ്യം കിട്ടാൻവേണ്ടി നാനാദേശത്തുനിന്നും കൊങ്കണികൾ വരാറുണ്ട്. അമ്പലം നിറച്ചും ആളുകളായിരിക്കും അന്ന്. നേരം വെളുക്കുംവരെ പൂജാദികൾ.

നിവേദ്യ അവിൽ ആദ്യം വാധ്യാമ്മാർക്കാണ് വിതരണം ചെയ്യുക. നാലമ്പലത്തിന്റെ പടിയിൽ വെച്ചാണ് വിതരണം. അതിനുവേണ്ടി പാത്രങ്ങളുമായി വാധ്യാമ്മാർ കൂടും. അതൊരു ചിട്ടയായിരുന്നു. ഇന്നൊന്നുമല്ല, പണ്ടുമുതലേ. പുരോഹിതന്മാരാണല്ലോ വാധ്യാമ്മാർ. ദേവന്റെ അടുത്ത് ഇടപെടുന്നവരാണല്ലോ അവര്. അതിനാൽ ദേവന്റെ നിവേദ്യം ആദ്യം അവർക്ക്. ആ ചിട്ടയാണ് തുടർന്നുപോരുന്നത്.

അന്നും അവിലിനുവേണ്ടി വാധ്യാമ്മാർ കുട്ടികൾ സഹിതം പാത്രങ്ങളുമായി നടയിലെത്തി.

സമയത്തിനു നിവേദ്യവിതരണം തുടങ്ങിയിട്ടില്ല. എന്താണ് കാര്യം? ഗർഭഗൃഹത്തിലെ ദേവനെയും നോക്കി അവർ നിന്നു.

പെട്ടെന്നാണ് രങ്കപ്രഭു നാലമ്പലത്തിന്റെ പടിയിൽ കയറിനിന്ന് എന്തോ പറയാനായി ഒരുങ്ങുന്നത് വാധ്യാമ്മാരു കണ്ടത്. ദേവനെ മറഞ്ഞ് അയാൾ നിന്നു:

"ഇനി ആ പതിവില്ല. വാധ്യാമ്മാർക്ക് ആദ്യം അവല് കൊടുക്കുന്ന പതിവേയ്, അതു നിർത്തിയിരിക്കുന്നു."

വാധ്യാമ്മാരുടെ പ്രസാദം നഷ്ടപ്പെട്ടു. അവർ തമ്മിൽത്തമ്മിൽ നോക്കി നിന്നു.

മൂന്നൻ വന്നപ്പോൾ സ്ഥിതി ഇതാണ്. "എന്താടാ, എന്തുപറ്റി? അവല് കിട്ടിയില്ലേ?"

കൂട്ടത്തിൽ നിന്ന ഒരു കുട്ടിയോട് മൂന്നൻ ചോദിച്ചു. ആ ശബ്ദത്തിനു വല്ലാത്ത കനമുണ്ടായിരുന്നു.

ആരോ ഒരുത്തൻ പറഞ്ഞു:

"ഇല്ല, ഇനിമുതല് ആ പതിവ് ഇല്ലത്രെ!"

മൂന്നൻ പടിയിൽനിന്ന രങ്കനെ നോക്കി, ആ കണ്ണുകൾ കത്തുന്നുണ്ടായിരുന്നു.

"ആരാടാ പറഞ്ഞെ?"

"ഞാനാ പറഞ്ഞെ."

രങ്കനാണ് അതിന് മറുപടി പറഞ്ഞത്.

"അതുപറയാൻ താനാരാ?"

"അറിയില്ലേ, നെന്റെ തന്ത"

"മോനേ, നിനക്കു സ്വന്തം തന്തയെ മുന്നിൽ കണ്ടാലും അറിയില്ലേടാ?"

അപ്പോഴേക്കും ജനങ്ങൾ പടിവാതിലിൽ തിങ്ങിക്കൂടിയിരുന്നു. ചിലർ മൂന്നനെ പൊതിഞ്ഞു. ചിലർ രങ്കനെ നോക്കി.

രങ്കനോടായി ചിലർ വിളിച്ചുകൂവി:

"അടിക്കെടാ അവനെ."

"അവന്റെ ഒരു താന്തോന്നിത്തം കണ്ടില്ലേ? ആ പീറ വാധ്യാർടെ മോൻ."

"അടിക്കെടാ രങ്കാ അവനെ."

രങ്കനെ ആരോ പിരികയറ്റി.

രങ്കൻ മൂന്നനെ വിഴുങ്ങാനായി ആഞ്ഞടുത്തു മൂന്നനോ! ഇതുവരെയുള്ള പക മുഴുവനും ഇന്നു താൻ തീർക്കും എന്ന മട്ടിൽ നിന്നു. അന്തരീക്ഷം ആകെ പുകഞ്ഞു. ആൾക്കൂട്ടത്തിൽ ആരോ മൂന്നനെ രങ്കന്റെ ദേഹത്തേക്കു തള്ളിയിട്ടു. പുറത്തുനിന്നുള്ള തള്ളുകാരണം അറിയാതെ വീണതുമായിരിക്കാം. പക്ഷേ, രങ്കൻ അത് തന്റെ നേർക്കുള്ള ആക്രമണമായിട്ടാണ് കണക്കിലെടുത്തത്. അയാൾ മൂന്നനെ പിടിച്ച് ആഞ്ഞൊരു തള്ളു കൊടുത്തു. മൂന്നൻ വീണു, വീണയിടത്തുനിന്നും വർധിച്ച വീര്യത്തോടെ ആഞ്ഞടിക്കാനായി മൂന്നൻ എണീക്കവേ രങ്കൻ ഒരു തള്ളു കൂടി കൊടുത്തു. മലർന്നടിച്ചു വീണു മൂന്നൻ. എവിടെയൊക്കെയോ മുറിഞ്ഞു. നീറുന്നു. ചുറ്റും നോക്കി. കണ്ടത് അടുത്തു കത്തിനിന്ന കുത്തുവിളക്കാണ്.

പെട്ടെന്ന്–

മൂന്നൻ കുത്തുവിളക്കെടുത്തതും രങ്കനെ ആഞ്ഞുകുത്തിയതും ഒന്നിച്ചായിരുന്നു. കുത്തുവിളക്കിന്റെ കമ്പി രങ്കപ്രഭുവിന്റെ കൈത്തണ്ടയിൽ പിടിവരെ കുത്തിക്കയറി. ആർത്തലച്ച് അയാൾ ചെരിഞ്ഞു. അയാളുടെ കൈയിൽ നിന്നും ചുടുചോര ചീറ്റി അമ്പലത്തറയിൽ വീണു.

ദൈവമേ ചോരയല്ലേ! ദേവസ്ഥാനത്തിൽ ചോരയോ?

ദുശ്ശകുനമാണ്. പെട്ടെന്ന് ആരോ ഒരുത്തൻ കുത്തുവിളക്കിന്റെ കമ്പി കൈത്തണ്ടയിൽനിന്നും ഊരിയെടുത്തു. അപ്പോഴേക്കും പ്രഭു ബോധം കെട്ടുവീണിരുന്നു. ആളുകൾ ആയാളെ പൊക്കിയെടുത്ത് പുറത്തേക്കു കൊണ്ടുപോയി.

ഒഴുകിയ ചോര ആരോ പെട്ടെന്നു ചവിട്ടിത്തേച്ചു.അമ്പലത്തിൽ ചോരവീണതു കണ്ടാൽ പിന്നെ പുണ്യാഹം തളിക്കേണ്ടിവരില്ലേ. അതുകൊണ്ട് ചോര ആരും കാണണ്ട.

മൂന്നനെ അന്നേരമാണ് ജനം അന്വേഷിക്കുന്നത്.

പിടഞ്ഞുവീണ രങ്കനെ കണ്ട് ആളുകൾ അയാളോട് സഹതാപം പ്രകടിപ്പിക്കുമ്പോൾ മൂന്നൻ സ്ഥലം വിടുകയായിരുന്നു. തന്നെ ആരും ശ്രദ്ധിക്കില്ല; മറിഞ്ഞു കിടക്കുന്നവനെ കാണാൻ ആളുകൾ കൂടിയിരിക്കയാണ്.

ആളുകളുടെ ഇടയിൽക്കൂടി മൂഷികനെപ്പോലെ മൂന്നൻ പുറത്തുകടന്നു.

അവനെ ആരറിയാൻ. അമ്പലത്തിൽ കൂടിയിരിക്കുന്നവരിൽ മിക്കവാറും പരദേശികൾ, അവർക്കൊന്നും മൂന്നനെ തിരിച്ചറിയാനാവില്ല.

ജനം അവനെ അന്വേഷിച്ചുവന്നപ്പോഴേക്കും മൂന്നൻ ഗ്രാമം വിട്ടിരുന്നു.

ഗ്രാമം ഇനി തനിക്കു പറ്റില്ല. പ്രഭു ഒർത്തകനാണ്. തനിക്ക് തുണയ്ക്ക് ഗ്രാമത്തിൽ ആരാ ഉള്ളത്. താൻ പകരം വീട്ടിയിരിക്കുന്നു. ഇനി അവൻ ലേശം സൂക്ഷിക്കും. തന്നെ അവൻ മറക്കില്ല.

മൂന്നൻ നടന്നകന്നു.

പിന്നെ ഗ്രാമത്തിലാരും മൂന്നനെ കണ്ടിട്ടില്ല. കൊങ്കണികളുടെ ആസ്ഥാനമായ മഞ്ചേശ്വരത്ത് ചിലർ അവനെ കണ്ടതായി കേട്ടിരുന്നു. പിന്നെ വേറെ ഏതോ ഗ്രാമത്തിൽ.

വർഷങ്ങളെത്രയോ ആയി.

ഉത്ഥാനദ്വാദശി വരുമ്പോൾ മൂന്നനെ ആളുകൾ ഓർക്കും. ഇന്നും ദ്വാദശിയുണ്ട്. പക്ഷേ, എന്തു കാര്യം? വാധ്യാമ്മാരുടെ വായിൽ മണ്ണിട്ടവർക്ക് ഇപ്പോൾ സ്വന്തം മണ്ണുതന്നെ ഇല്ലാണ്ടായിരിക്കുന്നു.

വാധ്യാമ്മാരുടെ ശാപമാണോ!

രങ്കൻ ഇപ്പോഴും ഉണ്ട്. അയാൾക്ക് മൂന്നനെ മറക്കാനൊക്കുമോ. കുത്തുവിളക്കു കൈയിൽ കേറിയിടത്തെ ആ വടു കാണുമ്പോഴൊക്കെ അയാൾ മൂന്നനെ ഓർക്കും.

പക്ഷേ, മൂന്നനെ എല്ലായ്പ്പോഴും ഓർക്കുന്ന ഒരാളേയുള്ളു ഗ്രാമത്തിൽ, താൻ മാത്രം. ആ ഓർമയല്ലേ കായംകുളത്തു വെച്ച് ഗൃഹസ്ഥനോട്-ഗായത്രി അറിയുമോ എന്നു തന്നെക്കൊണ്ടു ചോദിപ്പിച്ചത്.

കൃഷ്ണപുത്രൻ വീടെത്തിയതറിഞ്ഞില്ല.

ഇനി എന്തൊക്കെയാണാവോ കേൾക്കാൻ പോകുന്നത്.

രണ്ട്

പടികടന്നു വരുന്ന മകന്റെ മുഖം കണ്ടപ്പോഴേ ബിക്കുവിന് മനസിലായി, പോയ കാര്യം ഗുണമായിട്ടില്ലെന്ന്. അല്ലെങ്കിൽ അവൻ വരുന്നത് ഇങ്ങനെ ആയിരിക്കുമോ? ഇതുപോലെ എത്രവരവു കണ്ടിരിക്കുന്നു.

എന്നാലും മകനോടു സഹതാപമൊന്നും തോന്നിയില്ല. എങ്ങനെ തോന്നാനാണ്. തേറാവോയ്ക്കു കിട്ടിയ കോപ്പുകളുമായി ഗുല്ലാനു പടി കടന്നു പോയതേയുള്ളു. അപ്പോൾ മുതൽ തുടങ്ങിയതാണ് വയറ്റിൽ ഒരു ആളൽ.

പക്ഷേ, അയാടെ ആ പോക്ക്!

അതുമാത്രം ബിക്കുവിന് സഹിച്ചില്ല. തന്നെ ഒന്നു നോക്കണമല്ലോ.

ങാ! എന്തിനു നോക്കണം. കോളടിച്ചാണല്ലോ വരവ്. പെട്ടെന്ന് ഓർത്തു. കോപ്പുകൾ ഇത്രയാവുമ്പോൾ ദക്ഷിണ എത്രയായിരിക്കണം. ബിക്കുവിനു സഹിക്കാനാവാതായി, തനിക്കു കിട്ടുമായിരുന്നില്ലേ ഈ കോപ്പുകൾ. തനിക്കാവതുണ്ടായിരുന്നെങ്കിൽ താൻ പോകുമായിരുന്നില്ലേ. പോയാൽ തനിക്കല്ലേ ഇതു കിട്ടുമായിരുന്നുള്ളു.

പക്ഷേ, തന്റെ നിർഭാഗ്യം.

മകനോടു പറഞ്ഞതാണ്. എന്നിട്ട് അവൻ കേൾക്കണമല്ലോ. അവൻ പോയിരിക്കുന്നു ജോലിക്ക്.

അകത്തേക്ക് ധൃതിയിൽ കടന്നുപോകുന്ന മകനെ ബിക്കു വിളിച്ചു പറഞ്ഞു:

"അഗോ! ദേടി നെന്റെ മോൻ വന്നിരിക്കുന്നു, ജോലിയും സമ്പാദിച്ച്. വയറുനെറച്ച് അവനെന്തേലും കൊട്."

പരിഹാസത്തോടെയുള്ള ആ പറച്ചിൽകേട്ട് കൃഷ്ണപുത്രൻ നിന്നു. ബപ്പായെ സൂക്ഷിച്ചുനോക്കി.

ബിക്കുവിനതു കണ്ട് ചൊറിഞ്ഞുവന്നു: "എന്താടാ നീ തുറിച്ചു നോക്കുന്നെ. ഞാൻ പറഞ്ഞപ്പൊ നിനക്കു തീരെ വെലയില്ല. എന്നിട്ടിപ്പം കിട്ടിയല്ലോ ജോലി, ഇല്ലേ?"

നിന്നാൽ ഇനിയും ബപ്പാ എന്തെങ്കിലുമൊക്കെ പറയാൻ തുടങ്ങും. അതുവേണ്ട.

പുത്രൻ അകത്തേക്കുതന്നെ നടന്നു. തന്റെ വാക്കുകൾക്ക് യാതൊരു വിലയും കൽപ്പിക്കാതെ അകത്തേക്കുപോയ മകനോട് ബിക്കുവിന് വർധിച്ച കോപം ഉണ്ടായി:

"പറഞ്ഞാൽ അവനതു കുറച്ചിലായി. ഇവിടത്തെ വല്ലതും അവനറിയേണ്ടല്ലോ. ചോനത്തു പോകാൻപറഞ്ഞപ്പൊ വയ്യ. പോയിരുന്നെങ്കി.........."

പെട്ടെന്ന് ബിക്കു നിർത്തി.

ബല്ലുവല്ലേ വരുന്നത്. ഓടിയാണല്ലോ വരവ്. എന്താണ് കാര്യം?

വന്നയുടനെ അവൻ നിന്നു കിതച്ചു: "ബിക്കുവാനു! ഗൊപ്പാളാനു എയ്ലൊ."

ങെ! പുത്രൻ പുറത്തേക്കുവന്നു. ഗൊപ്പാളാനു വന്നുവോ, എപ്പോൾ?

"കെദ്ദാണ" ബിക്കു ചോദിച്ചു.

"അത്ത്.[1] എന്തോ കൊഴപ്പം ഒണ്ടെന്നാ തോന്നണെ."

"ങെ! എന്തു കൊഴപ്പം?"

"ആ! എനിക്കറീല്യ."

പുത്രൻ പെട്ടെന്നിറങ്ങി. ഗൊപ്പാളപ്പപ്പൻ നേരത്തെ വന്നുവെന്നോ? എന്തുപറ്റി. നാളെയാണല്ലോ വരേണ്ടിയിരുന്നത്. പിന്നെ ഇത്രപെട്ടെന്നു വന്നത്? ഇനി വല്ല വഴക്കും നടന്നിരിക്കുമോ, പക്ഷേ, എങ്ങനെ? അങ്ങനെ വഴക്കിനു പോകുന്ന ആളല്ലല്ലോ അപ്പപ്പൻ.[2]

പിന്നെ എന്തുണ്ടായി? എന്തോ കാര്യമായി നടന്നിട്ടുണ്ട്. അല്ലെങ്കിൽ ആലപ്പുഴയിലെ മുഞ്ചി കഴിയുന്നതിനു മുമ്പായി എങ്ങനെ ഗ്രാമത്തിലേക്ക് അപ്പപ്പൻ വന്നു?

---

1. അത്ത് = ഇപ്പോൾ.
2. അപ്പപ്പൻ = ചിറ്റപ്പൻ.

മനസ്സ് അറിയാതെ തേങ്ങി, തേങ്ങാതിരിക്കുന്നതെങ്ങനെ? അത്രയ്ക്കു സ്നേഹമായിരുന്നു. അപ്പപ്പന് പുത്രനോട്.

എവിടെ എന്തിന് അടിയന്തിരത്തിനു പോയാലും പുത്രന് എന്തെങ്കിലും കൊണ്ടുവരാതിരിക്കില്ല. പക്ഷേ, എന്തെങ്കിലും എന്നു പറഞ്ഞാൽ വേറെ ഒന്നുമല്ല. കേവലം റന്തേപി[1]യായ അപ്പപ്പൻ തിന്നാനുള്ള പലഹാരങ്ങളല്ലാതെ വേറെ എന്തു കൊണ്ടുവരാൻ? പക്ഷേ, പുത്രനതു മതി. വല്ല ലഡുവോ ഗാരി[2] യോ മുളികു[3]വോ.

വന്നാൽ പുത്രനെ വിളിപ്പിക്കും. അതിന്റെ ആവശ്യം മിക്കവാറും ഉണ്ടാവാറില്ല. അപ്പപ്പൻ വരുന്നതു നോക്കിയാണ് പുത്രൻ നിൽക്കാറ്. വരുന്നതിനു മുമ്പേ പുത്രൻ അപ്പപ്പനെ കാത്ത് വീട്ടിൽ കാണും.

അപ്പപ്പൻ വന്നാലോ? ആദ്യം കാണുക പുത്രനെയാണ്. പിന്നെ ഒരു ചിരിയാണ്. ആ ചിരിയിൽ പുത്രൻ വീഴും. എന്തൊരു ചിരി. എന്നിട്ടൊരു ചോദ്യവും:

"ഞാ! തു എങ്ക പവ്ലൊവെ."

"നീ ഇവിടെ എത്തിയിരിക്കുന്നു. അല്ല്യോ?"

അരികിൽ വിളിക്കും. പിന്നെ സഞ്ചിയിൽ കരുതിയിരിക്കുന്ന പൊതിയെടുത്ത് പുത്രന്റെ കൈയിൽ കൊടുക്കും.

അതൊക്കെ നോക്കി വരാന്തയിൽ ചിറ്റമ്മയും കാണും. കൂടെ മോളും. പുത്രനു തന്നിട്ടേ മോൾക്കുപോലും അപ്പപ്പൻ പോളി കൊടുക്കൂ. അത്രയ്ക്കായിരുന്നു അപ്പപ്പന് പുത്രനോട് സ്നേഹം. അപ്പപ്പനു മകനില്ല. കൃഷ്ണപുത്രനെ അപ്പപ്പൻ മകനെപ്പോലെയാണ് കരുതുന്നത്.

വലുതായപ്പോഴും ആ സ്നേഹം കൂടുകയേ ചെയ്തുള്ളു. എന്തു സങ്കടവും അപ്പപ്പനോട് പറയാം. സമാധാനിപ്പിക്കും.

എന്നിട്ടോ? എന്തെങ്കിലും പലഹാരമെടുത്തു കൈയിൽ വച്ചുതരും. സങ്കടമെല്ലാം പറപറക്കും.

എന്തു സ്വാദാണ് പലഹാരത്തിന്. എല്ലാം വലിയ വലിയ വീട്ടിൽ ഉണ്ടാക്കിയ പലഹാരങ്ങൾ. അല്ലാതെ അപ്പപ്പന് എവിടെനിന്നാണു പലഹാരം കിട്ടുക. അതും നല്ല പലഹാരങ്ങൾ.

നല്ല പലഹാരങ്ങൾ ഉണ്ടാക്കാൻ അപ്പപ്പനേ അറിയൂ. വലിയ വലിയ സദ്യക്കും മറ്റും വേണ്ടതായ പലഹാരങ്ങൾ ഉണ്ടാക്കാൻ അപ്പപ്പന് എന്തു മിടുക്കാണെന്നോ. ചേരേണ്ട സാധനങ്ങൾ ചേരുന്ന പടി ചേർത്ത് ഉണ്ടാക്കിയ ആ പലഹാരങ്ങൾ തിന്നാനും വേണം കുറച്ചു ഭാഗ്യമൊക്കെ.

അപ്പപ്പനെന്തോ ഒരു കൈപ്പുണ്യം ഉണ്ടെന്നു തോന്നിയിട്ടുണ്ട്. ആ കൈകൾകൊണ്ടെന്തുണ്ടാക്കിയാലും ശരി, അതിന് പ്രത്യേകമായ സ്വാദ് കാണും. അതാണല്ലോ അപ്പപ്പനെ റന്തേപി ഗൊപ്പാളു എന്നു വിളിക്കാൻ കാരണം. റന്തേപി എന്നു പറഞ്ഞാൻ ആരും അറിയില്ല; റന്തേപി ഗൊപ്പാളു എന്നു പറഞ്ഞാലേ അറിയൂ.

---

1. റന്തേപി = ദേണ്ഡക്കാരൻ
2. ഗാരി = വട
3. മുളികു = സുഖിയൻ.

പാരമ്പര്യമായി റന്തേപി ആയിരുന്നില്ല അപ്പപ്പന്. അസ്സൽ വാധ്യാരായിരുന്നു. സന്ധ്യാവന്ദനത്തിന് ഒരുമണിക്കൂറെങ്കിലും എടുക്കും അപ്പപ്പൻ. ഒരു മന്ത്രക്കഷണംപോലും വിഴുങ്ങില്ല. ആയിരത്തിയെട്ടു പ്രാവശ്യം ഗായത്രി ചൊല്ലൽ പതിവായിരുന്നു.

പക്ഷേ, എന്തുചെയ്യാൻ? സന്ധ്യാവന്ദനം അറിയുന്നവർക്കെല്ലാം ശാന്തിക്കാരനാവാനൊക്കുമോ?

ദേവസ്ഥാനത്തിലാണെങ്കിൽ എന്നും കാണും അമ്പതിൽ കുറയാതെ നമസ്കാരങ്ങൾ. നല്ല വരവ്. യാതൊന്നിനും കുറവില്ല ദേവസ്ഥാനത്തിൽ. പാചകത്തിനു കിട്ടുന്ന സാധനങ്ങൾ വളരെ കൂടുതൽ. അവയൊക്കെക്കൊണ്ട് പാചകം പൊടിപ്പനാക്കി, അപ്പപ്പൻ.

ഉപ്പുമാങ്ങയും കടലയും ചേർത്ത ഗെശ്ശിയായിരുന്നു അപ്പപ്പന്റെ പ്രത്യേക കറി. അത് അപ്പപ്പൻതന്നെ ഉണ്ടാക്കിയാലേ സ്വാദു കിട്ടൂ.

പിന്നെപ്പിന്നെ ഗ്രാമത്തിലെ ചെറിയ സദ്യവട്ടങ്ങൾക്കൊക്കെ അപ്പപ്പനെ വിളിക്കലായി. കത്തിച്ചുവെച്ച സാമ്പ്രാണിത്തിരിയുടെ പുകമാതിരി അപ്പപ്പന്റെ പ്രസിദ്ധി ഗ്രാമത്തിലെങ്ങും പടർന്നു.

കൈപ്പുണ്യം അറിഞ്ഞറിഞ്ഞ് അന്യഗ്രാമങ്ങളിൽ നിന്നും അപ്പപ്പനെ ദേഹണ്ഡത്തിനു വിളിച്ചു തുടങ്ങി. അന്നേരമൊക്കെ അമ്പലത്തിലെ പാചകം സിൽബന്ധി ഭക്രുവിനെ ഏൽപ്പിച്ച് അപ്പപ്പൻ സ്ഥലം വിടും.

ഇത് പതിവായപ്പോൾ അമ്പലം അധികാരികൾക്ക് സഹിച്ചില്ല.

അമ്പലത്തിലെ ദേഹണ്ഡത്തിനു നിർത്തിയിരിക്കുന്നത് ഗൊപ്പാളു ഭൊട്ടുവിനെയാണ്. ഭക്രുവിനെയല്ല. ഗൊപ്പാളുഭൊട്ടുവിന് വയ്യെങ്കിൽ വേണ്ട. അതുപറഞ്ഞാൽ മതി. പകരം നിറുത്തേണ്ടത് അയാളല്ല, ദേവസ്വക്കാരാണ്. ഒരു വാധ്യാരുടെ ധിക്കാരമേ! ഇതൊന്നു തീർക്കണമല്ലോ!

അന്ന് നരേന്ദ്രപ്രഭുവായിരുന്നു അധികാരി. കണ്ടാൽ പേടിക്കുന്ന രൂപം. വളർന്ന തലമുടി ശെണ്ഠിയായി കെട്ടിവെച്ച് ഒന്നാംതരം ഡബിൾ മൽമൽമുണ്ടും ഉടുത്ത് പ്രഭു വന്നാൽ ആരും ഒന്നു നോക്കും.

അയാൾ അപ്പപ്പനെ വിളിച്ചു. അപ്പപ്പനു കാര്യം മനസിലായി. അധൈര്യപ്പെടേണ്ട ആവശ്യമൊന്നും തോന്നിയില്ല. ദേവന്റെ നിവേദ്യമൊന്നും മുട്ടിച്ചില്ല. വേറൊരാളെ ഏൽപ്പിച്ചെന്നു മാത്രം.

ഏതായാലും അപ്പപ്പൻ ചെന്നു. താഴ്മയായി തൊഴുതു.

“ങാ! ഭൊട്ജീ, ഭൊട്ജിക്ക് ദെമ്ളാ ജോലി ഇത്യേ.” ഒരുതരം നീട്ടിക്കുറുക്കിയ ഭാഷയിൽ അയാൾ ചോദിച്ചു.

ഭൊട്ജിക്ക് ജോലി എന്താണെന്ന്.

അപ്പപ്പൻ ഒരുനിമിഷം നിന്നു. ഇതെന്തുചോദ്യം? എന്നാലും പറഞ്ഞു:

“റന്ത്പണ്*”

“ഓഹോ!” ലേശം നിർത്തി പരിഹാസത്തോടെ പ്രഭു പറഞ്ഞു:

“ശരി, എന്നാലോ, ഭൊട്ജിയെ ഞാൻ അമ്പലത്തിൽ കാണാറേയില്ലല്ലോ.”

---

* റന്ത്പണ് = ദേഹണ്ഡം.

താൻ ഇല്ലാത്തപ്പോൾ എപ്പോഴാണ് അധികാരി അമ്പലത്തിൽ വന്ന തെന്ന് ഓർത്തുനോക്കി, അപ്പപ്പൻ. ഭക്രു അങ്ങനെ ഒരു സംഭവം പറ ഞ്ഞിട്ടേയില്ലല്ലോ. എന്നാലും എന്തെങ്കിലും പറയണമല്ലോ.

"അതിപ്പോ ഭക്രു ചെയ്യുന്നുണ്ട്."

"അദ് ശെരി, ഭക്രുചെയ്യുന്നുണ്ട്. ഭക്രുവിനെയല്ലല്ലോ ഞാൻ റന്ത് പണ് ഏൽപ്പിച്ചിട്ടുള്ളത്. അത്യോ?"

"അല്ല."

"എന്നാ ഒരു കാര്യം ചെയ്യ്. ഭക്രു തന്നെ റന്ത്പണ് ചെയ്യട്ടെ. ന്താ! വിരോധമില്ലല്ലോ, ഉണ്ടോ?"

ഞെട്ടിപ്പോയി അപ്പപ്പൻ. ഇയാളെവിടെയാണ് പറഞ്ഞെത്തിച്ചത്.

"ഭക്രുവിനെ ഭൊട്ജിക്ക് ഇഷ്ടമാണല്ലോ. എനിക്കും ഇഷ്ടമാണ്. എന്താ?"

ഗൗരവം കലർത്തി പ്രഭു പറഞ്ഞു നിർത്തി. ഈ വാധ്യാരുടെ ഒരു ധിക്കാരം. അതൊന്നു തീർക്കണമല്ലോ.

പക്ഷേ, കെഞ്ചാനൊന്നും അപ്പപ്പൻ പോയില്ല. സ്ഥിരമായ ഒരു വരു മാനമാണ് പോകുന്നത്. കളഞ്ഞാൽ! അല്ലാതെന്തു ചെയ്യും? സ്ഥിരമായി തനിക്കു കൂടാനൊന്നുമൊക്കില്ല. അപ്പോഴൊക്കെ ഇനിയും നരേന്ദ്രപ്രഭു വിനെ ആശ്രയിക്കേണ്ടിവരും.

അതുവേണ്ട.

താൻ ഒരു തെറ്റും ചെയ്തിട്ടില്ല. തന്നെ പലരും റന്ത്പണ് നടത്താൻ വിളിക്കും. അതും ദേവകാര്യത്തിനുതന്നെയാണല്ലോ; വേണുഗോപാല സ്വാമി തുണയ്ക്കും.

റന്ത്പണ് ഭക്രുതന്നെ നടത്തട്ടെ. തനിക്കൊരു വിരോധവുമില്ല. പുറ ത്തുള്ള റന്ത്പണ് കൊണ്ട് ഒരുമാതിരി കഴിയാമെന്നായിട്ടുണ്ട്. എന്നാലും ഒരു വിഷമം മാത്രം, ദേവന്റെ സേവനമാണ് താൻ കളയുന്നത്.

പിന്നെ സമാധാനിച്ചു. സ്ഥിതിയുടെ അധിപനല്ലേ വേണുഗോപാല സ്വാമി. തന്നെ കാത്തുരക്ഷിച്ചോളും.

പിന്നെയാണ് അപ്പപ്പൻ അസ്സൽ റന്തേപി ആയത്. ദൂരെയുള്ള കൊങ്കണഗ്രാമങ്ങളിൽ നിന്നുപോലും അപ്പപ്പനെ അന്വേഷിച്ച് ആളുകൾ വന്നുതുടങ്ങി. വീട്ടിൽ അപ്പപ്പനെ കാണുകതന്നെ ചുരുക്കം. ഓരോ അടിയന്തിരത്തിനും അപ്പപ്പനെ അറിഞ്ഞു വിളിച്ചുകൊണ്ടുപോകും. അതിന്റെ വിവരങ്ങളൊക്കെ അപ്പപ്പൻ ഒരു ബുക്കിൽ കുറിച്ചു വെക്കും. ബുക്ക് ചെല്ലത്തിൽ സൂക്ഷിച്ചു വെക്കും. ചെല്ലം നിറച്ചു മുറുക്കാൻ. അതെ പ്പോഴും ആവശ്യമാണ് അപ്പപ്പന്. പക്ഷേ, പാചകം തുടങ്ങിയൽ പിന്നെ മുറുക്കാൻ തൊടില്ല. അതു നിർബന്ധവുമാണ്. അബദ്ധത്തിൽ വായിലെ മുറുക്കാൻ തെറിച്ചു പാത്രത്തിൽ വീണാലോ? ദേഹണ്ഡം തുടങ്ങിയാൽ സംസാരം തന്നെ ചുരുക്കും. സിൽബന്ധികൾക്കു നിർദേശം നൽകാൻ മാത്രം വായ് തുറക്കും; അതു മിക്കവാറും ആംഗ്യത്തിൽ തീർക്കും.

സദ്യക്കുള്ള വട്ടങ്ങൾ എത്ര കൃത്യമായിട്ടാണ് അപ്പപ്പൻ പറയുന്ന തെന്നറിയാമോ? സദ്യയെക്കുറിച്ചു പറഞ്ഞാൽ മതി. എത്ര വീട്ടുകാരെ

ക്ഷണിക്കുന്നു. ഓരോ വീട്ടിൽനിന്നും എത്ര പേരെ പ്രതീക്ഷിക്കാം. എന്തൊക്കെ വിഭവങ്ങളാണ് സദ്യക്കു വേണ്ടത്. ഇതുമാത്രം അറിഞ്ഞാൽ മതി. ബാക്കി കാര്യം അപ്പപ്പൻ ഏറ്റു. സദ്യക്കു വേണ്ടുന്ന സാധനങ്ങൾ മനക്കണക്കുപോലെയാണ്. അതൊക്കെ അച്ചട്ടായിരിക്കുകയും ചെയ്യും. സദ്യ നടത്തുന്നവന് ഒട്ടും നഷ്ടം വരുത്തുകയില്ല.

അതുകൊണ്ടെന്താണ്, എന്തെങ്കിലും വിശേഷമുണ്ടെങ്കിൽ റന്ത്പണ് നടത്തുന്നതിന് ഗൃഹസ്ഥര് ആദ്യം മനസിൽ കാണുക ഗൊപ്പാളു റന്തേപിയെ ആയിരിക്കും. അതു കഴിഞ്ഞേ റന്തേപി കമ്മത്തിയെ ഓർക്കൂ.

റന്തേപി കമ്മത്തി അത്ര അറിയപ്പെട്ടവനൊന്നുമല്ല. പിന്നെ എങ്ങനെയോ ഒപ്പിക്കുന്നു എന്നുമാത്രം. ആലപ്പുഴയിൽ വേറെ റന്തേപി ഇല്ലാത്തതുകൊണ്ട് ആളുകൾ അയാളെ വിളിക്കുന്നു. പുറത്തുള്ളവരൊന്നും കമ്മത്തിയെ വിളിക്കാറില്ല. അബദ്ധത്തിൽ ആരെങ്കിലും വിളിച്ചാൽ പിന്നെ സ്വപ്നത്തിൽ പോലും അയാളെ ഓർക്കുകില്ല. ആലപ്പുഴക്കാരും ഈയിടെയായി റന്തേപി ഗൊപ്പാളുവിനെ പാചകത്തിനു വിളിച്ചുതുടങ്ങിയിട്ടുള്ളത് കമ്മത്തിക്കു തീരെ സഹിച്ചില്ല.

ഗൊപ്പാളുവിനെക്കുറിച്ചു ദുഷിച്ചുപറയുക കമ്മത്തിയുടെ പതിവായി.

റന്തേപി ഗൊപ്പാളു പാചകം ഏറ്റെടുത്ത സ്ഥലങ്ങളിലൊക്കെ കമ്മത്തിയും ചെല്ലും. അവിടെയുമിവിടെയുമിരുന്നു കണ്ടവരോടൊക്കെ റന്ത്പണിനെക്കുറിച്ചു കുറ്റം പറയും.

"എവനെ കിട്ടിയുള്ളൂ റന്ത്പണിന്." കമ്മത്തി നെടുവീർപ്പിടും.

"ങും" സംശയത്തോടെ കേട്ടവർ നോക്കും.

"ഇന്നിനി ഉണ്ണാൻ നോക്കേണ്ട."

ചുണ്ടുകോട്ടി നിരാശനായ മട്ടിൽ അയാൾ പറയും.

"ഉം,അതെന്താ?"

അടുത്തിരുന്നയാൾ ചോദിക്കും.

"അതോ! എവനറിയോ റന്ത്പണ്. ദരിദ്രവാസി."

പിന്നെ പുച്ഛത്തിൽ ഒരു ചിരിയും പാസാക്കും. പക്ഷേ, ഇതൊന്നും അപ്പപ്പനെ ഏശിയതേയില്ല.

പോളി ഉണ്ടാക്കാനും അപ്പപ്പനെ ആളുകൾ വിളിക്കും. എത്രയിടത്ത് എത്രതരം പലഹാരങ്ങൾ ഉണ്ടാക്കിയിരിക്കുന്നു. അപ്പപ്പന്റെ പോളി കഴിക്കാത്തവർ ചുരുങ്ങും. കഴിച്ചവർ അതൊരിക്കലും മറക്കില്ല.

വാധ്യാരായതിനാൽ അടിയന്തിരങ്ങൾക്ക് പോയാൽ വേറൊരു മെച്ചവുമുണ്ടായിരുന്നു. റന്തേപി ആണെങ്കിലും വാധ്യാരായി കണക്കാക്കി ഒരു മുണ്ടും കോപ്പും ദക്ഷിണയും അപ്പപ്പന് കിട്ടും. തേറാവോക്കാണെങ്കിൽ പതിമ്മൂന്നു വാധ്യാമ്മാരിൽ ഒരാൾ അപ്പപ്പനായിരിക്കും.

സമയാസമയങ്ങളിൽ റന്ത്പണിന് ഇടയ്ക്കു കർമങ്ങൾ നടത്തുന്ന മണ്ഡപത്തിൽവന്ന് മന്ത്രക്കഷണങ്ങൾ വാരിവിതറുന്നതു കേട്ട് പന്തലിൽ ഇരിക്കുന്നവർപോലും അത്ഭുതത്തോടെ അപ്പപ്പനെ നോക്കും.

ഇങ്ങേര് ആള് ചില്ലറയല്ലല്ലോ!

തനിക്കു മന്ത്രങ്ങൾ അറിയാമെന്നു കാണിക്കാനൊന്നുമല്ല അപ്പപ്പൻ ചെയ്യാറ്. ബ്രാഹ്മണ്യത്തിന്റെ പാതയിൽക്കൂടി നടന്നതിന്റെ ശീലം കൊണ്ട് ഉരുവിടുന്നതാണ് ആ മന്ത്രശകലങ്ങൾ. ഭട്പൺ[1] നടത്തുന്നതിലും അപ്പപ്പൻ പുറകിലൊന്നും ആയിരുന്നില്ല. റന്ത്പണ് കിട്ടിയതിൽ പിന്നെ അതൊക്കെ ലേശം കുറച്ചിട്ടുണ്ടെന്നു മാത്രം. എന്നാലും ഭട്പണ് നടത്തുന്നതിന് അപ്പപ്പൻ എത്രയോ ഇടങ്ങളിൽ പോയതായി കൃഷ്ണ പുത്രനറിയാം.

പക്ഷേ, സാധാരണ വാധ്യാമ്മാരെപ്പോലെ മരണവും കല്യാണവും കാത്തുകിടക്കാനൊന്നും അപ്പപ്പൻ പോകാറില്ല. മാന്യമായ റന്ത്പണ് തന്നെ വേണ്ടതിനും മാത്രമുണ്ട്.

"പൂണൂല് ഇട്ടെന്നു വിചാരിച്ചു മരണക്കാശ് മേടിക്കാൻ വേണ്ടിമാത്രം നടക്കാൻ ഞാനില്ല."

അപ്പപ്പൻ എപ്പോഴും പറയും. എന്നു വിചാരിച്ചു കിട്ടുന്ന ദക്ഷിണ അറിഞ്ഞുവെച്ച് ഉപേക്ഷിക്കാനും അപ്പപ്പൻ തയാറല്ല.

റന്ത്പണും ഭട്പണുമായി അപ്പപ്പൻ സുഖമായി ജീവിക്കുന്ന കാലം.

ആയിടയ്ക്കായിരുന്നു ആലപ്പുഴയിലെ ഒരു ഓർത്തോകുവായ ജന്നമല്ലന്റെ മകന്റെ ഉപനയനം. അതു നാടു മുഴുക്കെ ഘോഷമായിത്തീർക്കാനായിരുന്നു മല്ലന്റെ ഒരുക്കം. ഒന്നിനും കുറവു വരുത്തിക്കൂടാ. ഇനി നാട്ടിൽ ഇങ്ങനെ ഒരു മൂഞ്ചി നടന്നുകൂടാ. ഇനി ആരും നടത്താനും പാടില്ല. അത്രയ്ക്കും കെങ്കേമമാകണം. ജന്നമല്ലൻ തീരുമാനിച്ചു.

ഇത്തരം അടിയന്തിരങ്ങൾക്കാണല്ലോ സ്വന്തം പ്രതാപം അന്യരെ ബോധ്യപ്പെടുത്താൻ സൗകര്യമുണ്ടാവുക. അതുതന്നെയാണ് ജന്നമല്ലൻ ചെയ്തതും. അതിനു തക്ക സ്വത്തുള്ളവനുമായിരുന്നു അയാൾ.

ആജാനുബാഹുവായ മല്ലനെ കണ്ടാൽ ആരും ബഹുമാനിക്കും. അത്രയ്ക്കാണു മുഖത്തു ഗൗരവം. കണ്ണിന്റടിയിലും കഴുത്തിലും തൂങ്ങിക്കിടക്കുന്ന മാംസക്കഷണങ്ങൾ. ഉണ്ടത്തല. മടക്കിയ ഷാള് എപ്പോഴും കഴുത്തിൽ ചുറ്റിക്കാണും. ഏതു ബഹളത്തിലും ശ്രദ്ധിക്കപ്പെടുന്ന ശബ്ദം. ആരെയും എടാ എന്നേ വിളിക്കൂ. എതിരു പറയാൻ പോലും ആർക്കും തോന്നുകയില്ല.

കൊങ്കണികളുടെ ഏതുത്സവവും മല്ലന്റെ ചുമതലയിലായിരിക്കും നടക്കുക. കൈയയച്ച സംഭാവന ചെയ്യും. അതു നാലാള് കൂടുന്നിടത്താണെങ്കിലോ, ലേശം കൂടുകയും ചെയ്യും.

മല്ലന് ഒറ്റ മകനേ ഉള്ളൂ. ആ സമ്പത്തിൽ മാത്രം അയാൾക്ക് ദാരിദ്ര്യം അനുഭവിക്കേണ്ടിവന്നു. എന്തൊക്കെ നേർന്നിട്ടാണ് ഒരു മകനുണ്ടായതെന്നോ? തിരുപ്പതിയിൽ കല്യാണോത്സവം നടത്തി. പുറക്കാട്ടമ്പലത്തിൽ നാൽപ്പത്തി ഒന്നു ദിവസം ഭജനമിരുന്നു. സന്താനഗോപാലഹോമം ആഘോഷമായി നടത്തി.

---

1. ഭട്പൺ = പൗരോഹിത്യം

അങ്ങനെ ഉണ്ടായ മകന്റെ ഉപനയനമാണ്. അതു കേമമായിരിക്കണം. നാലുപേരല്ല നാലായിരം പേരറിയണം.

ഇതുപോലൊന്ന് ഇനി നടത്താൻ തനിക്കാരാണ് ഉള്ളത്. എല്ലാം കൂടി ഒരു മകൻ മാത്രം. അവന്റേതായിട്ട് ഇനി അടുത്തൊന്നും ഒറ്റ വിശേഷവുമില്ല. ഇതിനുമുമ്പ് അവന്റെ ബർസൊ[1] ഗംഭീരമാക്കിയിരുന്നു. പക്ഷേ, അതിൽ മല്ലന് അത്ര തൃപ്തിയൊന്നും തോന്നിയില്ല. കൊച്ചുകുട്ടിയുടെ ചോറൂണിന് എന്തു പ്രതാപം കാണിക്കാൻ.

അപ്പപ്പനു സംശയമായിരുന്നു. തന്നെ റന്ത്പണിനു വിളിക്കുമോ? ഗംഭീരമായി നടത്തുന്ന ഉപനയനമാണ്. ഗാവടക്കം സദ്യ. കൊച്ചിയിൽ നിന്നും വെങ്കിട്ടനെ വിളിക്കുമോ? അവനാണെങ്കിൽ ആലപ്പുഴയിൽ തന്നെക്കാളും പരിചയമുണ്ട്. ബന്ധക്കാരുണ്ട്. താൻ റന്ത്പണ് തുടങ്ങുന്നതിന് എത്രയോ മുമ്പ് വെങ്കിട്ടൻ റന്തേപി എന്ന പേരിൽ അറിയപ്പെട്ടുതുടങ്ങിയിരുന്നു.

അപ്പപ്പന് ലേശം ആശയുമില്ലാതില്ല. ആലപ്പുഴയിൽ എത്രയോ പേര് തന്നെ പാചകത്തിന് വിളിക്കുന്നുണ്ട്. തന്റെ റന്ത്പണിന് മല്ലൻ വന്ന് ഒരിക്കൽ നോക്കിപ്പോയത് അപ്പപ്പൻ പറഞ്ഞിട്ടുണ്ട്.

സദ്യ കഴിഞ്ഞപ്പോൾ അപ്പപ്പനെ അഭിനന്ദിക്കയും ചെയ്തു. അതു പറഞ്ഞപ്പോൾ അപ്പപ്പന്റെ മുഖത്തെ സന്തോഷം!

പക്ഷേ, ഇതു വലിയ സദ്യയാണ്. വലിയ സദ്യക്ക് ദേഹണ്ഡത്തിനു തന്നെ വിളിക്കാൻ താനാരാ! അഥവാ വിളിച്ചാലോ? അതോർത്തപ്പോൾ ആകെ പേടി തോന്നി. ഇത്ര വലിയ സദ്യക്കു ദേഹണ്ഡം നടത്താൻ തന്നെക്കൊണ്ടാവുമോ? എന്നാലും ധൈര്യം വരുത്തി. വേണുഗോപാലൻതന്നെ തുണയ്ക്കാണ്ടിരിക്കുമോ.

തന്നെ വിളിച്ചാൽ പിന്നെ താനാരാണ്. ഇന്നത്തേതിലും തന്റെ പേര് അംഗീകരിക്കപ്പെടും, ഗർവോടെ നടക്കാം. താനാരാണെന്ന് അറിയുമോ? ജന്നമല്ലനെ അറിയില്ലേ? ആലപ്പുഴയിലെ കൊടികുത്തിയ ഒർത്തോകു. അയാടെ മഠത്തിൽ, ഉപനയനത്തിന് ദേഹണ്ഡത്തിനു തന്നെയാ വിളിച്ചിരിക്കുന്നത്. അറിയ്യൊ.

ലേശം ഗർവ് വന്നത് അമർത്തിക്കളഞ്ഞു അപ്പപ്പൻ.

പക്ഷേ, തന്നെ വിളിക്കുമോ? വെങ്കിട്ടനെ വിളിക്കാൻ മല്ലന്റെ മനസിൽ തോന്നിക്കരുതേ എന്ന് അപ്പപ്പൻ എത്രയോ പ്രാവശ്യം മനസിൽ പ്രാർഥിച്ചുകാണും. അയാൾക്കെന്തെങ്കിലും അസുഖം വന്നാലും തരക്കേടില്ല എന്നുപോലും മനസു പിടിവിട്ടു ചിന്തിച്ചുകാണും.

ഇതിനുമുമ്പ് ഇത്രയും നൊന്ത് വേണുഗോപാലനെ അപ്പപ്പൻ വിളിച്ചു കാണില്ല.

ജന്നമല്ലന്റെ ആളുകളെ ഓരോ ദിവസവും അപ്പപ്പൻ പ്രതീക്ഷിച്ചു. ഗ്രാമത്തിൽ നിന്നും ഒരിടത്തും പോയില്ല. അക്കാഡൊ[2] കടന്നു വരുന്ന ആരും മല്ലന്റെ ആൾക്കാരാണോന്ന് അപ്പപ്പൻ സംശയിച്ചു.

---

1. ബർസൊ = ചോറൂണ്
2. അക്കാഡൊ = പടി

ജന്നമല്ലന്റെ കത്തുവന്നപ്പോൾ തുള്ളിച്ചാടാൻ തോന്നി അപ്പപ്പന്. ഓഹ്! ആശ്വാസമായി.

താൻ ആലപ്പുഴ ജന്നമല്ലന്റെ മഠം വരെ ഒന്നു ചെല്ലണമെന്ന്. ദേഹണ്ഡത്തിനെക്കുറിച്ചു ചിന്തിക്കാൻ.

ആലപ്പുഴ നിന്നു തിരിച്ചുവന്നത് തല ഉയർത്തിത്തന്നെയാണ്.

ജന്നമല്ലൻ റന്ത്പണ് ഏൽപ്പിച്ചിരിക്കുന്നതു തന്നെയാണ്. തന്നെ! ഈ റന്തേപി ഗൊപ്പാളുവിനെ.

ഉപനയനത്തിന് അഞ്ചെട്ടുദിവസം മുമ്പുതന്നെ അപ്പപ്പനെ വിളിച്ചിരിക്കുന്നു. ഉപനയനത്തിനു വേണ്ട പോളികൾ, ചെറുകൂട്ടാനുകൾ ഇവയൊക്കെ നേരത്തേ ഉണ്ടാക്കണമത്രെ. അപ്പപ്പനും സിൽബന്ധികളും ഗ്രാമത്തിൽനിന്നും ആലപ്പുഴയ്ക്കു വണ്ടി കയറുന്നത് നാട്ടുകാര് നോക്കി നിന്നു.

എന്നിട്ടിപ്പോൾ പെട്ടെന്ന് അപ്പപ്പൻ മടങ്ങിവന്നിരിക്കുന്നു.

അക്കാഡൊ കടന്നപ്പോൾ തന്നെ കൃഷ്ണപുത്രൻ അപ്പപ്പനെ കണ്ടു. വരാന്തയിൽ ചാരുകസാലയിൽ കിടക്കുന്നു.

കൃഷ്ണപുത്രനെ കണ്ടപ്പോൾ ലേശം ചിരി വരുത്തിയോ എന്നു സംശയം. താൻ വരുമ്പോഴൊക്കെ എന്തു സന്തോഷത്തോടെ തന്നെ അപ്പപ്പൻ പിടിച്ച് അരികിൽ ഇരുത്താറുണ്ടായിരുന്നു എന്നു പുത്രൻ ഓർത്തു. പോയ കാര്യത്തിനെക്കുറിച്ചു ചോദിക്കും. പുത്രന്റെ മനസ്സ് വിഷമംകൊണ്ടു വലയുമ്പോൾ അപ്പപ്പൻ ആശ്വസിപ്പിക്കും:

"ഛെ, ഛെ! നീ ഇങ്ങനെ ആയാലോടാ, ധൈര്യമായിരി, എല്ലാം നേരെയാവും.

എന്നിട്ട് ചിറ്റമ്മയെ വിളിക്കും:

"ഒരുത്തൻ വന്നിരിക്കുന്നു, കണ്ടില്ലേ കരഞ്ഞുകൊണ്ട്."

പക്ഷേ, ചിറ്റമ്മ തന്റെ ഭാഗം പറയും:

"പിന്നെ! അവന്റെ വെഷമം അവനല്ല്യോ അറിയുന്നെ. നിങ്ങൾക്കു തമാശ."

"ഓഹോ, ഞാൻ കളിയാക്കിയതാണോ. വിഷമമുണ്ടെന് എനിക്കറിയില്ലേ?"

എന്നിട്ടു ലേശം വിഷമത്തോടെ പറയും:

"എന്നു വിചാരിച്ച് ഇങ്ങനെ തലയും കുമ്പിട്ടു നടക്കണോ, ലേശം ധൈര്യം വേണ്ടേ? അത്രേം പറഞ്ഞുള്ളൂ."

എന്നിട്ട് പുത്രന്റെ മുതുകത്ത് തട്ടും. പുത്രന് അതുമതി.

ബപ്പായുടെ അടുത്തുനിന്നുപോലും കിട്ടാത്ത ഒന്ന് തനിക്ക് കിട്ടുന്നത് അപ്പപ്പന്റടുത്തുനിന്നാണ് എന്ന് പുത്രൻ ഓർത്തു.

എന്നിട്ടിന്ന് അപ്പപ്പന്റെ കിടപ്പു കണ്ട് പുത്രന്റെ നെഞ്ചിടിഞ്ഞുപോയി. വരാന്തയിൽ കയറിയിരുന്നു. കുറേനേരം അപ്പപ്പനെ നോക്കിയിരുന്നു.

അപ്പപ്പനും പുത്രനെ നോക്കി, എന്നിട്ടുചോദിച്ചു:

"ങാ, നീ പോയ കാര്യം എന്തായി?"

കൊള്ളാം! അപ്പപ്പന്റെ ചോദ്യം. അപ്പപ്പന്റെ വിഷമാവസ്ഥ കണ്ടു നിന്ന തന്നോട് തന്റെ പോക്കിനെക്കുറിച്ചാണ് അന്വേഷിക്കുന്നത്.

പുത്രൻ മ്ളാനനായി ഇരുന്നതേയുള്ളൂ അതു കണ്ടിട്ടാകാം. അപ്പപ്പൻ പറഞ്ഞു:

"ഞാ, സാരമില്ല. എല്ലാറ്റിനും ഉണ്ട് ഒരു കാലം."

പിന്നെ നിശ്ശബ്ദത.

എന്തുചോദിക്കണം? എങ്ങനെ ചോദിക്കണം? പുത്രൻ വിഷമിച്ചു. എന്നാലും ചോദിച്ചു:

"പിന്നെ..... അപ്പപ്പൻ മൂഞ്ചിക്കു പോയിട്ട് നേരത്തേ വന്നത്........?"

തന്റെ നേരെ തുറിച്ചു നോക്കുന്ന കണ്ണുകളെ നേരിടാൻ കൃഷ്ണ പുത്രൻ വിഷമിച്ചു.

അപ്പപ്പൻ മെല്ലെ പറഞ്ഞു:

"ഓ, എന്തോ പറയാനാടാ. അവൻ ഇത്രയും ചെയ്യുമെന്ന് ഞാൻ വിചാരിച്ചില്ല."

"ആര്?"

"ആ നണ്ണൻ,"

"ങേ! നണ്ണനോ?"

പുത്രന്റെ മനസിൽ നണ്ണന്റെ നേരിയ രൂപം വ്യക്തമാവുകയായി രുന്നു. എത്രയോ പ്രാവശ്യം ആ രൂപം താൻ കണ്ടിരിക്കുന്നു. ഇത്തിരി പോന്ന നശൂലംപിടിച്ച സത്വം.

അവൻ, അവൻ എന്തുചെയ്തുവെന്നാണ്?

"നണ്ണൻ എന്തു ചെയ്തുവെന്നാണ്?"

"എനിക്കറിയില്ല, അവനതെങ്ങനെ ചെയ്തുവെന്ന്? എന്തിനതു ചെയ്തുവെന്ന്?"

അപ്പപ്പന്റെ മനസ്സ് നണ്ണന്റെ ഒരു കറുത്ത ചിത്രം വരയ്ക്കാൻ തീരെ ഇഷ്ടമില്ലാതെ കുഴങ്ങുന്നതുപോലെ തോന്നി പുത്രന്.

തോർത്തുമുണ്ടുകൊണ്ട് അപ്പപ്പൻ നെറ്റി തുടച്ചു.

നണ്ണൻ അപ്പപ്പനെ ചതിച്ച വിവരം അപ്പപ്പൻ വിവരിച്ചപ്പോൾ നണ്ണനെ കൊല്ലാനുള്ള ദേഷ്യം തോന്നി പുത്രന്. ഏതു മനസാണ് അവനെ അതിനു പ്രേരിപ്പിച്ചത്? അതിനുംമാത്രം അപ്പപ്പൻ അവനോട് എന്തു ചെയ്തു? അതും അവനെ ഇത്രയും ആക്കിയ അപ്പപ്പനോട്.

വെറുതെ തെക്കുവടക്ക് നടന്നവനാണ് നണ്ണൻ. അപ്പപ്പൻ അവനെ തന്റെ സഹായിയാക്കി മാറ്റി. കറിക്ക് നുറുക്കുക, വിറകെടുപ്പിക്കുക ഇവ യൊക്കെ അവൻ ചെയ്യും. എന്തെങ്കിലുമൊക്കെ അപ്പപ്പൻ അവനു കൊ ടുക്കുകയും ചെയ്യും. കൂലിയായിട്ടൊന്നുമല്ല. അല്ലെങ്കിലും കൂലിക്കായി ട്ടെന്താണ് അവൻ ചെയ്തിട്ടുള്ളത്. അവന്റെ അവസ്ഥ കണ്ടിട്ടാണെന്നു മാത്രം; അപ്പപ്പൻ അവനെ സഹായിച്ചു.

നണ്ണന്റെ അമ്മയെ അപ്പപ്പനറിയാം. അമ്മ മാത്രമേയുള്ളൂ അവന്. കുർഢി[1] എന്നാണവരെ നാട്ടുകാര് വിളിക്കുന്നത്. അതിനവര് അത്ര

1. കുർഢി = കുടുമി.

കുർഢിയൊന്നുമല്ല. തപ്പിത്തടഞ്ഞിട്ടാണെങ്കിലും എന്തൊക്കെയോ ചെയ്ത് അവർ ജീവിക്കുന്നുണ്ട്. എന്നിട്ടും നാട്ടുകാർക്കിഷ്ടം അവരെ കുർഢി എന്നു വിളിക്കുന്നതാണ്. അവർ എന്തു ചെയ്യും?

ചെറിയൊരു ഹൊപ്പി. അതിലാണവരുടെ താമസം. ചക്കൂലി[1]യും കപ്പലണ്ടിയും വിറ്റാണ് അവര് ജീവിക്കുന്നത്. ചക്കൂലി വിറ്റിട്ട് എന്തു കിട്ടാനാണ്? അതൊക്കെ അപ്പപ്പനറിയാം. അതുകൊണ്ടാണ് നണ്ണനെ തന്റെ സഹായിയാക്കിയത്.

അപ്പപ്പൻ അവനെന്തെങ്കിലും തരുമ്പോൾ അവനെന്തു കാര്യമാണെന്നോ. അപ്പപ്പനെ വിടാതെ ചുറ്റി നടക്കും, നണ്ണൻ. വേറെ ആരോടാണെങ്കിലും അത്രയ്ക്കൊന്നും തരപ്പെടില്ലെന്നും അവനറിയാം.

ക്രമേണ പാചകത്തിനെപ്പറ്റിയും അതിന്റെ കണക്കുകളെപ്പറ്റിയും അപ്പപ്പൻ അവനെ പഠിപ്പിച്ചു. കുറെയൊക്കെ അവൻ കണ്ടുപഠിക്കുകയും ചെയ്തു.

അപ്പപ്പന്റെ പ്രധാന സിൽബന്ധി ആക്കിയതിൽ അവന് എന്തഭിമാനമായെന്നോ? അതിലൊരന്തസ്സുണ്ട്. ആ അന്തസ്സിൽ ചില ചില്ലറ പാചകങ്ങളൊക്കെ അവന് കിട്ടിത്തുടങ്ങി. അതിലൊന്നും അപ്പപ്പൻ എതിർപ്പു പറഞ്ഞില്ല. ചെറിയ പാചകങ്ങൾ - വല്ല ശ്രാദ്ധത്തിന്റേയോ ചെറിയ ഹോമങ്ങളുടെയോ അവനു കിട്ടിയാൽ താനെന്തിനാ അതു മുടക്കുന്നത്. അവൻ ചെയ്യട്ടെ. അതിനൊന്നും അപ്പപ്പൻ പോകാറുമില്ലായിരുന്നു.

ചില പാചകവൃത്തികൾക്ക് അപ്പപ്പൻ നണ്ണനെത്തന്നെ അയയ്ക്കാറുണ്ട്. പക്ഷേ, പോകുമ്പോൾ അപ്പപ്പൻ ഒന്നുപറയാൻ മറക്കാറില്ല: തന്റെ പേരു കളയരുത്. പാചകവൃത്തിയുടെ രീതികളും കണക്കുകളും പോകുന്നതിനു മുമ്പ് പറയുകയും ചെയ്യും.

അപ്പപ്പന്റെ പാചകസംഘത്തിൽ നണ്ണൻ ഒരു പ്രധാന കണ്ണിയായതോടെ അവന്റെ മനസിൽ പണത്തിന്മേലുള്ള കൊതി നാമ്പെടുത്തു. അവൻ ചിന്തിച്ചു തുടങ്ങി. തനിക്കു കൂലി ശരിക്കു കിട്ടുന്നുണ്ടോ. ചില അവസരങ്ങളിൽ പുളിച്ച രസം കുടിച്ച മാതിരിയുള്ള അവന്റെ മുഖം അപ്പപ്പൻ കാണാറുണ്ട്. കിട്ടിയ പണം സമമായി വീതിക്കാൻ അപ്പപ്പനു യാതൊരു മടിയുമില്ലായിരുന്നു. ആരും ചെയ്യാത്ത ഒരു കാര്യം!

അതിനുമാത്രം പണവും കിട്ടുന്ന കാലം. എന്നിട്ടും ആ നണ്ണൻ ചെയ്തതോ? ദുഷ്ടൻ. പക്ഷേ, അപ്പപ്പന് എന്നിട്ടും അവനോട് യാതൊരു അപ്രിയവും തോന്നാത്തതാണ് അത്ഭുതം.

ആലപ്പുഴ മല്ലന്റെ മഠത്തിൽ മുഞ്ചിക്കുപോയ സംഘത്തിൽ നണ്ണൻ ഉത്സാഹത്തോടെയാണ് ചേർന്നത്. വലിയ ഒരു ഭാഗ്യമല്ലേ വന്നുപെട്ടിരിക്കുന്നത്.

ഒരാഴ്ച മുമ്പെ എത്തണമെന്നായിരുന്നു ജന്നമല്ലന്റെ ആജ്ഞ.

പറഞ്ഞതെത്ര ശരിയെന്ന് മഠത്തിൽ ചെന്നപ്പോൾ തന്നെ അപ്പപ്പന് മനസിലായി. ഒരാഴ്ച മുമ്പേതന്നെ കമ്മത്തിയുടെ ബന്ധുക്കൾ, കമ്മത്തി

---

1. ചക്കൂലി = മുറുക്ക്

യുടെ ഭാര്യയുടെ ബന്ധുക്കൾ ഇവരൊക്കെ വന്നിട്ടുണ്ടായിരുന്നു. ഇവർക്കൊക്കെ വെച്ചുവിളമ്പണമെങ്കിൽത്തന്നെ വേണം ഒരു സദ്യയുടെ ഒരുക്കങ്ങൾ.

അഞ്ഞൂറുപേർക്കിരിക്കാവുന്ന പന്തൽ അലങ്കരിക്കാൻ അലങ്കാരി മൂപ്പനെ നേരത്തെതന്നെ വിളിച്ചിരുന്നു.

വന്ന ആളുകൾ പന്തൽ നോക്കി അന്തിച്ചു നിന്നു. ഇതെന്തൊരു പന്തൽ. പന്തലിൽ അവിടവിടെ പല വർണങ്ങളിൽ നെയ്തെടുത്ത പഞ്ചീരെ.[1] അവ രാത്രികളിൽ പല വർണങ്ങളിൽ പ്രകാശിച്ചുകൊണ്ടിരുന്നു.

ഉപനയനത്തിന് തലേന്നുതന്നെ അപ്പപ്പനും നണ്ണനും സിൽബന്ധികളും കൂടി കറിക്കരിഞ്ഞു തുടങ്ങി. പിറ്റേന്നു രാവിലെ കാപ്പിസൽക്കാരത്തിനുള്ള ഇഡ്ഡലിമാവ് വലിയ കുട്ടകങ്ങളിൽ അടച്ചുവെച്ചിരിക്കുന്നു.

ഉപനയനത്തിന്റെ ദിവസം രാവിലെ മുതൽ അപ്പപ്പന് ശ്രമം തന്നെ ആയിരുന്നു. ദേഹണ്ഡപ്പുരയിൽ കുമ്പ കുലുക്കി മല്ലൻ എത്തി.

"ഇത്തെ ഒൊട്ടൊ! ജോർ ജോർ ജാവ്ക്[2] റന്ത്പണ്."

"ഓ! ജാവ്നാ ഇത്യ.[3]"

വളരെ ഭവ്യതയോടെ അപ്പപ്പൻ പറഞ്ഞു.

'സദ്യ കെങ്കേമമാവണമെന്ന്. അത് തന്നോടു പറയണോ മല്ലമാമു! ഈ സദ്യ തന്റെയും അഭിമാനപ്രശ്നമല്ലേ. സദ്യവട്ടം നന്നാവണമെന്നു മല്ലൻ പറഞ്ഞില്ലെങ്കിൽപ്പോലും തനിക്കതിൽ നിർബന്ധമുണ്ടല്ലോ മല്ലമാമു.' അപ്പപ്പൻ മനസിൽ പറഞ്ഞു.

അഞ്ചെട്ടുകൂട്ടം കറികൾ, ചെറുകറികൾ. പോളികൾ. എല്ലാം വലിയ വലിയ പാത്രങ്ങളിൽ വിളമ്പുകാരെ കാത്തുകിടന്നു. അവയുടെ മണം പന്തലിൽ പരന്നു.

"ങും! തകർത്തിട്ടുണ്ട്." പന്തലിൽ ആരോ പറഞ്ഞു.

പാചകമെല്ലാം കഴിഞ്ഞ് നണ്ണനെ കാവലാക്കി അപ്പപ്പൻ പന്തലിലൊക്കെ ഒന്നുകറങ്ങി. വാധ്യാരല്ലേ. വാധ്യാർക്കുള്ള മുണ്ടും കോപ്പും ദക്ഷിണയും കളയുന്നതെന്തിന്. അതുമല്ലാ വാധ്യാരെന്ന നിലയിൽ തന്നെ പ്രത്യേകം ക്ഷണിച്ചിട്ടുമുണ്ട്.

നല്ല മുണ്ടുമുടുത്ത് വാധ്യാമ്മാരുടെ അടുത്തു ചെന്നിരുന്നു. അപ്പപ്പന്റെ പാദം മല്ലൻ കഴുകി. തുളസിപ്പൂവും അരിയും ഇട്ടു പാദം തൊട്ടു വന്ദിച്ചു. അപ്പപ്പൻ അനുഗ്രഹിച്ചു. നല്ല മുണ്ടും സാലും[4] അപ്പപ്പന് കിട്ടി.

സദ്യക്കുള്ള സമയം വിളമ്പുകാർ പാത്രങ്ങളുമായി ഓടിത്തുടങ്ങി. അമ്പലത്തിലെ ചരക്കുകൾ, കൊട്ടികൾ, അവ തമ്മിൽ കൂട്ടിമുട്ടി; സദ്യയുടെ താളമൊരുക്കി.

മല്ലന്റെ സദ്യയാണ്. അതിൽ വിളമ്പുകതന്നെ അഭിമാനമാണ്.

---

1. പഞ്ചീരെ = വർണക്കുടകൾ.
2. ജോർ ജോർ ജാവ്ക് = തകർപ്പനാക്കണം.
3. ജാവ്ന ഇത്യ = ആയിക്കോട്ടെ.
4. സാല് = രണ്ടാംമുണ്ട്.

ഇഷ്ടം പോലെ വിളമ്പുക. ലേശംകൂടി വേണം എന്ന് പന്തിയിലിരിക്കുന്നവർ പറയാൻ ഇടം കൊടുക്കരുത്.

ജന്നമല്ലൻ ഓടി നടന്നു വിളമ്പുകാർക്ക് നിർദേശങ്ങൾ നൽകി, ഉപദേശിച്ചു:

"ങാ! മെല്ലെ പോണം, ട്ടോ."

"ആ പന്തിയിൽ പൊക്കോട്ടെ."

"ഇഷ്ടം പോലെ വെളമ്പിക്കോ ട്ടൊ"

ജന്നമല്ലൻ എല്ലായിടത്തുമുണ്ട്. ആരും തന്നെ ശപിക്കരുത്. കണ്ടോ! ഇത്രയും വലിയ മുഞ്ചിയായിട്ട് സദ്യക്ക് ശരിക്കു വിളമ്പിയില്ല എന്ന് മനസിൽപോലും തോന്നരുത്. ഇതു തന്റെ അഭിമാനപ്രശ്നമാണ്.

നെയ്യ് വിളമ്പിയാൽ പിന്നെ നമസ്കാരം പറയുന്നതു വരെ ജനം കാത്തിരിക്കും: ഇല നിറച്ചും കറികൾ, പോളികൾ, പലവർണങ്ങളിൽ. ഹൃദ്യമായ മണം. എങ്ങനെ സഹിച്ചിരിക്കും.

മല്ലൻ പന്തലിന്റെ ഒരറ്റത്ത് പ്രത്യക്ഷപ്പെട്ടു. പന്തിയിലിരിക്കുന്നവർ നോക്കി.

മല്ലൻ പുഞ്ചിരിച്ചു. കൈകൂപ്പി.

"നമസ്കാറു"

ഉണ്ണാനുള്ള കൽപ്പനയാണ്.

തോയ്[1] വിളമ്പിയതും, ചോറും കൂട്ടിക്കുഴച്ച് ആളുകൾ ഊണു തുടങ്ങി.

ഉരുള വിഴുങ്ങിയ സമയം.

ഥും. ആരോ വിഴുങ്ങിയ ഉരുള ശക്തിയായി തുപ്പി.

എന്തായിത്? ഉപ്പോ! തോയ്ക്ക് ഇത്രേം ഉപ്പുപാടില്ല. ആരാ ഇത്രയ്ക്കും ഉപ്പിട്ടത്. പിശകു പറ്റിയതായിരിക്കും.

എന്നാലും തോയ്ക്ക് ഉപ്പുകൂടിയാൽ ഊണ് ശരിയാവില്ല. വായുടെ രസക്കേട് എങ്ങനെ മാറ്റും. അയാൾ അമ്പട്ട്[2] കണ്ടു. ഏത്തപ്പഴവും അണ്ടിപ്പരിപ്പും പൊങ്ങിക്കിടക്കുന്നു. അമ്പട്ടിൽ നിന്ന് ആവി പറക്കുന്നുണ്ട്. വായിൽ വെള്ളം നിറഞ്ഞു.

ഒരു കൈ നിറയെ വാരിക്കുടിച്ചു. പെട്ടെന്നാണ്, വായ് മരവിച്ചതു പോലെ തോന്നി. കുടിച്ച അമ്പട്ട് ഒറ്റത്തുപ്പ്.

ങെ? മധുരത്തിന് പകരം ഉപ്പോ! അതും ഉപ്പു മാത്രം. അയാൾ ചുറ്റിനും നോക്കി. പലയിടത്തും അമറൽ. തുപ്പൽ, പന്തൽ നിറച്ചും കുശുകുശുപ്പിന്റെ ബഹളം.

ആരോ എഴുന്നേൽക്കുന്നു. പാടില്ലാത്തതാണ്. പക്ഷേ, എഴുന്നേൽക്കുന്നു. ആരും എതിരുപറയുന്നില്ല.

"എന്തോന്നാടായിദ്. ആരാടാ ഇതൊക്കെ ഒണ്ടാക്കിയെ?"

കൊമ്പൻ മീശയുള്ള ഒരുത്തൻ ലേശം കട്ടികൂട്ടി പറഞ്ഞു:

---

1. തോയ് = പരിപ്പുകറി.
2. അമ്പട്ട് = ഏത്തപ്പഴം കൊണ്ടുള്ള ഒരു മധുരക്കറി

"ഏതു കഴുവേറിയാടാ, വാടാ ഇതേതവന്റെ അമ്മേടെ പിണ്ഡമാടാ."

ജന്നമല്ലൻ ഓടിവരികയാണ്. അയാളുടെ കൈകൾ തരിക്കുന്നു.അമ്പട്ടിൽ കിടക്കുന്ന ആവി പറക്കുന്ന കഷണം മാതിരി അയാൾ വെന്തു. കണ്ണുകൾ ചുവന്നു. അയാൾ അമർത്തിച്ചവിട്ടി പന്തലിൽ വന്നു. പക്ഷേ, ഉള്ളിലെ അമർഷം പുറത്തുകാണിച്ചില്ല. ആളുകൾ ഇളകി മറിയുന്നു. സമനില തെറ്റരുത്.

കൊമ്പൻ മീശയുള്ളവന്റെ തോളിൽ സ്നേഹപൂർവം മല്ലൻ തട്ടി.

"ഹാ! ബേസ് നയ്ക്കാ, സമാധാനം ഒണ്ടാക്കാമെന്നേ!"

മീശക്കാരൻ കൈ തട്ടിക്കളഞ്ഞു. മല്ലന് ആദ്യ അനുഭവമായിരുന്നു അത്. തന്റെ കൈ തട്ടിക്കളയുക. അയാൾ ജ്വലിച്ചു. പക്ഷേ, ഇപ്പോൾ സമയം അതിനുള്ളതല്ല.

തന്റെ അഭിമാനം തട്ടിക്കളഞ്ഞതുപോലെയാണിത്.

"ങാ! മല്ലമാമു, മനുഷ്യനെ ഒരുതരം മറ്റവനാക്കരുത്. വിളിച്ചുവരിത്തിയിട്ട് ഉപ്പു തീറ്റിക്കുക എവിടെ ആ റന്തേപി കഴുവേറി മോൻ?"

മീശക്കാരൻ നിന്നു വിറച്ചു. മല്ലൻ അവിടെ നിന്നില്ല. ഇപ്പോൾ താൻ പറഞ്ഞാൽ ഏൽക്കില്ല. തന്റെ സമയം ചീത്തയാണ്. കഴിയുന്നതും വേഗം അവനെ പിടിക്കണം. ആ റന്തേപിയെ, വെറുതെ വിട്ടുകൂടാ.

ദേഹണ്ഡപ്പുരയിലേക്ക് അയാൾ വലിഞ്ഞു നടന്നു. പന്തിയിൽ നിന്നും ആളുകൾ എഴുന്നേറ്റുതുടങ്ങി. ഇത് സദ്യയാണോ? എന്നാൽ, തങ്ങൾക്കിനി ഇതു വേണ്ട. അവർ ഇലകൾ എടുത്ത് വലിച്ചെറിഞ്ഞു. മാങ്ങായണ്ടി വലിച്ച് തെറിപ്പിച്ചു. ആകെ ബഹളം.

പന്തലിൽ നടക്കുന്ന ബഹളങ്ങൾ നോക്കി ഇടിവെട്ടേറ്റ മാതിരി അപ്പപ്പൻ ദേഹണ്ഡപ്പുരയിൽ മറഞ്ഞിരുന്നു. വിയർപ്പ് ചാലുകളായി ഒഴുകി. ആരു ചെയ്തീ ചതി. താൻ ഉപ്പിട്ടത് കൂടുതലൊന്നുമല്ല. അത് തീർച്ചയാണ്. തനിക്കത് ഒരിക്കലും തെറ്റില്ല. എത്ര തവണ ചെയ്തകാര്യങ്ങളാണിവയൊക്കെ. പാത്രങ്ങളിലുള്ള കറികളുടെ അളവ് കണ്ടാൽ മതി, അതിനുള്ള ഉപ്പേ തന്റെ കൈയിൽ വരുള്ളൂ. ഒരു തരി കുടില്ല. കൈക്കറിയാം ഉപ്പിന്റെ കണക്ക്. തന്റെ ഒരു കൈപ്പുണ്യമാണത്. എന്നിട്ട് താനിന്ന് അതു കളഞ്ഞു കുളിച്ചുവോ?

എന്നാലും വെറുതെ ഒരു സംശയം. താൻ രണ്ടാമതും ഉപ്പിട്ടോ. അത്രയ്ക്ക് ബോധമില്ലാണ്ടായോ തനിക്ക്. അതുമല്ല. ഇത്ര വലിയ സദ്യക്ക്. തന്റെ അഭിമാനപ്രശ്നമാകേണ്ട സദ്യക്ക് താൻ ബോധമില്ലാത്ത പ്രവൃത്തി ചെയ്യുമോ?

പെട്ടെന്നാണ് അപ്പപ്പന്റെ മനസിൽ ഒരു സംശയം കിളിർത്തത്. ഇനി നണ്ണനോ മറ്റോ ആണോ?

ഏയ്, താൻ ഉപ്പിടുന്നത് അവനും കണ്ടതാണല്ലോ. അവനോടും വെറുതെ ചോദിച്ചാണ് ഉപ്പിട്ടതും. രണ്ടാമതൊരാളിന്റെ അഭിപ്രായം ചോദിക്കുക ഒരു ചടങ്ങാണല്ലോ എന്നു വിചാരിച്ചുമാത്രം. പിന്നെ അവൻ ഉപ്പു ഇടുന്നത് എങ്ങനെയാണ്.

എന്നാലും അവനോടു ചോദിക്കാം. അപ്പോഴാണറിയുന്നത്, അവനെവിടെ? സദ്യ തുടങ്ങിയതിൽ പിന്നെ താൻ അവനെ കണ്ടതായിട്ട് ഓർക്കുന്നില്ലല്ലോ! അവൻ എവിടെപ്പോയി?

മറ്റൊരു സിൽബന്ധിയോടു ചോദിച്ചപ്പോൾ സദ്യ തുടങ്ങുന്നതിനു മുമ്പേ നണ്ണൻ പുറത്തേക്കിറങ്ങുന്നത് അവൻ കണ്ടതായി പറഞ്ഞു.

അപ്പപ്പന് എല്ലാ സിൽബന്ധിമാരെപ്പറ്റിയും സംശയമായി. അവരെ വിളിച്ച് അപ്പപ്പൻ ചോദിച്ചു:

"അറെ, സത്യം പറയണം. ആരാണ് ഇതൊപ്പിച്ചത്?"

അവർ കരഞ്ഞുകൊണ്ടെന്നപോലെയാണ് പറഞ്ഞത്:

"അയ്യോ, ആനു! ഞങ്ങൾ അറിഞ്ഞിട്ടുപോലുമില്ല. ഞങ്ങൾ അങ്ങനെ ചെയ്യുമോ ആനു."

ആ കരച്ചിൽ കണ്ട് അപ്പപ്പനുതന്നെ തോന്നി. അവരുടെ മനസ്സ് ശുദ്ധമാണ്. അവരെ സംശയിച്ചതാണ് തെറ്റ്. നണ്ണൻ മാത്രം സ്ഥലത്തില്ലെന്നിരിക്കെ, അവരെ സംശയിക്കുന്നതു ശരിയാണോ?

ദേഹണ്ഡം കഴിഞ്ഞ് നണ്ണനെ ഏൽപ്പിച്ചല്ലേ താൻ പാചകശാല വിട്ടത്. ആ സമയം നണ്ണൻ പറ്റിച്ചതാണോ? വെന്തു കിടക്കുന്ന ദേഹണ്ഡപ്പുരയിൽ നിന്നും മറ്റു സിൽബന്ധികളും പന്തലിൽ കാഴ്ച കാണാൻ പോയിരിക്കും.

എന്നാലും നണ്ണൻ എങ്ങനെ ഇതു ചെയ്തു? എന്തിനിതു ചെയ്തു? അതോ നണ്ണനല്ലെന്നു വരുമോ? പക്ഷേ, വേറെ ആരിതു ചെയ്യാൻ. ദേഹണ്ഡപ്പുരയിൽ തന്റെ ആളുകളിരിക്കെ അന്യനൊരുത്തൻ പ്രവേശിക്കുമോ? ആകെ സംശയമായി.

എന്തോ ചതിവ് നടന്നിട്ടുണ്ട്.

മനസ്സ് നൊന്തു. നണ്ണനെ താൻ സ്വന്തമെന്നപോലെയാണ് കരുതിയത്. എന്നിട്ടവൻ ചെയ്തതോ?

അപ്പപ്പൻ പെട്ടെന്നു ചാടിഎഴുന്നേറ്റു. സംഹാരരുദ്രനെപ്പോലെ മല്ലൻ ഇങ്ങോട്ടുതന്നെയാണല്ലോ വരുന്നത്. അടുത്തു കാണുന്ന പാത്രങ്ങൾ തട്ടി മറിക്കുന്നു. വെന്തു കിടക്കുന്ന പായസത്തെക്കാൾ ചൂടുതോന്നിച്ചു മല്ലനെ.

അപ്പപ്പന് അയാളെ നോക്കാനുള്ള ധൈര്യം പോലും ഇല്ലായിരുന്നു. വന്ന ഉടനെ:

"അറെ, രണ്ടെപുത്താ, ഇത്തെ കെല്ലെരെയെ." മല്ലൻ ഗർജ്ജിച്ചു.

"എടാ കഴുവേറിമോനെ! നീയെന്തായീ ചെയ്തെ? നെന്റെ ഒരു റന്ത്പണ്. പുലയാടിമോനെ."

പുളിച്ച വാക്കുകൾ തെറിച്ചുവീണു. അയാൾ കൈ ആഞ്ഞുവീശി. കരണത്ത് അടികൊണ്ടപ്പോഴാണ് അപ്പപ്പൻ അറിയുന്നത്.

സ്തംഭിച്ചു നിൽക്കാനേ കഴിഞ്ഞുള്ളൂ.

"നെന്റെ...... നെന്റെ അമ്മേടെ പിണ്ഡം വയ്ക്കാനാണോടാ ഇദ്?" നിന്നു വിറച്ച അയാൾ വീണ്ടും കൈ പൊക്കി. അടുത്തു നിന്നവർ തടുത്തു.

"ഓ മല്ലാമാമു! പോട്ടെ ഒരബദ്ധം പറ്റിയതായിരിക്കും."

എല്ലാവരും മല്ലനെ പിടിച്ചു മാറ്റി. അയാൾ പിടിവിടുവിക്കാൻ കിടന്നു തുള്ളി.

"അബദ്ധം. ഇതബദ്ധമൊന്നുമല്ല. എന്നെ കത്തിവെച്ചതാ. എടാ, മോനേ! നെന്നെ ഞാനിന്നു കൊല്ലും."

അയാൾ വെന്തരിഞ്ഞ വിറകുകൊള്ളി എടുക്കാൻ ആഞ്ഞു. ആളുകൾ അപ്പപ്പനെ നോക്കി പറഞ്ഞു:

"ഭൊട്ടൊ, ഇനി ഇവിടെ നിൽക്കേണ്ട. ആളുകൾ വെറുതെ വിടില്ല. പൊക്കോ, തൃപ്തിയായില്ലേ?"

ആളുകൾ അപ്പപ്പനെ പൊതിഞ്ഞു. മല്ലൻ അപ്പോഴും തുള്ളുകയാണ്. പിടിവിടുവിക്കാൻ, പിടിവിട്ടാൽ ചിലതൊക്കെ സംഭവിക്കും. അതിനുമുമ്പ് രക്ഷപ്പെടാനാണ് അവരു പറയുന്നത്.

അപ്പപ്പൻ ഒരുനിമിഷം നിന്നു.

തനിക്കു തൃപ്തിയായില്ലേ എന്ന്! താനിതു ചെയ്തുവെന്നല്ലേ അതിന്റർഥം. കൊള്ളാം, തൃപ്തിയായിരിക്കുന്നു. നടന്നു.

മല്ലൻ പാത്രത്തിലുള്ള കറികൾ വലിച്ചെറിയുന്നത് അപ്പപ്പൻ അറിഞ്ഞു.

"ഛെ! നില്ല് മല്ലമാമൂ, പായസമെങ്കിലും കാണില്ലേ അത് ഇഷ്ടം പോലെ വിളമ്പാം."

ഒരാൾ നിർദേശിച്ചു. മല്ലൻ അടങ്ങി.

പക്ഷേ, വേറൊരാൾക്കു സംശയം.

ഇനി അതും......

അയാൾ ഒരു തവി എടുത്തു പായസത്തൊട്ടിയിൽനിന്നും കുറച്ചു പായസം എടുത്തു ആറ്റിക്കുടിച്ചു.

ഹാവൂ! ഒറ്റത്തുപ്പ്. വായിൽ ഒഴിച്ചതിനേക്കാളും വേഗത്തിൽ പുറത്തേക്കു തുപ്പി.

മല്ലനെ സമാധാനിപ്പിച്ചവരും കൂടി തുള്ളിത്തുടങ്ങി.

"ആ കഴുവേറി ഗൊപ്പാളു പറ്റിച്ചതാണ്. എവിടെ അവൻ?"

അവർ ചുറ്റും നോക്കി.

അപ്പപ്പൻ പുറകെ വരുന്ന ആപത്ത് മണത്തറിഞ്ഞ് തിരക്കിട്ട് ഇടവഴിയിൽക്കൂടി കഴിയുന്നതും വേഗം നടന്നു.

രക്ഷപ്പെടണം. സിൽബന്ധികളെ പെട്ടെന്ന് ഓർമവന്നു. ദൈവമേ! ഇനി എന്തു രക്ഷ. ബസ്സ്റ്റാന്റിൽ എത്തിയപ്പോൾ അറിഞ്ഞു. അവരൊക്കെ നേരത്തതന്നെ സ്റ്റാന്റിൽ സ്ഥലം പിടിച്ചിരിക്കുന്നു.

നാട്ടിൽ എത്തിയതിൽ പിന്നെ അപ്പപ്പന് ആകെ ഭയമായിരുന്നു. വലിയ ഒരു സദ്യയാണ് താൻമൂലം തകർന്നത്; ഒപ്പം ഒരു വലിയ മനുഷ്യന്റെ അഭിമാനവും, അയാൾ തന്നെ കൊല്ലാതെ വിട്ടതു ഭാഗ്യം. പക്ഷേ, ഉണർന്നിരിക്കുന്ന അയാളിലെ പാമ്പ് വെറുതെ ഇരിക്കുമോ.

അതോർത്ത് അപ്പപ്പൻ ഭയന്നു.

അതുമല്ല. ഇനി താൻ ഗ്രാമത്തിലിറങ്ങി എങ്ങനെ നടക്കും. ആളുകളുടെ മുഖത്ത് താനെങ്ങനെ നോക്കും. ഇനി തന്നെ ആരെങ്കിലും റന്ത് പണിന് വിളിക്കുമോ? ചെറിയ സദ്യക്കുപോലും തന്നെ വിളിക്കാൻ ആളുകൾ മടിക്കില്ലേ? തന്റെ ജീവിത മാർഗമല്ലേ ആ സംഭവം തകർത്തു കളഞ്ഞത്?

അപ്പപ്പൻ ആകെ തകർന്നു.

കൃഷ്ണപുത്രന് ഏറെ ദുഃഖം തോന്നി. സ്നേഹമുള്ളവർക്ക് ദുഃഖം വരുമ്പോഴാണ് ദുഃഖത്തിന്റെ ആഴം മനസിലാവുക.

ആ സ്നേഹം നണ്ണനും കിട്ടിയതല്ലേ. എന്നിട്ടും അവൻ എന്തിന് അത്തരം ഒരു പ്രവൃത്തി ചെയ്തു. അതാണ് ഒട്ടും മനസിലാവാത്തത്.

മൂന്ന്

വഴിയിലിറങ്ങിയപ്പോൾ കൃഷ്ണപുത്രൻ ഓർത്തു, വത്സലയുടെ വീടടുത്താണ്, ഒന്നു കയറിയാലോ.

ഇന്റർവ്യൂ കഴിഞ്ഞു വരുമ്പോഴെല്ലാം വത്സലയെ കാണുക പതിവാണ്. പക്ഷേ, ഇത്തവണ തനിക്കെന്തുപറ്റി? താൻ എന്തേ പോവാത്തത്? വേലിക്കരികിൽ താൻ അവളെ കണ്ടതാണ്. എന്നാലും അങ്ങോട്ടു നോക്കാനേ പോയില്ല. വെറുപ്പുകൊണ്ടല്ല; കാണാനുള്ള ശേഷി ഇല്ലാത്തതുകൊണ്ട്. സ്വയം വെറുപ്പുതോന്നുന്നതുകൊണ്ട്.

കണ്ടാൽ ചോദിക്കും:

"ആനു ജോലിക്കുപോയിട്ട്?"

എന്തുപറയും? പഴയ മറുപടി തന്നെ, അതെത്ര പ്രാവശ്യം പറയണം. പിന്നെ ഒറ്റ ആശ്വാസം മാത്രമേയുള്ളു. അവൾ തന്നെ ആശ്വസിപ്പിക്കും. ആ ആശ്വാസം തന്റെ വിഷമങ്ങൾ തീർക്കും. തന്റെ ദുഃഖം സ്വയം ഏറ്റെടുത്തുകൊണ്ടുള്ള ആ ഭാവം. അതാണവളെ തനിക്കേറ്റവും ഇഷ്ടപ്പെട്ടവളാക്കിയത്. ഇതുപോലെ സ്നേഹിക്കാൻ ആരാ തനിക്കുള്ളത്.

എന്നും തനിക്കീ സ്നേഹം കിട്ടണേ. ഈ സ്നേഹം തന്റേതു മാത്രമാക്കാൻ എന്തൊരു കൊതിയാണ് മനസിൽ. പക്ഷേ, തനിക്കത് സ്വപ്നം കാണാനേ പറ്റുകയുള്ളു എന്ന് ചിലപ്പോൾ തോന്നാറുണ്ട്. അവൾ തന്നെ ആശ്വസിപ്പിക്കാറുണ്ട്. കാര്യമൊക്കെ ശരി തന്നെ, പക്ഷേ ജോലിയില്ലാത്ത, അടുത്തെങ്ങും കിട്ടുമോ എന്നുപോലും സംശയമുള്ള താൻ അവളുടെ സ്നേഹം അർഹിക്കുന്നുണ്ടോ? അതാണ് സംശയം. അവളുടെ സ്നേഹം! അതിനു മുമ്പിൽ താൻ നിസ്സാരൻ.

കഴിഞ്ഞ ദിവസം അവൾ വീട്ടിൽ വന്നത് കൃഷ്ണപുത്രൻ ഓർത്തു. വീട്ടിൽ വരാത്ത ദിവസം കുറവാണ്. എന്തെങ്കിലും കാരണം പറഞ്ഞ് അവൾ വീട്ടിൽ വരും, വരുന്നത് തന്നെ കാണാനാണ്. അതു തനിക്കറിയാം. വന്നില്ലെങ്കിൽ അതൊരു വിഷമവും.

അകത്ത് വത്സലയുടെ വർത്തമാനം കേട്ടപ്പോഴേ ഉള്ളം കുളിർത്തു.

ഒന്നിനും ശ്രദ്ധ ഉറയ്ക്കുന്നില്ല. എന്തുചെയ്യണമെന്ന് ഒരു തിട്ടവുമില്ല.

അവളുടെ വായിൽനിന്നും വീഴുന്ന ഓരോ വാക്കും മുത്തുപോലെ ഹൃദയത്തിന്റെ ചെപ്പിൽ സൂക്ഷിച്ചു.

എന്നിട്ടുമെന്തേ തന്നെ കാണാൻ അവൾ ചായ്പിൽ വരാത്തത്. അതാണ് പുത്രന് വിഷമം. ചായ്പിൽ താനൊറ്റയ്ക്കാണ്. അനിയന്മാരെല്ലാം ദേവസ്ഥാനത്തിൽ പോയിരിക്കുന്നു.

പെട്ടെന്ന് വത്സലയുടെ വർത്തമാനം കേട്ടു: " എന്താ അമ്മേ, കിഷ്ഷുത്താനു എവിടെ പോയിരിക്കയാ?"

പുത്രൻ ശ്രദ്ധിച്ചു. ഉള്ളിൽ കിനിഞ്ഞിറങ്ങുന്ന തേനിന്റെ മധുരം അവൻ അനുഭവിച്ചു.

"ആ ചായ്പിൽ കാണണമല്ലോ. പോയി നോക്കരുതോ." അമ്മ പറയുന്നതു കേട്ടു.

വത്സലയുടെ ശബ്ദം കേട്ടില്ല. അടുക്കളയിൽ അനക്കമൊന്നും കേട്ടതുമില്ല. അമ്മ കുളിക്കാനുള്ള ഒരുക്കത്തിലായിരുന്നു എന്ന് പുത്രൻ ഓർത്തു.

ചായ്പിൽ പുത്രന് ഇരിക്കാൻ സഹിക്കാതായി, എന്തേ അവൾ വരാത്തത്? താനിനി അങ്ങോട്ടു ചെല്ലണമെന്നുണ്ടോ? ഏയ്, അതു വേണ്ട.

ആരോ പതുങ്ങി വരുന്നത് പുത്രനറിഞ്ഞു. ശ്രദ്ധിച്ചു. എവിടെയോ പാദസരത്തിന്റെ ശബ്ദം. മനസിലായിരിക്കും.

നോക്കിയപ്പോൾ വത്സല. പുത്രനെ സൂക്ഷിച്ചുനോക്കി വാതിൽപ്പടിയിൽ.

പെട്ടെന്നു ശ്രദ്ധിച്ചു. കൈയിൽ എന്തോ ഉണ്ട്. എന്തെങ്കിലും തിന്നാനായിരിക്കുമോ. കൊതിയൂറി. അതങ്ങനെയാണ് . എന്തെങ്കിലും വിശേഷാൽ ഉണ്ടാക്കിയാൽ അതിലൊരു പങ്ക് പുത്രനു തീർച്ചയാണ്.

പക്ഷേ, മിണ്ടാതെ നിൽക്കുന്ന വത്സലയെ കൗതുകത്തോടെ നോക്കി നിൽക്കാനേ പുത്രനു കഴിഞ്ഞുള്ളൂ. മനസ്സ് ഭാരമില്ലാതെ ഒഴുകി നടക്കുന്നതുപോലെ തോന്നി അവന്.

"ങും! എന്താ ആദ്യമായി കാണുകയാ?" ഗൗരവം വരുത്തി പുത്രൻ ചോദിച്ചു.

"അതെ." വത്സല കുസൃതിച്ചിരിയോടെ മൊഴിഞ്ഞു.

മുറിയിൽ വത്സലയും കൃഷ്ണപുത്രനും മാത്രം. ചിറകുമുളച്ചിരുന്നെങ്കിൽ കൈയെത്തിപ്പിടിക്കാവുന്ന ഈ സ്വപ്നത്തെ പിടിയിലൊതുക്കി പറന്നുയരാമായിരുന്നു.

പുത്രന്റെ നോട്ടം കണ്ട് അവൾ അങ്ങോട്ടു ചോദിച്ചു:

"ആ, ആദ്യമായി കാണുകയാ?"

"അതെ!" പുത്രന്റെ ഉത്തരം അവളെ പൊട്ടിച്ചിരിപ്പിച്ചു.

പുത്രന്റെ കൈകൾ നീണ്ടു. അവളെ തൊടാൻ. അവൾ അകന്നു നിന്നു.

പിന്നെ മെല്ലെ പറഞ്ഞു.

"പിന്നെ, ആനുവിന് ഒരു സാധനം തരാനാ ഞാൻ വന്നത്".

"സാധനമോ?"

"ദാ! നോക്കൂ."

അവൾ പൊതി നീട്ടി.

അവൻ പൊതിയല്ല കണ്ടത്. താമരയിതളിന്റെ നിറമുള്ള കൈകൾ നീണ്ടുവരുന്നതാണ്.

അവൻ സ്വപ്നം കണ്ടു നിന്നു. ആ കൈകൾ, നെഞ്ചോടു ചേർത്തു കൊതിതീരെ തഴുകാൻ തോന്നി.

"എന്താ മിഴിച്ചുനോക്കുന്നെ? തിരുപ്പതി നിവേദ്യമാ."

വത്സലയുടെ വാക്കുകൾ പുത്രനെ സ്വപ്നത്തിൽനിന്നും ഉണർത്തി.

"കിഴക്കേതിലെ ആനു തിരുപ്പതിക്കു പോയിരുന്നു."

പുത്രൻ നിവേദ്യത്തിന്റെ ഒരു കഷണം എടുത്തു. അതുനോക്കി വത്സല നിന്നു.

"വത്സല തിന്നോ?"

"ഇല്ല."

"അതെന്താ?"

അവളുടെ മുഖം കറുത്തതുപോലെ.

"എനിക്കമ്മ തന്നതാ ഇത്. ഞാൻ ചേട്ടനുവേണ്ടി കൊണ്ടന്നതാ, ആരും കാണാതെ."

പുത്രൻ ഒരുനിമിഷം പഴയ സ്വപ്നത്തിലായിരുന്നു. താനും വത്സലയും പറക്കുന്നതവൻ കണ്ടു.

"ചേട്ടൻ എനിക്കൊരു കഷണം തന്നാൽ മതി."

"അതേയോ?"

പുത്രൻ ഒരു കഷണം അവളുടെ കൈയിൽവെച്ചു. പക്ഷേ, കൈകൾ അകലാൻ മടിക്കുന്നതുപോലെ. അവളുടെ കൈയിലെ മൃദുലതയിൽ പുത്രന്റെ കൈകൾ അലിഞ്ഞു.

അമ്മയുടെ കാലടി ശബ്ദം കേട്ടപ്പോൾ വത്സല പെട്ടെന്നൊഴിഞ്ഞു മാറി.

പുത്രന് സ്വപ്നം വീണ്ടും കാണാൻ കഴിഞ്ഞു.

വത്സലയുടെ വീടെത്തിയതറിഞ്ഞില്ല. ഗേറ്റ് കടന്നുപോകുമ്പോൾത്തന്നെയുണ്ട്, വത്സലയുടെ അനിയൻ.

"ആനുവിനെ അമ്മ കാത്തിരിക്കയാ." മുറ്റത്തെത്തിയപ്പോൾ, വരാന്തയിലുണ്ടായിരുന്ന വത്സല പെട്ടെന്ന് അകത്തേക്കു പോയത് പുത്രൻ ശ്രദ്ധിച്ചു. പരിഭവമായിരിക്കും. ഇന്റർവ്യൂ കഴിഞ്ഞ വിവരം പറയാത്തതിൽ.

വത്സലയുടെ അമ്മ വന്നപ്പോഴും പുത്രൻ നിൽപ്പാണ്.

"ങും! നെനക്കെന്തു പറ്റി. നീ ഈ വഴിതന്നെ മറക്കാനുള്ള ഭാവമാ?"

"ഏയ്, അങ്ങനെയൊന്നുമില്ല. ഓരോന്നാലോചിച്ചു നടന്നപ്പോൾ അറിഞ്ഞില്ല."

പുത്രൻ രക്ഷപ്പെടാനുള്ള തിടുക്കത്തിലായിരുന്നു.

"എന്താലോചന. ഒരു പ്രാവശ്യം ജോലി കിട്ടിയില്ലെന്നു വിചാരിച്ച് നീ ഇങ്ങനെ തലകുനിച്ചു നടന്നാലോ?"

പുത്രൻ മിണ്ടിയില്ല. എന്തുപറയാൻ. ശരിയല്ലേ. പറയുന്നതിലും കാര്യമില്ലേ?

"ങാ! നീ രണ്ടു മൂന്നു ദിവസമായില്ലേ ഇവിടെ വന്നിട്ട്. വത്സലയുടെ അച്ഛൻ നെന്നെ അന്വേഷിച്ചിരുന്നു."

വത്സലയുടെ അച്ഛന് കച്ചവടമാണ്. കടയിലെ കണക്ക് വീട്ടിൽ വന്നിട്ടാണ് ശരിയാക്കുക. താൻ വെറുതെ നടക്കുകയല്ലേ, കണക്കെങ്കിലും ശരിയാക്കി കൊടുക്കരുതോ എന്ന്. വത്സലയും അമ്മയും നിർബന്ധിച്ചപ്പോൾ പുത്രന് ചെയ്യേണ്ടിവന്നു.

പക്ഷേ, പിന്നെ മനസിലായി. താനവിടെ ചെല്ലുന്നതിൽ വത്സലയുടെ അച്ഛന് അത്ര തൃപ്തിയൊന്നുമില്ലെന്ന്. ജോലിയില്ലാത്ത വെറും വാധ്യാരുചെക്കനെ ആരാ ഇഷ്ടപ്പെടുക. പക്ഷേ, പുറത്തുപറഞ്ഞില്ലെന്നു മാത്രം.

അതൊന്നും ഇവർ അറിഞ്ഞിരിക്കാനിടയില്ലല്ലോ. അതുകൊണ്ട് പുത്രൻ ഒന്നും പറഞ്ഞില്ല.

"നീ ഇരി. ഞാനിതാ വരുന്നു."

ഇരിക്കണോ, അതോ പോകണോ? എന്തുചെയ്യണം. ഇറങ്ങാം. ഇവിടെ നിന്നിട്ടു കാര്യമില്ല.

പെട്ടെന്ന്:

"ആനു പോകയാ."

"ങെ!" നോക്കിയപ്പോൾ വത്സല. അവൾ തന്നെ ശ്രദ്ധിക്കയായിരുന്നോ? പരിഭവം തീർന്നോ?

നോക്കി. കണ്ണുകളിൽ എന്താണ്! നിറഞ്ഞിരിക്കുന്നുവോ.

"എന്നാലും എന്നോട് ഒന്നു മിണ്ടാണ്ടിരിക്കാൻ ഞാനെന്താ ചെയ്തെ ആനു?"

പുത്രന് ഉത്തരമില്ല.

"ഞാൻ എത്രനേരം വേലിക്കരികിൽ നിന്നു. എന്നിട്ടൊന്നു നോക്കാൻ ആനുവിനു തോന്നിയില്ല."

"എന്റെ വിഷമം വത്സലയെന്തേ ഓർക്കാത്തെ," പുത്രന്റെ വാക്കുകളിൽ ദയനീയത നിഴലിച്ചിരുന്നു.

"അതെനിക്കറിയില്ലെന്നാണോ. എന്റെ ചേട്ടാ, ചേട്ടനെക്കാളും വെഷമം എനിക്കാണെന്നു ചേട്ടനിതുവരെ മനസിലായില്ലെന്നോ."

അവൾ കേണു.

പുത്രൻ വിഷമിച്ചു. ശരിയാണ്. എത്രതവണ അവൾ തന്നോടു പറഞ്ഞിരിക്കുന്നു. തനിക്കു ജോലി കിട്ടാത്തതിൽ സങ്കടപ്പെട്ടിരിക്കുന്നു. എന്നിട്ടു തനിക്കിതുവരെ അതു മനസിലാക്കാൻ കഴിഞ്ഞില്ലല്ലോ.

"അഗൊ വത്സലാ."

അമ്മ വത്സലയെ അകത്തേക്കു വിളിച്ചു.

പുത്രൻ വരാന്തയിൽ ഏകനായി.

വളവു തിരിഞ്ഞ് വത്സലയുടെ അച്ഛൻ വരുന്നത് അവൻ കണ്ടു. താൻ വരാന്തയിൽ നിൽക്കുന്നതു കാണേണ്ട. താൻ ദുശ്ശകുനമാണ്.

പുത്രൻ ധൃതിയിൽ ഇറങ്ങി നടന്നു.

നാല്

ആബു[1]വിന്റെ ആണ്ടുശ്രാദ്ധം ഇത്തവണ നടത്താൻ തന്നെ ആയിരുന്നു ബിക്കുവാധ്യാരുടെ തീരുമാനം. മൂന്നു കൊല്ലത്തെ മുടക്കുണ്ട്. കൂടെ ആയി[2]യുടെയും കൂടി നടത്തിയാൽ ചെലവു കുറെ കുറഞ്ഞു കിട്ടും. പിന്നെ കുറച്ചു കൊല്ലത്തേക്ക് അതിനെക്കുറിച്ച് ചിന്തിക്കേണ്ടല്ലോ.

ശ്രാദ്ധം, തിഥിയും നക്ഷത്രവും നോക്കിയേ നടത്താവൂ എന്നൊക്കെയുണ്ട്. അതൊന്നും ബിക്കു അത്ര കാര്യമാക്കിയില്ല. നല്ല ദിവസം നോക്കി ശ്രാദ്ധം കഴിക്കണം. അത്ര തന്നെ.

ഏതെങ്കിലും ഒരു ഗൃഹസ്ഥന്റെ മഠത്തിലെ കാര്യമായിരുന്നെങ്കിൽ ഇതൊക്കെ വലിയ ചിട്ടയോടെ നോക്കി ചെയ്യുമായിരുന്നു ബിക്കു. തിഥിയും നക്ഷത്രവും നോക്കും. ഒരു മുടക്കുപോലും സമ്മതിക്കില്ല. എങ്ങനെ മുടങ്ങാൻ! ഓരോ ഗൃഹസ്ഥന്റെ വീട്ടിലെയും അടിയന്തിരദിവസങ്ങൾ ബിക്കുവിനു മനഃപാഠമാണ്.

അതൊന്നും ഒരിക്കലും മറക്കാൻ പോണില്ല. ചില മടിയന്മാരായ ഗൃഹസ്ഥന്മാരുണ്ട്. അവരിതിലൊന്നും അത്ര താൽപ്പര്യമുള്ള കൂട്ടത്തിലല്ല. ഇതിനെക്കുറിച്ച് ഓർമയുമില്ല. ഭട്മാമന്മാർ എന്നൊരുവർഗം തന്നെ ഉണ്ടെന്നു സംശയമുള്ളതു പോലെയാണവരുടെ പോക്ക്.

പക്ഷേ, ബിക്കുവിന് അതൊക്കെ അങ്ങനെ അങ്ങു തള്ളാനൊക്കുമോ. ബിക്കുവിനല്ല, ഒരു വാധ്യാർക്കും അതു സാധ്യമെന്നു തോന്നുന്നില്ല.

ശ്രാദ്ധത്തിനു തലേന്നു തന്നെ ഗൃഹസ്ഥനെ, അതിനെക്കുറിച്ച് ഓർമിപ്പിക്കേണ്ട ഗതികേടാണ് വാധ്യാമ്മാർക്കുള്ളത്. ആ വർഗത്തിന്റെ ഒരു കടമപോലെ.

ഒരുദിവസം ഒരു ശ്രാദ്ധം. രണ്ടുപേരുടേത് ഒരുദിവസം നടത്താൻ പാടില്ല. നടത്തരുത്. നടത്തിയാലോ? ആകാശം ഇടിഞ്ഞു വീഴത്തൊന്നുമില്ല.

പക്ഷേ, വാധ്യാർക്കുള്ള ദക്ഷിണയും കോപ്പയും കുറയും. രണ്ടു വർഷികിനുള്ള ദക്ഷിണയും സദ്യയും ഒന്നിൽ ചുരുങ്ങും. അതിനുള്ള ഇടം കൊടുക്കരുത്. ഒരുതവണ അതനുവദിച്ചാൽ അതൊരു പതിവാകും.

---

1. ആബു = അപ്പൂപ്പൻ.
2. ആയി = അമ്മൂമ്മ.

ആ പതിവ് ഗൃഹസ്ഥന്മാര് ആചാരമാക്കിയാൽ തന്നെപ്പോലുള്ളവരുടെ ഗതി എന്താവും. അതൊന്നും ചിന്തിക്കാൻപോലും വയ്യ. അതുമല്ല, ഇക്കാലത്തൊക്കെ ഇതിൽ വിശ്വാസവും കുറഞ്ഞുവരുന്ന സമയം.

ഓരോ ആചാരവും കുറഞ്ഞുവരുന്നു. ഉള്ള ആചാരങ്ങൾതന്നെ വെറും ചടങ്ങുകളായി തീരുന്നു. കർമങ്ങൾ നടത്തണം. അതൊരു നടപടിക്രമം എന്ന നിലയ്ക്കു മാത്രം. ആ ചിട്ട നടന്നു കാണണമെന്നല്ലാതെ, അതിനൊന്നും താൽപ്പര്യമുണ്ടായിട്ടൊന്നുമല്ല.

അതിനിടയ്ക്കു മുരടിച്ചുപോകുന്ന ജീവിതങ്ങളെക്കുറിച്ച് ആരു ചിന്തിക്കുന്നു. ചിന്തിച്ചിട്ടെന്തു കാര്യം. വാധ്യാമ്മാരെ രക്ഷിക്കാമെന്ന് ആരും ഏറ്റിട്ടില്ലല്ലോ.

അടിയന്തിരങ്ങളിൽ പ്രധാന സ്ഥാനം ഗൃഹസ്ഥനാണ്.

പക്ഷേ, ചില ഗൃഹസ്ഥന്മാർക്ക് അതിനുള്ളനേരം പോലും കിട്ടാറില്ല. സമയക്കുറവ്. പിന്നെ തിരക്കോടു തിരക്കും. പിന്നെ വാധ്യാമ്മാരുടെ നിർബന്ധം ഒന്നുകൊണ്ടുമാത്രം അവരിതൊക്കെ ചെയ്യുന്നു. എല്ലാ കർമങ്ങളും വാധ്യാരുതന്നെ അങ്ങു നടത്തിയാൽ നന്നായിരുന്നു എന്നു വരെ ആയിട്ടുണ്ട്. ഗൃഹസ്ഥൻ വെറും കാഴ്ചക്കാരനായും.

അങ്ങനെയുള്ള ഒരുത്തനായിരുന്നു അനന്തഷേണായി.

ഷേണായിയുടെ അച്ഛന്റെ ശ്രാദ്ധം നടത്താനായി ബിക്കുപോയ ദിവസം. അച്ഛന്റെ പിണ്ഡം നടത്തുമ്പോൾ, മകൻ അടുത്തിരുന്ന്ചില കർമങ്ങൾ ചെയ്യേണ്ടതുണ്ട്. പവിത്രക്കെട്ടു കെട്ടി ഗൊച്ചന്ദനം കൊണ്ട് കുറികൾതൊട്ട് താറുടുത്ത് പിതൃതൃപ്തിക്കു വേണ്ടി കുറച്ചു സമയം ചെലവഴിക്കേണ്ടിവരും. പക്ഷേ, അതിലൊന്നും അശേഷം സമയമില്ല. ഷേണായിക്ക്; വിശ്വാസവും.

വലിയ ഒരു ബിസിനസുകാരനാണ് ഷേണായി, ശ്രാദ്ധം നടത്തുന്ന സമയമുണ്ടെങ്കിൽ ആയിരത്തിന്റെ കച്ചവടം നടത്താം. ശ്രാദ്ധം നടത്തിയിട്ടെന്താ പുണ്യം. തന്റെ ബിസിനസിനു വല്ലതും ഉപകരിക്കുമോ. എന്തൊക്കെയോ ഗോഷ്ടികള്. ഇതൊക്കെ നിർത്തേണ്ട സമയം കഴിഞ്ഞിരിക്കുന്നു എന്നാണയാൾക്കു തോന്നിയിട്ടുള്ളത്. എന്തൊക്കെ വിഡ്ഢിത്തങ്ങൾ. പ്രയോജനകരങ്ങളായ എത്രയോ കാര്യങ്ങൾ കിടക്കുന്നു.

അല്ല പിന്നെ! രണ്ടുരുള പിണ്ഡം കൊണ്ടല്ലേ അച്ഛൻ ഒരുകൊല്ലം കഴിയാൻ പോണത്.

ചിരിക്കാനാണ് ഷേണായിക്കു തോന്നിയിട്ടുള്ളത്. പക്ഷേ, ചിരിക്കുന്ന ചിലതൊക്കെ നമ്മൾ അറിയാതെതന്നെ ചെയ്യേണ്ടി വരുമെന്നയാൾ സമാധാനിച്ചു. അതിലൊന്നു മാത്രം ഇത്.

പിന്നെ ബിക്കുവിന്റെ ഭാഗ്യം എന്നു മാത്രം കരുതിയാൽ മതി. ഷേണായി അതൊക്കെ അങ്ങു ചെയ്യുന്നു എന്നു മാത്രം.

ഷേണായിയുടെ മഠത്തിൽ വർഷികിനു പോയാൽ കുറഞ്ഞത് അഞ്ചുരുപയെങ്കിലും ദക്ഷിണ കിട്ടുമെന്നത് തീർച്ചയാണ്. പിന്നെ കുറച്ച് നല്ല അരിയും തേങ്ങയും.

എന്നിട്ട് ആ ഷേണായി ഒരിക്കൽ പറഞ്ഞതെന്താണെന്നോ? ഓർക്കുമ്പോൾ ആർക്കും ചിരിപൊട്ടും.

ബിക്കുവിനും ചിരി മുട്ടിയതാണ്. നല്ല കച്ചവടമുള്ള ഒരുദിവസമായിരുന്നു. ഷേണായിയുടെ ബപ്പായുടെ വർഷിക്.

ശ്രാദ്ധത്തിന്റെ ഓരോ ചടങ്ങും ഷേണായിയെക്കൊണ്ട് ബിക്കു ചെയ്യിച്ചു. ഉപായമാക്കികളയരുത്. ശരിക്കു ദക്ഷിണ കിട്ടുന്നതാണ്. പിണ്ഡം വെക്കേണ്ട സമയം. വെന്തചോറെടുത്ത്, ഇനി പിണ്ഡമാക്കിയാൽ മതി. അതിനുശേഷം തിലോദകവും പുഷ്പാർച്ചനയും.

പെട്ടെന്നാണ് കടയിൽനിന്ന് ആരോ ഓടിവന്നത്. ദൂരെനിന്നും ഏതോ ഒരു വലിയ കക്ഷി വന്നിരിക്കുന്നു. കടയിൽ ഷേണായി വന്നാലേ കച്ചവടം നടക്കൂ. വൻബിസിനസുകാരനാണ്. നമുക്ക് വേണ്ടപ്പെട്ടവനായിത്തീരാൻ സാധ്യതയുണ്ട്.

കേൾക്കാത്ത താമസം, ഷേണായി വേറൊന്നും ചിന്തിച്ചില്ല. താൻ ബപ്പായുടെ ശ്രാദ്ധം നടത്തുകയാണ്. അടുത്തുതന്നെ ഭൊട്ട്മാമനുണ്ട്, എന്നൊന്നും അയാൾ ഓർത്തില്ല.

എഴുന്നേറ്റു പോവാനുള്ള ഭാവമാണ്. ഞെട്ടി ഉണർന്നപോലെ ബിക്കുവിനെ അയാൾ നോക്കി.

"ഓ, ഇനി ചെയ്യേണ്ടത് എന്ത്വാന്നുവെച്ചാ ഭൊട്ടുമാമു തന്നെ അങ്ങു ചെയ്തേരെ."

ബിക്കു സ്തംഭിച്ചുപോയി. എന്താണിയാൾ പറഞ്ഞതെന്ന് ഇയാൾക്കു വല്ല നിശ്ചയവുമുണ്ടോ? ബിസിനസ് എന്നൊക്കെ പറയുമ്പോഴേക്ക് എന്തെല്ലാം മറക്കുന്നു മനുഷ്യര്. സ്വന്തം അച്ഛന്റെ പിണ്ഡം വെക്കേണ്ട മകൻ. അതു വാധ്യാരു തന്നെ അങ്ങു ചെയ്താൽ മതിയെന്നു പറഞ്ഞാൽ ഷേണായിയുടെ അച്ഛന്റെ ആത്മാവ് എന്തുവിചാരിക്കും. മകന്റെ കൈയിൽനിന്നും ഒരുരുള ചോറു വാങ്ങാൻ പിതൃലോകത്തുനിന്നു വന്ന ബപ്പായുടെ ആത്മാവ് വെറും വാധ്യാരുടെ കൈകളിൽനിന്നും വാങ്ങിക്കഴിക്കുന്ന ഗതികേട് ഓർത്തിട്ട് ബിക്കുവിന് ശ്വാസംമുട്ടി.

ചില മന്ത്രങ്ങളൊക്കെ ഗൃഹസ്ഥൻ കൂടി ഏറ്റു ചൊല്ലണമെന്നുണ്ട്. അതും ചിലപ്പോൾ ഗൃഹസ്ഥനെ ബുദ്ധിമുട്ടിക്കേണ്ട എന്നു കരുതി ഭൊട്ടുമാമുതന്നെ ചൊല്ലാറാണു പതിവ്. മന്ത്രാവസാനം വല്ല ക്രിയകളും ഉണ്ടെങ്കിൽമാത്രം ഗൃഹസ്ഥനെക്കൊണ്ടു ചെയ്യിക്കും.

പക്ഷേ, അതുപോലാണോ പിണ്ഡമൂട്ട്. ഗൃഹസ്ഥൻ തന്നെ ചെയ്യേണ്ട കർമം എത്ര ലാഘവത്തോടെയാണ് ഭട്മാമനെ ഏൽപ്പിച്ചത്. എത്ര വർഷിക് ഷേണായി നടത്തിയിട്ടുണ്ട്. എന്നിട്ടും അതിനെക്കുറിച്ച് യാതൊരു വിവരവുമില്ലാതെ സംസാരിച്ചതാണ് അതിശയം.

അത്രയ്ക്കൊക്കെയേ ഷേണായിക്ക് താൽപ്പര്യം ഉള്ളൂ എന്നു കരുതി ബിക്കു. അന്നുപിന്നെ ഉപായത്തിൽ അയാളെക്കൊണ്ടുതന്നെ പിണ്ഡമൂട്ടുക്രിയ എങ്ങനെയൊക്കെയോ ചെയ്യിച്ചു ബിക്കു. ബിക്കുവിനുതന്നെ തോന്നി ആകെ ഒരു മടുപ്പ്.

സ്വന്തം കാര്യമാകുമ്പോൾ പിന്നെ ഈവക ബദ്ധപ്പാടുകളൊന്നും വേണ്ട. നക്ഷത്രവും വേണ്ട, തിഥിയും വേണ്ട എത്ര മുടക്കുണ്ടെങ്കിലും ഒരുദിവസം തന്നെ എത്ര വർഷിക് വേണമെങ്കിലും നടത്താം. വാധ്യാരല്ലേ.

ചിലപ്പോൾ തോന്നും ബാക്കിയുള്ളവർക്കുവേണ്ടി വാധ്യാമ്മാരു തന്നെ ഉണ്ടാക്കിയ ഒരു ജീവിതരീതിയാണോ ഇതെന്ന്. അവരുടെ ഇഷ്ടപ്പടി എന്തുവേണമെങ്കിലും മാറ്റിമറിക്കാം. ആരു ചോദിക്കാൻ.

ആലപ്പുഴയിൽനിന്നും അപ്പുലവാധ്യാരെ അന്നേരം ബിക്കു അത്ര പ്രതീക്ഷിച്ചിരുന്നില്ല. എന്നാലും തന്നെ അന്വേഷിച്ച് അയാൾ വന്നപ്പോൾ ബിക്കുവിന് എന്തോ അപാകതതോന്നി.

ബിക്കു പഞ്ചാംഗവും മറ്റും നീക്കിവെച്ചു.

“ഓ, അപ്പുലവെ!”

അപ്പുലു വരാന്തയിൽ കേറിയിരുന്നു.

“ഇത്തെ വിശേഷു അപ്പുലു?”

ജിജ്ഞാസയോടെ ബിക്കുചോദിച്ചു.

“വിശേഷു അസ്സ്.”

അയാൾ വിശേഷങ്ങൾ പറഞ്ഞപ്പോൾ ബിക്കു ഉള്ളാലെ സന്തോഷിച്ചു.

ആലപ്പുഴയിലെ ഒരു ഭൊട്ടുവാണ് അപ്പുലവാധ്യാർ. ധാരാളം ഭട്പൺ സ്വന്തമായുള്ളയാൾ. അയാടെ ഒരു ഗൃഹസ്ഥന്റെ മഠത്തിൽ ശ്രാദ്ധം നടത്തേണ്ടതുണ്ട്. നേരത്തെ പറഞ്ഞുറപ്പിച്ചതാണ്. ഗൃഹസ്ഥൻ എല്ലാറ്റിനും ഒരുങ്ങുകയും ചെയ്തു മാറ്റിവെക്കാൻ പറ്റത്തില്ല. ഗൃഹസ്ഥനാണെങ്കിൽ നൂറുകൂട്ടം ജോലികൾ കിടക്കുന്നു. ഇതിനുവേണ്ടി ഇനി സമയം നീക്കിവെക്കാനൊക്കില്ല.

അപ്പോഴാണ് അപ്പുലുവിനു പെല വന്നത്. തലേന്ന് എന്തുചെയ്യും. ശ്രാദ്ധം നടത്താനൊക്കുമോ. നീട്ടിവെക്കാനൊക്കുമോ മുടക്കാൻ ഒക്കുമോ? ഗൃഹസ്ഥന്റെ കാര്യത്തിന് മുടക്കം വരാൻ പറ്റില്ലല്ലോ. അയാൾക്കെന്തെങ്കിലും അസൗകര്യം വന്നാൽ ഏതു കാര്യവും മാറ്റിവയ്ക്കാം. വാധ്യാരുടെ സൗകര്യം നോക്കേണ്ട. കാര്യം ഗൃഹസ്ഥനല്ലേ. വാധ്യാർ എങ്ങനെയെങ്കിലും നടത്തണം. അതയാളുടെ ബാധ്യതയാണ്.

അതുമല്ല വേറെ വാധ്യാരെ വിളിക്കാമെന്നു വെച്ചാൽ ജൈജി[1] വാധ്യാമ്മാർക്കെല്ലാം സുർക്കല്[2] ഉണ്ട്. പിന്നെ ഉള്ള വാധ്യാർക്ക് വേറെ അടിയന്തിരങ്ങൾ നടത്താനുണ്ടുതാനും.

അപ്പുലവാധ്യാർ എന്തുചെയ്യും? അയാൾ കുഴങ്ങി. പിന്നെ ഓർത്തപ്പോൾ ബിക്കുവിനെയാണ് അയാൾ മനസിൽ കണ്ടത്. അപ്പുലുവും ബിക്കുവും വളരെ അടുപ്പമൊന്നുമില്ലെങ്കിലും ചിലയിടങ്ങളിൽ ഒന്നിച്ചു

1. ജൈജി = പെലബന്ധം ഉള്ളവർ
2. സുർക്കല് = പെല

പോയപ്പോൾ കണ്ട പരിചയമുണ്ട്. പിന്നെപ്പിന്നെ അടുപ്പവുമായി. ആ അടുപ്പത്തിൽ അയാൾ പുറക്കാട്ടെത്തി.

ബിക്കു വർഷിക് ഒന്നു നടത്തിത്തരണം. തന്റെ അഭിമാനം കാക്കണം.

ബിക്കുവിന് അത്രയ്ക്കങ്ങട്ട് അപ്പുലുവിനെ തള്ളാനും ഒക്കില്ല. ആലപ്പുഴയിലെ ചില അടിയന്തിരങ്ങളിൽ അപ്പുലു ബിക്കുവിനെ ഓർത്തിട്ടുണ്ട്. അപ്പുലുവിന്റെ ഗൃഹസ്ഥഗൃഹങ്ങളിൽ തേറാവോ നടക്കുമ്പോൾ പതിമ്മൂന്നു പേരിൽ ഒരാളായി ബിക്കുവിനെ അപ്പുലു എടുത്തിരുന്നു. ഒന്നല്ല; എത്രയോ പ്രാവശ്യം. പതിമ്മൂന്നിലൊരാളായി തെരഞ്ഞെടുക്കപ്പെടണമെന്നുണ്ടെങ്കിൽ കുടുംബപുരോഹിതന്റെ സമ്മതം കൂടിയേ തീരൂ. അയാളാണ് പതിമ്മൂന്നു ഭൊട്മാമന്മാരെ തെരഞ്ഞെടുക്കുന്നത്.

അപ്പുലു തന്നെ അങ്ങനെ സഹായിച്ചിട്ടുണ്ട്. അന്നു കിട്ടിയ ദക്ഷിണയും കോപ്പുകളും ഓർത്തിട്ടു ബിക്കുവിനു പോകാതിരിക്കാൻ വയ്യാതായി. താനും അയാളെ രണ്ടുമൂന്നിടത്ത് പതിമ്മൂന്നാമതൊരാളായിട്ട് എടുത്തിട്ടുള്ള കാര്യം വേറെ.

എന്തു ചെയ്യണം, ആ ദിവസംതന്നെയാണ് ആബുവിന്റെ ശ്രാദ്ധം. ഒറ്റ പോംവഴിയേ ഉള്ളൂ. ആബുവിന്റെ ശ്രാദ്ധം മാറ്റിവെക്കുക. അതിൽ ത്തന്നെ ആരും കുറ്റപ്പെടുത്തുകയില്ല. തന്റെ ആബുവിന്റെ ശ്രാദ്ധം മാറ്റി വെച്ചാൽ ആർക്കാണ് ദക്ഷിണ കുറയുക? ആർക്കാണു വേവലാതി?

തന്നെക്കൊണ്ട് വർഷിക് ചെയ്യിക്കുന്നവനും വാധ്യാരു തന്നെയല്ലേ?

പിന്നെ ആബുവിന്റെ ആത്മാവ്! ആബു വാധ്യാരല്ലായിരുന്നോ? ആബു തന്നെ സ്വന്തം ബപ്പായുടെ ശ്രാദ്ധം എത്രതവണ മാറ്റിവെച്ചിട്ടുണ്ടാവും? അന്നൊക്കെ എല്ലാ ദിവസങ്ങളിലും ഗൃഹസ്ഥഗൃഹങ്ങളിൽ എന്തെങ്കിലും അടിയന്തിരങ്ങൾ കാണാതിരിക്കില്ല. അതിനിടയ്ക്ക് അച്ഛന്റെ ശ്രാദ്ധം നടത്താൻ ആബുവിനെവിടെ സമയം?

മാറ്റിവെക്കുകതന്നെ. അതൊക്കെത്തന്നെ ആബു ചെയ്തുകാണും.

ബിക്കു മനസിലോർത്തു. ആബു തന്നോടു ക്ഷമിക്കും. സംശയമില്ല. ആബുവിന്റെ ശ്രാദ്ധത്തിനുവേണ്ടി ശരിയാക്കിവെച്ച ദർഭയും 'പവിത്ര'വും എടുത്തു ചെല്ലത്തിൽ വെച്ചു. ചെല്ലത്തിൽ ആവശ്യത്തിനുള്ള സാമഗ്രികൾ ഉണ്ടോ എന്നു നോക്കി. സഞ്ചി ഒരുക്കിവെച്ചു. അപ്പോൾ തന്നെ അപ്പുലുവുമൊന്നിച്ച് ബിക്കു ആലപ്പുഴയ്ക്കു പോവുകയും ചെയ്തു.

കൃഷ്ണപുത്രൻ അച്ഛന്റെ പ്രവൃത്തി നോക്കിയിരുന്നു. എന്നാലും ഇത്ര പ്രതീക്ഷിച്ചിരുന്നില്ല. ദിവസങ്ങളായി അച്ഛൻ ഒരുങ്ങിയതാണു ശ്രാദ്ധത്തിന്. എന്നിട്ടിപ്പോൾ നടന്നതോ?

പ്രായം ചെന്നവനാണെങ്കിൽ പോലും കുട്ടികളെപ്പോലെ താനും തുള്ളിച്ചാടിയതുപോലെ ആയതാണ്, ഉത്സാഹം കൊണ്ട്.

വീട്ടിലൊരു വിശേഷം. എത്രയോ നാളുകൾകൊണ്ട് ഓടിയെത്തുന്ന ഒരു ഉത്സാഹം. അതും ഗൃഹസ്ഥഗൃഹങ്ങളിൽ സാധാരണമട്ടിൽ നട

ത്തുന്ന ഒരു അടിയന്തിരം. സ്വന്തം വീട്ടിൽ നടക്കുന്നു എന്നറിഞ്ഞാൽ ഏതൊരു ഭൊട്മാമൻകുട്ടിയാണു സന്തോഷിക്കാത്തത്.

അനിയന്മാർക്കാണെങ്കിൽ അതൊരു വലിയ ആശയായിരുന്നു. വീട്ടിലൊരു വിശേഷം നടക്കുക. ബപ്പാ വർഷിക് നടത്തുന്നതിനു മുറി ഒരുക്കുന്നതും നോക്കിനിൽക്കാം. മുറിയിൽനിന്നും സാധനങ്ങൾ മാറ്റാൻ സഹായിക്കാം. മുറി അടിച്ചുവാരി കഴിഞ്ഞാൽ ബപ്പ അരിപ്പൊടിക്കൊണ്ടു ഹോമത്തിനുള്ള കോലങ്ങൾ വരയ്ക്കുന്നതു നോക്കിനിൽക്കാം. അതൊക്കെ എന്തുരസമാണെന്നോ. അമ്മ ഈറൻ മാറാതെ വർഷികിനുള്ള ചോറും കറിയും പലഹാരങ്ങളും ശരിയാക്കുന്നതും അവർ മനസിൽ കണ്ടിരിക്കാം.

മന്ത്രം ചൊല്ലി അച്ഛനെക്കൊണ്ട് പുരോഹിതൻ ചെടിക്കമ്പുകൾ ഹോമത്തിൽ ഇടുവിക്കുന്നതും അവ പൊട്ടിത്തെറിച്ചു കത്തുന്നതും നോക്കി നിൽക്കുക ഒരു രസമല്ലേ.

പിതൃക്കളെന്ന പേരിലും ബ്രാഹ്മണൻ എന്ന പേരിലും മൂന്നിലകൾ വെക്കുന്നു. അതിലൊക്കെ ചോറും പോളികളും വെക്കുന്നു. അവയ്ക്കു പൂജ നടത്തുന്നു. അവരെ ഊട്ടുന്ന ചടങ്ങാണത്രെ അത്. അവരുടെ തൃപ്തിയാണ് വർഷികിന്റെ വിജയം

ഇതൊക്കെ ഓർത്തിട്ടാണ് കൃഷ്ണപുത്രനും ഇരുന്നത്. പിന്നെ വർഷീകിനു വേണ്ടിയുണ്ടാക്കുന്ന ഗാരിയുടെ മണം. അതിന്റെ സ്വാദ്. ഔ!

വർഷീക് എന്നുപറഞ്ഞാൽ അതിന്റെ കുടെ ഗാരി കാണണം. അത്രയ്ക്കാണ് അവ തമ്മിലുള്ള ബന്ധം. ഗാരിയില്ലാതെ എന്തു വർഷീക്.

ഉണ്ണുന്നതിനു മുമ്പ് വസ്പേളി[1] വെക്കണം. വസ്പേളിയിൽ എല്ലാം കാണും. മോദകം[2] പായസം, ചോറ്, പപ്പടം. അപ്പം.

വസ്പേളി വെച്ചിട്ട് ചുറ്റും വെള്ളം കൊണ്ട് വൃത്തം വരയ്ക്കുന്നു. വൃത്തത്തിനുള്ളിൽ വസ്പേളി. വസ്പേളി വെച്ചാലുടനെ കാക്കകൾ വരണമെന്നൊന്നുമില്ല. ചിലപ്പോൾ വളരെ താമസിക്കും.

കാക്കകൾ പിതൃക്കളാണത്രെ. ശ്രാദ്ധം കഴിക്കുന്ന ആളിന്റെ അച്ഛനോ അമ്മയോ വരുന്ന കാക്കയിൽ ആവേശിച്ചിരിക്കും എന്നാണ് സങ്കൽപ്പം. എന്തൊരു വിഡ്ഢിത്തം എന്ന് അന്ന് തോന്നിയില്ല.

ആത്മാവാണെങ്കിൽ ഒറ്റക്കാക്കയല്ലേ വരേണ്ടു? ഇതെന്താ ഇത്രയും കാക്കകൾ ? ആരോടാണ് ചോദിക്കാൻ ബപ്പായോട് ചോദിച്ചാൽ ദേഷ്യം വരും. ആവശ്യമില്ലാത്ത ചോദ്യങ്ങൾ. ചിലപ്പോൾ കിഴുക്കു കിട്ടും.

വസ്പേളി വെച്ചുകഴിഞ്ഞാൽ ദൂരെ മാറി നിൽക്കും. ചിലപ്പോൾ കാക്കകൾ വന്നില്ല എന്നിരിക്കും പേടികൊണ്ട്.

എന്നാലും താൻ വസ്പേളിയുടെ അടുത്തുതന്നെ നിൽക്കും. അത്

1. വസ്പേളി = ഊണ് തുടങ്ങുന്നതിനു മുമ്പ് കാക്കകൾക്ക് കൊടുക്കുന്ന ഭക്ഷണം. പിതൃക്കൾക്ക് കൊടുക്കുന്നതുപോലെയാണിത്.

2. മോദകം = ഒരു പലഹാരം.

കണ്ടിട്ടായിരിക്കും അച്ഛൻ പറയുക, "അറെ, കൃഷ്ണാപുത്താ, നീ ഇങ്ങു മാറി നിക്ക്. ദേ വേലിപ്പുറത്ത് രണ്ടെണ്ണമിരിപ്പുണ്ട്. പേടിച്ചിട്ടാവാം വരാത്തെ."

താൻ മാറിനിൽക്കും. എവിടെ? കാക്ക വരുന്ന ലക്ഷണമില്ല. വർഷീക് നടത്തിയതിൽ തൃപ്തിക്കുറവുണ്ടോ. ആത്മാവിന് പ്രീതിപ്പെട്ടില്ലെന്നോ.

അതാണോ ആ വേലിപ്പുറത്തെ കാക്ക തുറിച്ചകണ്ണുകളോടെ തങ്ങളെ നോക്കിയത്. അത് ആബു ആയിരിക്കുമോ എന്നൊക്കെ മനസിൽ തോന്നുമായിരുന്നു. അനിയന്മാർ അപ്പോഴേക്കും കൈയടി തുടങ്ങിക്കാണും. കാക്കയെ ആകർഷിക്കാൻ കൂടെ കാക്കയുടെ കരച്ചിൽ അനുകരിക്കും. ചിലപ്പോൾ കാക്ക വന്നെന്നിരിക്കും. വന്നു മണത്തു പോയെന്നുമിരിക്കും. കാക്ക അടുക്കുന്നത് കണ്ടാൽ പിന്നെ ശബ്ദിക്കില്ല. മറയത്തു നിൽക്കും. കാക്ക പേടിച്ചുപോയാലോ?

കാക്ക വന്നാലോ? കൈയടിക്കാരൻ താനാണ് കാക്കയെ വരുത്തിയതെന്ന് അഭിമാനിക്കും. ഇനി കാക്ക വന്നില്ലെങ്കിലൊ? എത്രനേരം ഇനി കാത്തിരിക്കും, സമയം മധ്യാഹ്നമായിരിക്കും. ഇനിയും കാത്തുനിന്നാൽ ഊണു സമയത്തിനാവില്ല. കാക്ക വരുന്നതുവരെ വിശപ്പിനെ തടഞ്ഞ് നിർത്താനാവുമോ? സദ്യയുടെ ചട്ടവട്ടങ്ങൾ ഓർക്കുമ്പോൾത്തന്നെ വായിൽ വെള്ളമൂറും.

എന്തേ കാക്ക വരാത്തെ?

തന്റെ മനസിലെ ചിന്ത ബപ്പാ വായിച്ചവണ്ണം പറയും.

"ങാ! ഇനി നോക്കേണ്ടടാ. ആ തെക്കേലെ പശുവിന് കൊണ്ടുകൊടുക്ക്."

കാക്കയില്ലെങ്കിൽ പശുതന്നെ ആത്മാവ്.

പിണ്ഡം കുളത്തിൽ ഒഴുക്കുകയാണ് പതിവ്. താൻ അച്ഛന്റടുത്തു തന്നെ നിൽക്കും. പിണ്ഡം ഉരുണ്ടുരുണ്ട് പോകുന്നത് കാണാൻ തലയിൽ പുതിയ തോർത്തുകൊണ്ട് കെട്ടുംകെട്ടി അച്ഛൻ കുളത്തിലിറങ്ങും. പിണ്ഡം കഷണമാകരുത്. അത് ദുശ്ശകുനമാണ്. പിണ്ഡങ്ങൾ മെല്ലെ മെല്ലെ മെല്ലെ ഉരുണ്ട് കുളത്തിന്റെ അഗാധതയിൽ ഒരു ബിന്ദുവാകുന്നതും പിന്നെ ഏതോ ഇരുട്ടിൽ ലയിക്കുന്നതും താൻ നോക്കിനിന്നിട്ടുണ്ട്.

ഇതൊക്കെ ചില വർഷങ്ങളിലേ ഉണ്ടാവൂ. വാധ്യാമ്മാരുടെ വീടല്ലേ. ഗൃഹസ്ഥരുടെ വീട്ടിലെ പിതൃക്കളെ ഊട്ടാൻ നടക്കുന്ന വാധ്യാമ്മാർക്ക് സ്വന്തം അച്ഛന്റെ പിണ്ഡം നടത്തുന്നത് മാറ്റിവയ്ക്കാൻ യാതൊരു മനസ്സാക്ഷിക്കുത്തും ഇല്ലാത്തതിൽ തനിക്കും അന്നൊക്കെ അത്ഭുതം തോന്നാറുണ്ടായിരുന്നു. ഈ അനാസ്ഥയിൽ തികഞ്ഞ അമർഷവും. പക്ഷേ, പറഞ്ഞിട്ടെന്ത് ഫലം? അച്ഛനല്ലേ ഇതൊക്കെ ചെയ്യുന്നത്. അച്ഛൻ മാത്രമല്ല. എല്ലാ വാധ്യാമ്മാരുടെയും തലവര ഇതൊക്കെത്തന്നെയാണ്.

ബാക്കിയുള്ളവരുടെ അടിയന്തിരങ്ങൾ ശരിക്കും നടത്തുക. എന്നിട്ട് സ്വന്തം കാര്യങ്ങൾ മാറ്റിവെക്കുക.

തന്റെ മൂഞ്ചിക്കും ഇതൊക്കെത്തന്നെയാണ് നടന്നത്. എന്തൊക്കെ പറഞ്ഞാണ് ബപ്പാ അതിൽ നിന്നൊക്കെ ഒഴിഞ്ഞത്. എത്ര പ്രാവശ്യം മാറ്റിവെച്ചു.

പതിമ്മൂന്നാം വയസിനു മുമ്പു ചെയ്യേണ്ട ഒരു കർമ്മാണ് മൂഞ്ചി. പക്ഷേ, തനിക്ക് ഇരുപത്തിയഞ്ചാം വയസുവരെ അതില്ലാതെ കഴിയാനാണ് ഇടവന്നത്. ഗൃഹസ്ഥരുടെ കുട്ടികളെ പതിമ്മൂന്നാം വയസിൽ തന്നെ ബ്രഹ്മചാരിയാക്കി ശീലിച്ച അച്ഛൻ, തന്നെ ബ്രഹ്മണനാക്കാൻ ഇത്ര വൈകിയതെന്തിനെന്നാണ് ഇപ്പോഴും തനിക്കൊരു പിടിയുമില്ല.

പഠിക്കുന്ന കാലമായതിനാൽ ഉപനയനം മാറ്റിവെച്ചു എന്ന് സമാധാനിക്കാനൊക്കില്ല. അതും പറഞ്ഞ് മൂഞ്ചി മാറ്റിവെച്ചത് വേറെ കാര്യം. എന്നാലും പതിമ്മൂന്നാംവയസിൽ കൊങ്കിണിക്ക് വിധിച്ചതാണ് ഉപനയനം. അച്ഛൻ എന്തുകൊണ്ട് മറന്നു?

പഠിക്കുന്ന സമയം മൂഞ്ചി നടത്തുന്നതൊക്കെ സാധാരണയാണ്. പക്ഷേ, തനിക്ക് ലേശം മടിയുണ്ടായിരുന്നു എന്നു മാത്രം. നീണ്ട അവധിക്ക് മാത്രമേ മൂഞ്ചി നടത്താനൊക്കൂ.

തീരെ ചെറുപ്പമായതിനാൽ ശെണ്ഠി തീർച്ചയാണ്. അതും കൊണ്ട് പുറത്തിറങ്ങാൻ ലേശം മടിയും. മൂഞ്ചി നീട്ടി വെക്കണേ എന്ന് അന്നു പ്രാർഥിച്ചിരുന്നു.

പക്ഷേ, പഠിത്തം കഴിഞ്ഞപ്പോഴും നീട്ടിവയ്ക്കൽ തന്നെയാണ് അച്ഛൻ കണ്ട മാർഗം.

പതിമ്മൂന്നാം വയസിലെങ്കിലും മൂഞ്ചി നടത്തിയില്ലെങ്കിൽ കാശിമഠാധിപതിയുടെ അനുവാദം വേണമെന്നാണ്. അങ്ങേരാണല്ലോ കുലഗുരു. അതിന് പിഴയും ഒടുക്കണം. പക്ഷേ, ആരാണിതൊക്കെ ഇപ്പോൾ പറയുന്നതുപോലെ ചെയ്യുന്നത്.

കുല ഗുരുവിന്റെ ഓർമപോലും ഉള്ളവർ കുറവായി വരുന്ന കാലം.

ഒരിക്കൽ ഇതിനെക്കുറിച്ച് ചോദിച്ചപ്പോൾ അച്ഛൻ പറഞ്ഞതെന്താണെന്നോ?

"ഓ, ആരിതൊക്കെ നോക്കുന്നു. കാശിയിൽ താമസിക്കുന്ന ഗുരുവിനുണ്ടോ ഇതിലൊക്കെ ശ്രദ്ധ."

ശരിയാണ്.

സ്വാമിയാരാണെങ്കിൽ തോന്നുമ്പോൾ ഒരിക്കൽ ദർശനത്തിനായി ഇറങ്ങും. നല്ല ഒർത്തകന്മാരുള്ള ഗ്രാമങ്ങളിൽ മാത്രം തങ്ങും. പുറക്കാടുപോലെ ചെറിയ ഗ്രാമത്തെക്കുറിച്ച് വേവലാതിപ്പെടാൻ അങ്ങേർക്ക് എവിടെയാണ് സമയം. പുറക്കാട്ടുകാർക്കെന്തിനാണ് ഉപദേശം. അവർക്കുണ്ടോ പാദപൂജ ചെയ്യാനുള്ള സാമ്പത്തികശേഷി?

ഓരോ കൊല്ലവും ഉപനയനം നടത്താൻ തീരുമാനിക്കും. ഇന്ന മാസം ഒരു മുഹൂർത്തമുണ്ട്. അന്ന് ഏതായാലും മകന്റെ ഉപനയനം നടത്തുകതന്നെ. മനസിൽ കരുതും. തനിക്കതിന്റെ സൂചനയും കിട്ടും.

പക്ഷേ, പെട്ടെന്നായിരിക്കും. താഴത്തങ്ങാടിയിൽനിന്നും അച്ഛന്റെ

ഒരു അടുപ്പക്കാരന്റെ കത്തു വരുന്നത്. അവിടെ ഉത്സവമാണത്രെ. അങ്കുരാർപ്പൺ* മുതൽ അമ്പലത്തിൽ സഹായത്തിനാളു വേണം. തള്ളിക്കളയാനൊക്കുമോ? വാധ്യാരാണ്. എപ്പോഴാണ് അയാളെക്കൊണ്ട് ആവശ്യം വരുന്നതെന്ന് പറയാനൊക്കില്ല. അച്ഛൻ ആദ്യമേ മാറ്റി വയ്ക്കുക തന്റെ ഉപനയനമായിരിക്കും.

ഓ, അതോ, അടുത്തുള്ള മുഹൂർത്തത്തിൽ നടത്താം. ഇനിയുമുണ്ടല്ലോ മുഹൂർത്തങ്ങൾ, ഏതായാലും ഇത്രയും പ്രായമായി. ഇനി ഇപ്പോൾ കുറച്ച് താമസിച്ചാലും എന്തുവരാനാണ്? അടിയന്തിരം പിന്നെ കിട്ടുകില്ല. മൂഞ്ചി ഇനിയും നടത്താം.

അങ്ങനെ എത്ര പ്രാവശ്യമാണ് തന്റെ മൂഞ്ചി അച്ഛൻ മാറ്റിവെച്ചത്.

ഒരിക്കൽ അച്ഛനങ്ങ് തീരുമാനിച്ചു. ഇത്തവണ ഉപനയനം നടത്തുകതന്നെ. മുഹൂർത്തമൊന്നുമില്ല. പിന്നെ ദൈവാധീനം നോക്കി ഒരു നല്ല ദിവസം മൂഞ്ചി നടത്തുക. ഇനി നീട്ടി വെക്കാൻ പറ്റില്ല. നീട്ടിവെക്കാം പക്ഷേ, ബാക്കിയുള്ളവരെന്തു വിചാരിക്കും വയസ്സ് ഇത്രയായിട്ടും മൂഞ്ചി നടത്താതിരിക്കുക. ലേശം വല്ലായ്മ തോന്നിയിരിക്കണം അച്ഛന്.

വലിയ ചടങ്ങുകളൊന്നും വേണ്ട, ഒരു പൂണുല് ജപിച്ച് കഴുത്തിലിടുക. ശൂദ്രനായ തന്നെ പരിശുദ്ധമായ ബ്രാഹ്മണ്യത്തിന്റെ വെളിച്ചത്തിലേക്ക് ആനയിക്കുക, തന്റെ സകല അപരാധങ്ങളും ക്ഷമിച്ച ശൂദ്രത്വത്തിൽനിന്ന് ബ്രാഹ്മണ്യത്തിലേക്ക് വഴിയൊരുക്കുക അത്രതന്നെ.

ഇത്ര വലിയ ഒരു കാര്യം വെറും ചടങ്ങായി കഴിക്കുക. തനിക്കതിൽ അത്ര വലിയ ദുഃഖമൊന്നും തോന്നിയില്ല. കാവിമുണ്ടും ഉടുത്ത് തലയിൽ ഗൊണ്ടമാലയും ചൂടി ഭിക്ഷയ്ക്കായി നിൽക്കുക. ഗായത്രിമന്ത്രം കേൾക്കാൻ അച്ഛന്റെ മടിയിലിരിക്കുക.

അതാണ് സഹിക്കാൻ മേലാത്തത്. ഇത്രയും വലിയ താൻ എങ്ങനെയാണ് നാലാളുകളുടെ മുന്നിൽ അച്ഛന്റെ മടിയിൽ ഇരിക്കുക? പട്ടുവസ്ത്രം കൊണ്ട് തങ്ങളെ മൂടിയിരിക്കും. എന്നിട്ട് അച്ഛന്റെ നാവിൽ നിന്നും ആ പരിശുദ്ധമന്ത്രം ശ്രവിക്കും:

"ഓം ഭൂർഭുവസ്വഃ തത്സവിതുർ വരേണ്യം........." തന്റെ മനസ്സ് അതേറ്റു പറയും.

"ഓം ഭൂർഭുവസ്വഃ തത്സവിതുർ വരേണ്യം........."

ഗായത്രിമന്ത്രം പരിശുദ്ധ മന്ത്രമാണ്. ബ്രഹ്മചാരിയുടെ ആയുധമാണ് ഗായത്രി. അച്ഛൻ മകനെ ആ മന്ത്രം ഉപദേശിക്കുന്നത് ആരും കേട്ടുകൂടാ. അതാണ് മൂടിക്കൊണ്ട് പറയുന്നത്.

അതൊക്കെ ചെറുപ്പത്തിൽ തന്റെ സ്വപ്നമായിരുന്നു. തന്നെ എല്ലാരും നോക്കും. താൻ ഗർവോടെ നിൽക്കും.

ഒന്നുമാത്രം. കഷണ്ടിയും കുടുമയും. അതുമാത്രം അന്നു വെറുത്തു.

---

* അങ്കുരാർപ്പൺ = പെല വരാതിരിക്കാൻ ചെയ്യുന്ന ചടങ്ങ്

ഇന്ന് മൂഞ്ചി തന്നെ വെറുപ്പാണ്. ബ്രാഹ്മണനായതിനാൽ പിന്നെ മൂഞ്ചി നടത്താതിരിക്കാൻ പറ്റില്ല. അതുകൊണ്ടുമാത്രം സമ്മതിക്കുന്നു.

പിന്നെ ഒറ്റ സമാധാനമേയുള്ളൂ. 'റ' വെട്ടുന്ന പതിവില്ല. ക്ഷൗരക്കാരനെക്കൊണ്ട് രണ്ടുമുടി കത്രിക്കുക, അത്രതന്നെ. അതിനുവേണ്ടി നാരായണന് ഒരു രൂപയും ഒരിലചോറും കൊടുക്കും.

എന്നാലും ബ്രാഹ്മണ്യത്തിന്റെ താക്കോൽ ഉപനയനമാണെന്നിരിക്കെ ബപ്പാ അതൊരു ചടങ്ങുമാത്രമാക്കാൻ പോകുന്നു എന്നറിഞ്ഞപ്പോൾ ചിറ്റപ്പനാണ് വിഷമം തോന്നിയത്. അതു തന്നോട് പറയുകയും ചെയ്തു.

ചിറ്റപ്പന് പണ്ടേ അച്ഛനോട് ദേഷ്യമാണ്. മൂത്തമകനാണ്. എന്നിട്ടും ഒരു മൂഞ്ചി കഴിച്ചുവിടാൻപോലും ചേട്ടനുകഴിഞ്ഞില്ലല്ലോ. ബാക്കിയുള്ളവരുടെ കർമങ്ങൾ നടത്താൻ എന്തു താൽപ്പര്യമാണ് ചേട്ടന്. അതിലൊരംശം പുത്രന്റെ മൂഞ്ചി നടത്തുന്നതിൽ എന്തേ ആനു എടുക്കാത്തത്?

ചിറ്റപ്പന് അത് വല്ലാതെ സ്പർശിച്ചു. ഗൊപ്പാള ചിറ്റപ്പന് തന്നെ സ്വന്തം മകനെപ്പൊലെയാണ് കരുതുന്നത്. തന്റെ മൂഞ്ചി വളരെ ഘോഷമായി നടത്തും എന്ന് ചിറ്റപ്പൻ തന്നോട് എത്ര പ്രാവശ്യം പറഞ്ഞിരിക്കുന്നു. പക്ഷേ, മൂഞ്ചി നടത്താൻ അച്ഛൻ തീരുമാനിച്ചാലല്ലേ പറ്റൂ.

ബപ്പാ തന്റെ മൂഞ്ചി തീർച്ചയാക്കിയെന്നറിഞ്ഞപ്പോൾ അപ്പപ്പൻ പറഞ്ഞു:

"അറെ, നെന്റെ മൂഞ്ചി ഞാൻ തകർപ്പനാക്കുമെടാ, നീ കണ്ടോ."

ഉപനയനത്തിന് ചങ്ങനാശ്ശേരിയിൽനിന്നും അമ്മാവന്മാരും മൗശിമാരും ഒക്കെ കാലേക്കൂട്ടി പുറക്കാട്ടെത്തിയിരുന്നു. ചടങ്ങായിട്ടാണ് മൂഞ്ചിയെങ്കിലും ബന്ധുക്കളെ ക്ഷണിക്കണമല്ലോ. കുടുംബത്ത് ആദ്യമാടി നടക്കുന്ന ചടങ്ങാണ്. ക്ഷണിച്ചില്ലെങ്കിൽ പിന്നെ അവർക്കു പറയാൻ ഒരവസരമാവും, മൂഞ്ചിക്ക് ക്ഷണിച്ചില്ലെന്ന്. അതുവേണ്ട, പുത്രന് തോന്നി.

എന്തെങ്കിലുമൊക്കെ അടിയന്തിരങ്ങൾ മഠത്തിലുണ്ടായാലെ ബന്ധുക്കളെ ഓർക്കൂ. ബന്ധുക്കളൊക്കെ ഒന്നിക്കുന്നത് അപ്പോഴാണല്ലോ.

അമ്മാവന്മാരെ വിളിക്കണമെന്ന് ബപ്പായ്ക്ക് നിർബന്ധമൊന്നുമില്ലായിരുന്നു. ആവരാണെങ്കിൽ ദൂരെയുള്ളവർ. നമ്മുടെ സ്ഥിതിക്കൊത്തവരൊന്നുമല്ല. വലിയ ആളുകളാണ്. അങ്ങോട്ടുമിങ്ങോട്ടുമുള്ള ബന്ധം നിന്നിട്ടു വർഷങ്ങളായി. വാധ്യാമ്മാരുമായി എന്തു ബന്ധം. അവിടെയും ഇവിടെയും പിണ്ഡമടിയന്തിരങ്ങൾ അന്വേഷിച്ചു നടക്കുന്നവരല്ലേ ഈ വാധ്യാന്മാർ. അതായിരുന്നു അമ്മാവന്മാരുടെ മനസിൽ. ആ കൂട്ടരെ എന്തിനാണു വിളിക്കുന്നത് എന്നായിരുന്നു അച്ഛന്റെ ഭാവം.

പക്ഷേ, ചിറ്റപ്പൻ വിടുമോ:

"ആനു നമ്മൾ ചെയ്യേണ്ടതു ചെയ്യണം. വരുന്നതൊക്കെ അവരുടെ ഇഷ്ടം.

അങ്ങനെയാണ് അമ്മാവന്മാരും മറ്റും പുറക്കാട്ടെത്തിയത്.

ഒരുവിധത്തിൽ പറഞ്ഞാൽ കർമങ്ങൾ നടത്തുന്നതു നല്ലതാണ്. തമ്മിൽത്തമ്മിൽ മിണ്ടാട്ടമില്ലാത്തവരും ഒരിക്കലും കാണാത്തവരും

എല്ലാം കൂടുന്നത് അന്നാണല്ലോ. തമ്മിലുള്ള പിണക്കമെല്ലാം തൽക്കാലം മറന്ന് എല്ലായിടത്തും ഓടിനടന്നും ദേഹണ്ഡത്തിനു സഹായിച്ചും ഉപദേശിച്ചും ബന്ധുക്കൾ കർമങ്ങളിൽ ഭാഗഭാക്കാകുന്നത് അപ്പോഴാണല്ലോ. അതൊരു അനുഭൂതിയാണ്, തീർച്ച.

മഠം നിറയെ ആഹ്ലാദം പൂത്തു നിറഞ്ഞു. പന്തലെന്ന രൂപത്തിൽ എന്തോ ഉയർന്നു.

എല്ലാം ഗൊപ്പാള ചിറ്റപ്പന്റെ വകയാണ്. അപ്പോഴാണ് നാട്ടിലെ ഒരു ഓർത്തകനായ ഗൊണ്ടക്കിണിയുടെ വീട്ടിൽനിന്നും ബിക്കുവിനെ അന്വേഷിച്ച് ഒരാൾ വന്നത്. പെട്ടെന്ന് അവിടംവരെ ഒന്നു ചെല്ലണമെന്ന്. ബിക്കു അമ്പരന്നു. കിണിയുടെ ഭൊട്ടുവല്ലല്ലോ താൻ. ഭൊട്ടുവിനെ വിളിക്കുന്നത് എന്തെങ്കിലും കർമങ്ങൾക്കായിരിക്കണമല്ലോ. അതിന് തന്നെ എന്തിനാ വിളിക്കുക. എന്നാലും പോവുക തന്നെ. സ്ഥലത്തെ ഒർത്തകനാണ്. പലയിടത്തും സ്വാധീനമുള്ളവൻ. അയാളെ വെറുതെ പിണക്കേണ്ട. പോയാൽ രണ്ടുനട. അത്രതന്നെ.

ആനു ഗൊണ്ടക്കിണിയുടെ മഠത്തിൽ പോയെന്നറിഞ്ഞപ്പോൾ ഗൊപ്പാള ചിറ്റപ്പൻ അമ്പരന്നു. ആനുവിനെ വിളിക്കേണ്ട കാര്യം? ഗൊണ്ടക്കിണിയുടെ മഠം മരണം നടന്ന മഠമാണ്. അവിടെ ആനുവിനെന്താ കാര്യം. ആരോടെങ്കിലും ഒരു വാക്കുകൂടി പറയാതെ ആനുവെന്തേ പോയത്?

ചിറ്റപ്പൻ ആനുവിന്റെ വരവും കാത്തിരുന്നു. നേരം കുറെ ആയിട്ടും ആനുവിനെ കാണേണ്ടേ!

ബിക്കു ആകെ വ്യാകുലനായി വരുന്നത്. പന്തലിലുള്ളവർ ശ്രദ്ധിച്ചു. എന്തേ, എന്തിനേ വിളിച്ചത്? എന്തിനേപോയത്? ചിറ്റപ്പന്റെ മുഖം ഇരുണ്ടുതന്നെ ഇരുന്നത് പുത്രൻ ശ്രദ്ധിച്ചു.

മിണ്ടാതെ അകത്തേക്കു പോകുന്ന ആനുവിനെ ചിറ്റപ്പൻ തടഞ്ഞു:

"ആനു പോയിട്ടെന്തേ?"

ചിറ്റപ്പനെ നോക്കി അച്ഛൻ ഒരുനിമിഷം നിന്നു.

"എന്തുപറ്റി ബപ്പാ? അച്ഛനെന്താ ഒന്നും മിണ്ടാത്തെ!"

കൃഷ്ണപുത്രനും ചോദിക്കാതിരിക്കാൻ കഴിഞ്ഞില്ല.

"ഓ, അതോ, ഗൊണ്ടെക്കിണിയുടെ ബാറാവോ നാളെയാണല്ലോ. കിണിയുടെ പുരോഹിതന് സുഖമില്ലത്രെ."

"അതിന്?"

"ബാറാവോ നടത്തണമെന്നു പറയാനാ വിളിച്ചെ"

"ആനു നടത്തണമെന്നോ?"

"അതെ, "

"ഓഹോ, അതിന് ആനു എന്തു പറഞ്ഞു?" ചിറ്റപ്പന്റെ ആ വാക്കുകളിൽ വിവിധ വികാരങ്ങൾ മിന്നിമറയുന്നുണ്ടായിരുന്നു.

ബിക്കു ഒന്നു നിന്നു നാലുചാൽ നടന്നു. പിന്നെ എങ്ങോ നോക്കി ആരോടോ പകയുള്ളതുപോലെ പറഞ്ഞു.

"ഞാനങ്ങു സമ്മതിച്ചു."

ചിറ്റപ്പൻ ഞെട്ടിപ്പോയി.

കൃഷ്ണപുത്രൻ അവിശ്വസനീയതയോടെ ബപ്പായെ നോക്കി നിന്നു.

"അപ്പൊ മറ്റന്നാളെയല്ലേ തേറാവോ."

"അതെ, അതും ഞാൻ നടത്തും."

"മറ്റന്നാളെയോ?"

ചിറ്റപ്പന്റെ, ശബ്ദം വല്ലാതെ പൊങ്ങിയിരുന്നു. ബിക്കു ഒന്നും പറഞ്ഞില്ല.

"അപ്പോൾ മൂഞ്ചിയോ?"

"അതും ഞാൻ നടത്തും."

"ആനു തന്നെ നടത്തും!"

അച്ഛൻ ചിറ്റപ്പനെ നോക്കി. ഇതെന്തൊരു ചോദ്യം. പിന്നെ താനല്ലാതെ വേറെ ആരാ തന്റെ മകന്റെ മൂഞ്ചി നടത്തുക?

"അതെ!"

ആ വാക്കുകൾക്ക് കടം വാങ്ങിയ കനമുണ്ടായിരുന്നു.

"തേറാവോ രാവിലെ തന്നെ തീർക്കും"

"അപ്പോൾ മൂഞ്ചി ഉച്ചക്കഴിഞ്ഞു നടത്തുമെന്നോ?"

പുറത്തുള്ളവരെല്ലാം അകത്തെ സംഭാഷണം കേട്ടു തരിച്ചുനിന്നു. എന്താണീ മനുഷ്യൻ പറഞ്ഞുവരുന്നത്. ആ വാക്കുകളിൽ എത്തിപ്പിടിക്കാൻ കഴിയാതെ പുറത്തുള്ളവർ വിഷമിച്ചു.

പെട്ടെന്നു കേട്ടു:

"അതെ!"

"അതെയോ?"

ചിറ്റപ്പന് വിശ്വാസമായില്ല.

"അതെയെന്നുതന്നെയോ പറഞ്ഞത്?"

"അതെ, അതെ?"

"സാധ്യമല്ല, ഒരിക്കലും സാധ്യമല്ല."

ചിറ്റപ്പന്റെ വാക്കുകൾ പെട്ടെന്നാണു കല്ലേറുപോലെ അച്ഛന്റെ മേൽ കൊണ്ടത്. അച്ഛൻ ചൂളിപ്പോയി.

"പ്രേതകർമം ചെയ്യുന്ന കൈകൊണ്ടുതന്നെ ഉപനയനം നടത്തുവാനോ? ഞാൻ സമ്മതിക്കില്ല. തീർച്ച."

ലേശം നേരത്തെ മൗനത്തിനു ശേഷം അച്ഛൻ കൂസലില്ലാതെ പറഞ്ഞു:

"എന്തുകൊണ്ടു പാടില്ല? ഞാനൊരു ഭൊട്ടുവാണ്. ഭൊട്ടുവിന് ഒന്നിലും വ്യത്യാസമില്ല. എല്ലാം അവന്റെ കുലത്തൊഴിലിൽപ്പെടുന്നവയാണ്."

"ഉപനയനവും പ്രേതകർമവും സമമെന്നോ!"

"അതെ! പുരോഹിതൻ കർമങ്ങൾ ചെയ്യുന്നവനാണ്. അതാണവന്റെ തൊഴിൽ. അവനു കർമങ്ങൾ തമ്മിൽ യാതൊരു വ്യത്യാസവുമില്ല."

പന്തലിലുള്ളവർ അമ്പരന്നുപോയി.

എന്തുപറ്റി അച്ഛന്? ഇന്നുവരെ കേൾക്കാത്ത വാക്കുകളാണല്ലോ ആ വായിൽ നിന്ന് ഉതിരുന്നത്. ഇത്ര പെട്ടെന്ന് വേദാന്തിയാകാൻ എങ്ങനെ കഴിഞ്ഞു? അതോ ദക്ഷിണയും മറ്റും കിട്ടുമെന്നു കണ്ടപ്പോൾ കടമകളെ കൂട്ടുപിടിച്ചതോ. ഗൊണ്ടക്കിണിയുടെ മകൻ കനത്ത ദക്ഷിണ തരാമെന്നു പറഞ്ഞിരിക്കും.

അച്ഛൻ മിണ്ടാതെ മുറിക്കകത്തു കയറാൻ ഭാവിക്കവേ ചിറ്റപ്പൻ ഉച്ചത്തിൽ പറഞ്ഞു:

"പിന്നെ, ഒന്നുപറയാം. ആനു ഈ ചെയ്യുന്നത് തെറ്റാണ്. പറഞ്ഞില്ലെന്നു വേണ്ട. ബാക്കിയുള്ളവരെക്കൊണ്ട് വെറുതെ അതുമിതും പറയിക്കരുത്. "ചിറ്റപ്പൻ തുടർന്നു:

" ആനു ഒരു കാര്യം ചെയ്താ മതി. അമ്പലപ്പുഴനിന്ന് ആ പുത്തിയെ അങ്ങോട്ടയച്ചാ മതി. അയാൾ നോക്കിക്കൊള്ളും."

"അതൊന്നും നടക്കില്ല. ഞാൻ ഏറ്റുപോയതാണ്. അതിന് പുത്തിയെ അന്വേഷിക്കേണ്ട. എന്നാപ്പിന്നെ അവർക്കു തന്നെ അത് ചെയ്യാമായിരുന്നില്ലേ. ഞാൻ വേണമായിരുന്നുവോ?"

അച്ഛൻ തറപ്പിച്ചു തന്നെ പറഞ്ഞു.

"ആനുവിന് അത്ര വാശിയാണെങ്കിൽ എന്റെ വാശി ഞാനും പുറത്തെടുക്കും. പ്രേതകർമം കഴിഞ്ഞു വരുമ്പോൾ ഇവിടെ പുത്തന്റെ മൂഞ്ചി കഴിഞ്ഞെന്നിരിക്കും. അത് തീർച്ചയാണ്. എനിക്കതിന് അവകാശമില്ലെന്നൊന്നും കരുതേണ്ട."

അച്ഛൻ തരിച്ചിരുന്നു. താനില്ലാതെ തന്റെ മകന്റെ മൂഞ്ചി നടത്തുമെന്നോ? കൊള്ളാം, എങ്ങനെ നടത്തുമെന്നാണ്?

പക്ഷേ, ചിറ്റപ്പനെ അച്ഛനറിയാം. വാശിയാണെങ്കിൽ ചിറ്റപ്പന് വാശി തന്നെയാണ്. ദേഷ്യം പിടിപ്പിച്ചാൽ പുലിയാണ് പുലി.

അച്ഛൻ മിണ്ടിയില്ല. കനത്ത ഒരടി കിട്ടിയമാതിരി!

ചിറ്റപ്പൻ മെല്ലെ പറഞ്ഞു:

"ആനു ഇവിടിരുന്നാ മതി. ബാക്കി ഞാൻ ശരിയാക്കാം. അവന്റെ ഒരു തേറാവോ കഴുവേറി. ഇവിടെ മൂഞ്ചി ഒള്ളത് അറിയാഞ്ഞിട്ടല്ല. വാധ്യാരല്ലേ? എന്തിനും തുള്ളുമെന്നു കണ്ടിട്ടുതന്നെ അതിനനുസരിച്ച്, തുള്ളാൻ ആനുവും. ഞാനുള്ളപ്പോൾ ഇത് സമ്മതിക്കില്ല."

തോർത്തും കുടഞ്ഞ് ചിറ്റപ്പൻ പുറത്തോട്ട് പോയി.

കൃഷ്ണപുത്രൻ ചായ്പിൽ നോക്കി. അച്ഛൻ കിടപ്പാണ്. വല്ലാത്ത ഒരു നിരാശതാബോധം അച്ഛന്റെ മുഖത്ത് നിഴലിച്ചുകാണാം.

നാട്ടിലെ ഒരു മരണം ബപ്പായെ ആകെ മാറ്റിയോ? ഇത്ര പെട്ടെന്ന് ഒരു മരണം നടക്കുമെന്ന് ആര് വിചാരിച്ചു. മകന്റെ മൂഞ്ചി നിശ്ചയിച്ചു കഴിഞ്ഞപ്പോഴാണ് ഗൊണ്ടക്കിണി മരിച്ചത്. കാത്തുകിട്ടിയ ഒരു മരണം. ഗ്രാമത്തിൽ ഒരു മരണം നടന്നുകിട്ടിയിട്ട് മാസമെത്രയായി. മരണം നടന്നിട്ടുണ്ട്. പക്ഷേ, അതൊക്കെ എന്തു മരണം! ഒൊട്ടുമാമുവിന് അതി

ലൊന്നും അത്ര പ്രതീക്ഷിക്കേണ്ട. വെറും ദാരിദ്ര്യമരണങ്ങൾ.

ഇതങ്ങനെയാണോ? ഗ്രാമത്തിലെ ഒരു പണക്കാരൻ. എന്തുചെയ്യാനാണ്? മരിക്കാൻ കണ്ട ഒരു നേരം. അയാളെ എന്തിന് കുറ്റം പറയണം. തന്നെ പറഞ്ഞാൽ മതി. മകന്റെ മൂഞ്ചിക്ക് വേറൊരു മുഹൂർത്തവും താൻ കണ്ടില്ല. എന്നിട്ടും ദൈവാധീനം നോക്കിയാണ് മുഹൂർത്തവും കണ്ടത്. ദൈവാധീനം നോക്കിയിട്ടും തന്നെ ദൈവം തീരെ തുണച്ചില്ലല്ലോ.

മൂഞ്ചി മാറ്റിവെക്കാമെന്നുവെച്ചാൽ ഇനി സാധ്യമല്ല. വെറുതെ തീർച്ചയാക്കിയതൊന്നുമല്ല. എല്ലാ ബന്ധുക്കളേയും ക്ഷണിച്ചിരിക്കുകയാണ്. അതിനു ശേഷമാണ് മരണം നടന്നത്. എല്ലാം വിധിതന്നെ എന്നല്ലാതെന്ത് പറയാൻ. ആ വിധി മാറ്റാനുണ്ടായ ഒരു സന്ദർഭമാണ് ഇപ്പോൾ വീണുകിട്ടിയത്. അല്ലെങ്കിൽ കിണിയുടെ പുരോഹിതന് അസുഖം വരുമോ? ഒന്നാമത് ചാകാൻകിടക്കുന്ന വാധ്യാര് കിണിയുടെ മഠത്തിലെ തേറാവോ എന്ന് പറഞ്ഞപ്പോൾ അത്യാർത്തികൊണ്ട് ചാടിപുറപ്പെട്ടതാണ്. നടക്കാൻ തന്നെ പ്രയാസം. എന്നാൽ പിന്നെ വേറെ വല്ല വാധ്യാരെയും ഏൽപ്പിക്കാൻ മേലാരുന്നോ?

പക്ഷേ. അത് തോന്നുമോ. അയാളുമൊരു വാധ്യാരല്ലേ. തനിക്കു തോന്നുമോ. ഇല്ല. ഒരിക്കലുമില്ല.

സഞ്ചയനം കഴിഞ്ഞപ്പോൾ അയാൾ തളർന്നു. പ്രേതക്രിയകൾ ഇനിയും കിടക്കുന്നു. എന്നിട്ട് തന്നെയാണ് അതിനുവേണ്ടി വിളിച്ചത്. വേറെ എത്ര ഭൊട്ട്മാമന്മാരുണ്ട്. അവരെയൊന്നും വിളിച്ചില്ല. തന്നെ മാത്രം.

അതിൽപ്പരം ഭാഗ്യമുണ്ടോ? നാട്ടിൽ ഒരാൾ മരിച്ചിട്ട് തനിക്ക് കിട്ടേണ്ടത് കിട്ടിയിട്ടില്ലെന്നുള്ള ഖേദം തീരും. പിന്നെ മൂഞ്ചി?

അതിലൊക്കെ എന്തർഥം ഇരിക്കുന്നു . തേറാവോ കഴിഞ്ഞ് മൂഞ്ചി നടത്തിയാൽ എന്താണ് കുഴപ്പം. പൂണൂല് കഴുത്തിൽ വീഴില്ലേ? ഇതൊക്കെ വെറും അർഥമില്ലാത്ത ഇടപാടുകളല്ലേ. വാധ്യാമ്മാർക്ക് ജീവിക്കാൻ പണ്ടാരോ ഉണ്ടാക്കിവെച്ച അർഥമില്ലാത്ത ചടങ്ങുകൾ. ഇതിലൊക്കെ കൂടുതൽ അർഥങ്ങൾ ഗണിച്ചാൽ എല്ലാം അനർഥത്തിലേ കലാശിക്കയുള്ളൂ.

പറഞ്ഞിട്ടെന്താ കാര്യം? എല്ലാം ഒത്തുവന്നതാണ്. എല്ലാം അവൻ തട്ടിക്കളഞ്ഞിരിക്കുന്നു. ആ ഗൊപ്പാളു.

ബിക്കു തളർന്നിരുന്നു.

പുത്രന് അച്ഛനോട് സഹതാപമാണ് തോന്നിയത്.

കിണിയുടെ പ്രീതി സമ്പാദിക്കാമെന്ന് ബപ്പാ വിചാരിച്ചുവോ. കിണിയുടെ പുരാഹിതൻ വയസനാണ്. അയാൾ മരിക്കും. അയാൾക്ക് മക്കളൊന്നുമില്ല. കിണിയുടെ മഠത്തിലെ ഭട്പണ് ചിലപ്പോൾ തനിക്ക് കിട്ടിയെന്നുമിരിക്കും. അയാളുടെ ഭട്പണ് കിട്ടുക ചില്ലറ കാര്യമാണോ. അതു തനിക്കേ കിട്ടുകയുള്ളൂ. അല്ലാതെ ആർക്ക് കിട്ടാൻ? അതാണ് താൻ പോയത്. താൻ പോയില്ലെങ്കിൽ കിണി വേറെ ആളെ കുടുംബപുരോഹിതനാക്കും. പിന്നെ താൻ ഗ്രാമത്തിലെ ഒരു പുരോഹിതനാണെന്ന്

പറഞ്ഞു നടന്നിട്ടെന്താണ് കാര്യം എന്നൊക്കെ അച്ഛൻ വിചാരിച്ചുകാണും.

എന്നാലും അമ്മാവന്മാരൊക്കെ ഉള്ളപ്പോഴാണ് ഇതൊക്കെ നടന്നതെന്ന് ഓർക്കുമ്പോഴാണ് കൃഷ്ണപുത്രന്റെ തൊലി ഉരിയുന്നത്. അവരെന്ത് വിചാരിക്കും. അല്ലെങ്കിലും അവരെന്തോ വിചരിക്കാനാണ്? പണ്ടും അച്ഛനെക്കുറിച്ച് അവർക്ക് നല്ല അഭിപ്രായമൊന്നുമില്ല.

അവരാണെങ്കിൽ പൈക്കൂട്ടം. പണ്ടുകാലങ്ങളിൽ ചങ്ങനാശ്ശേരിയിലെ വലിയ ഒർത്തക കുടുംബം. കാലം അവരുടെ ഒർത്തകത്വം അടിച്ചുനിരപ്പാക്കി. അമ്പേ തകർന്നവർ. കഷ്ടിച്ച് ജീവിക്കാൻ തന്നെ പ്രയാസം.

അന്ന് ബിക്കുവാണെങ്കിൽ വാധ്യാരായി കൊടികുത്തി വാഴുന്ന കാലം. അമ്പലത്തിൽ ശാന്തി ബിക്കുവിന്റെ ബപ്പായ്ക്കായിരുന്നു. മൂന്നു നേരവും അരിയായിട്ടും തേങ്ങയായിട്ടും നല്ല വരവ്. ബിക്കുകുടുംബത്തിന് ശാന്തി ഉള്ളപ്പോൾ ഒരു ഉത്സവം പതിവാണ്. ഉത്സവമെന്നു പറഞ്ഞാൽ എല്ലാ അർഥത്തിലും ഉത്സവം തന്നെ. ഗ്രാമം മാത്രമല്ല, അമ്പലപ്പുഴയും ആലപ്പുഴയും ഉത്സവം അറിയും. അത്രയ്ക്കാണ് തിരക്ക്.

ഇതുകൂടാതെയാണ് ഭട്പണ് നടത്തിയുള്ള വരവ്.

ബിക്കുകുടുംബത്തിന്റെ സമൃദ്ധി കണ്ടാണ് വാധ്യാരാണെങ്കിലും ചങ്ങനാശ്ശേരിയിലെ പൈക്കുടുംബത്തിൽനിന്നും ബിക്കുവിന് കല്യാണം തരപ്പെട്ടത്.

അന്ന് ബസൊന്നുമില്ല. ചങ്ങനാശ്ശേരിയിൽനിന്നും വള്ളത്തിലാണ് പുറക്കാട്ടേക്കുള്ള വരവ്. പൈക്കൂട്ടർക്ക് പഴയ ഒരു വളവര വള്ളമുണ്ടായിരുന്നു. അതിലവര് വരവുതുടങ്ങി. തിരിച്ചുപോകുമ്പോൾ വള്ളം നിറയെ അമ്പലത്തിലെ അരിയും തേങ്ങയും.

ബിക്കു അന്ന് അതൊന്നും അത്ര കാര്യമാക്കിയില്ല. താൻ വാധ്യാരാണ് ആദ്യം. തനിക്ക് പെണ്ണു തരാൻ മടി കാണിച്ചവരാണ് അവർ. നിവൃത്തിയില്ലാതായപ്പോഴാണ് അവരതിന് സമ്മതിച്ചതുതന്നെ.

അറിയട്ടെ വാധ്യാര് പൈയെക്കാളും ധനസ്ഥിതിയുള്ളവരാണെന്ന്.

പക്ഷേ, കാലം പെട്ടെന്നാണ് മറിഞ്ഞത്. അമ്പലത്തിലെ വരവ് കുറഞ്ഞു. നിത്യനിദാനത്തിനുതന്നെ അമ്പലത്തിൽ വഴിമുട്ടി. അടിയന്തിരങ്ങളിലും കർമങ്ങളിലും ഗ്രാമവാസികൾക്ക് താൽപ്പര്യം കുറഞ്ഞു. ബിക്കുവാധ്യാര് ശരിക്കും വാധ്യാരു തന്നെ ആയി. പഴയ ഐശ്വര്യമൊക്കെ എങ്ങനെയോ എവിടെയോ പോയി മറഞ്ഞു.

അതൊടെ ചങ്ങനാശ്ശേരിക്കാരുടെ വരവു നിന്നു. ഇന്ന് അവരൊക്കെ വലിയ നിലയിലാണ്. ചീത്തക്കാലത്ത് സഹായിച്ച ആളാണ് ബിക്കുവാധ്യാർ എന്നുള്ള കാര്യം അവർ സൗകര്യപൂർവം മറന്നു. വള്ളത്തിലൂടെ പുറക്കാട്ടേക്ക് വരുന്ന വഴി അവരങ്ങ് മറന്നു. ബിക്കു ഇപ്പോൾ അവയ്ക്ക് വെറും വാധ്യാരാണ്. തങ്ങളുമായി യാതൊരു ബന്ധത്തിനും പറ്റാത്ത വാധ്യാർ. നേരത്തേ നടത്തിയ ബന്ധം തെറ്റായിപ്പോയെന്ന് അവർക്ക് തോന്നിക്കാണണം.

മരണം അന്വേഷിച്ചു നടക്കുന്ന വെറും വാധ്യാരുമായുള്ള ബന്ധം. ശ്ശെ, ശ്ശെ, മോശമായി.

"ദക്ഷിണയിൽ മാത്രം കണ്ണുള്ളവരാണ് വാധ്യാമ്മാര്. ആരു മരിച്ചാലും ശരി അവരോടിയെത്തും. ബാറാവോവിന് മരിച്ച ആളിന്റെ ആത്മാവിനെ പിതൃലോകത്തിലേക്ക് ചേർക്കാൻ തങ്ങളെ ആവശ്യമുണ്ടല്ലോ. അതിന് ചുങ്കം മേടിക്കാൻ, അത്ര തന്നെ. അതിനപ്പുറം മനുഷ്യനെക്കുറിച്ചോ മരിച്ച ആത്മാവിനെക്കുറിച്ചോ അവർക്ക് യാതൊരു വേവലാതിയുമില്ല."

മൂത്ത അമ്മാവൻ പറഞ്ഞപ്പോൾ കൃഷ്ണപുത്രന് എതിർപ്പുണ്ടായിരുന്നു. പക്ഷേ, ഒന്നും പറഞ്ഞില്ല. എങ്ങനെ പറയും? അച്ഛന്റെ പെരുമാറ്റം അങ്ങനത്തെ ആയിരുന്നല്ലോ.

പിന്നെ താനെത്ര പ്രാവശ്യം ഇതിനൊക്കെ സാക്ഷ്യം നിന്നിരിക്കുന്നു. അപ്പോഴൊക്കെ മനസിലും ഇത്തരം ചിന്തകൾ നാമ്പിടാറുണ്ടായിരുന്നു. പക്ഷേ, വാധ്യാമ്മാരുടെ ജീവിതദുരന്തങ്ങൾ ഓർക്കുമ്പോൾ ഇതൊക്കെ വളരെ നിസ്സാരമെന്നു തോന്നി.

എന്നാലും കമ്മത്തിയുടെ തേറാവോക്ക് പോയപ്പോൾ തനിക്ക് കിട്ടിയ അടി! അതിൽപ്പിന്നെ താൻ തേറാവോക്ക് പോയിട്ടില്ല. ഇനി പോകത്തുമില്ല.

അത്രയ്ക്ക് ആ സംഭവം തന്നെ പൊള്ളിച്ചു.

ചങ്ങനാശ്ശേരിയിലെ കമ്മത്തി മരിച്ചപ്പോൾ താൻ ബാറാവോക്ക് പോകില്ല എന്നു തന്നെയാണ് നിശ്ചയിച്ചത്. ഇനി തനിക്കാവില്ല ഇതിനൊക്കെ. എത്ര പേരുടെ മുന്നിലാണ് ദക്ഷിണയ്ക്കുവേണ്ടി കാത്തുനിൽക്കേണ്ടത്. പ്രായമുള്ളവർക്ക് അതൊക്കെ ആവാം, അവരതൊക്കെ ശീലിച്ചതാണല്ലോ. അവരിതെത്ര കണ്ടിരിക്കുന്നു. താനേ അങ്ങനെയാണോ,

ശീലമാവുന്നതിനു മുമ്പ് തന്നെ രക്ഷിക്കണമേ എന്ന് പ്രാർഥിച്ചാണ് താൻ നടക്കാറ്. ശീലമായാൽ രക്ഷപ്പെടുക ബുദ്ധിമുട്ടാണ്.

പക്ഷേ. ബല്ലു വന്നു വിളിച്ചപ്പോൾ പോവാണ്ടിരിക്കാൻ തോന്നിയില്ല. ചങ്ങനാശ്ശേരിയിൽ ഇതുവരെ പോയിട്ടില്ല. ബോട്ടിൽ വേണം പോവാൻ. ആലപ്പുഴനിന്നും ബോട്ടിൽ യാത്ര ഇതുവരെ തരമായിട്ടില്ല. ചങ്ങനാശ്ശേരിയിൽ ചെന്നാൽ ഒരു സിനിമയും കാണാം. പുറക്കാട്ട് എവിടെയാണ് സിനിമ.

അതുകൊണ്ടാണ് പോയത്.

ആലപ്പുഴവരെ നടന്നു. രാത്രി ബോട്ടിൽ കയറി. ചങ്ങനാശ്ശേരിയിൽ എത്തിയപ്പോൾ നേരം പുലർച്ചെയായി. ബാറാവോവിന്റെ വീടന്വേഷിച്ചു നടക്കേണ്ടിവന്നില്ല. ബോട്ടിൽ തന്നെ വാധ്യാമ്മാരുണ്ടായിരുന്നു. ആലപ്പുഴനിന്നും അമ്പലപ്പുഴനിന്നും. അവരുടെ പുറകെ പൊങ്ങുതടിപോലെ ഒഴുകി. കമ്മത്തിയുടെ വീട്ടിൽ എത്തിയപ്പോൾ അവിടെയുണ്ട് ഒരു കൂട്ടം വാധ്യാമ്മാർ. കൂട്ടത്തിൽ പുറക്കാട്ടെ ചെല്ല വാധ്യാരെയും കണ്ടു. അയാൾ നേരത്തേ എത്തിയിരിക്കുന്നു.

വേറെ വല്ലയിടത്തും അടിയന്തിരത്തിന് പോയവഴി കയറിയതായിരിക്കും. അയാടെ ശബ്ദം പന്തലിൽ നിറഞ്ഞുനിന്നു.

പന്തലൊക്കെ ഗംഭീരം. നാട്ടിലെ ഒർത്തകനാണല്ലോ. അയാടെ അവസാന ചടങ്ങാണ് ബാറാവോ. നാടുമുഴുവനും അറിയുന്ന വിധത്തിലാക്കിയ മട്ടാണ് മക്കൾ.

കുളിയൊക്കെ കഴിഞ്ഞ് ബല്ലുവും താനും പന്തലിന്റെ ഒരറ്റത്തിരുന്നു. അവിടെ നടന്നു കാണണമെന്നു തോന്നി. പക്ഷേ. ബാറാവോയാണ്, കല്യാണവീടൊന്നുമല്ല.

പന്തൽ നിറച്ചും എവിടെനിന്നൊക്കെയോ എത്തിയ വാധ്യാമ്മാർ. മിക്കവരും വയസുചെന്നവര്. തീരെ ചെറുപ്പമായ താൻ മരണം ഉണ്ണാൻ വന്നല്ലോ എന്നോർത്തു. ചെറുപ്പത്തിൽ തന്നെ ഈ പാപം വാങ്ങേണ്ടിവന്നുവല്ലോ. ആ പാപം തന്റെ രക്ഷപ്പെടലിന്റെ വേഗം കുറയ്ക്കില്ലേ?

എന്തുചെയ്യും?

തല കുനിച്ചിരുന്നു.

ചുറ്റിനും ഒറ്റയ്ക്കും തെറ്റയ്ക്കും വാധ്യാമ്മാര്. പഴയ പ്രതാപങ്ങളുടെ കെട്ടഴിക്കുന്ന ശബ്ദഘോഷം:

"ഓ തേറാവോ, മല്ലന്റെ അല്ലായിരുന്നോ, തേറാവോ! ഔ , എന്തൊരു കേമമായിരുന്നു പതിമ്മൂന്നുപേർക്കു സർവവിധകോപ്പുകൾ, കോപ്പുകളൊക്കെ ഒന്നാംതരം."

ഒരു വാധ്യാര് താൻ പോയ തേറാവോവിനെപ്പറ്റി ഓർത്തുപറയുന്നു.

വേറൊരുത്തൻ, തനിക്കതിനു പോകാൻ പറ്റിയില്ലല്ലോ. താനെവിടെ പോയി കിടക്കുകയായിരുന്നു അന്ന് എന്ന് ഖേദപൂർവം ഓർത്തിട്ടു ചോദിച്ചു:

"ഓ കേമമായിരുന്നു, അല്ലേ! ഹൊ, എനിക്കന്ന് വരാൻപറ്റിയില്ല."

"ദക്ഷിണ എത്ര കിട്ടി?"

വേറൊരുത്തനു ദക്ഷിണ ഒന്നറിയണം. അതറിഞ്ഞപ്പോൾ അയാൾ മൂക്കത്തു വിരൽവെച്ചു.

ഓ, കഷ്ടമായിപ്പോയി!

വേറൊരുത്തൻ അങ്ങനെ വിടാൻ ഭാവമൊന്നുമില്ല. ഇപ്പം മറിഞ്ഞു വീഴും എന്ന മട്ടിലായിരുന്നു അയാൾ. എന്നാലും ഉള്ള ശ്വാസത്തിൽ ഉറക്കെ പറഞ്ഞു:

"ഓ, ഇത്രയല്ലേ ഉള്ളൂ. കൊല്ലത്തെ മല്ലന്റെ തേറാവോ എന്താ മോശമായിരുന്നോ?"

കൊല്ലത്തെ തേറാവോവിനു

പോയതിന്റെ ഓർമ അയവിറക്കി അയാൾ ഇരുന്നു. ആ കണ്ണുകൾ തിളങ്ങി.

"ഓ, പക്ഷേ, ആലപ്പുഴെ റാവുവിന്റെ തേറാവോവിനാ വാധ്യാമ്മാരെയെല്ലാം ശരിക്ക് കുളിപ്പിച്ചുകിടത്തീത്. വണ്ടിക്കൂലി പോലും തന്നില്ല. തന്തയില്ലാത്തോൻ!"

ആലപ്പുഴ പോയ ഒരുത്തൻ നിരാശമട്ടിൽ പറഞ്ഞു. അതിൽ ഒടുങ്ങാത്ത അമർഷത്തിന്റെ തിരനോട്ടമൊന്നും പുത്രൻ കണ്ടില്ല. സാധാരണ സംഭവംപോലെ ലാഘവത്തോടെ തന്നെയാണയാൾ പറഞ്ഞത്.

പുത്രനും ബല്ലുവും ഇതൊക്കെ കേട്ട് ഒരു മൂലയ്ക്ക് ഒതുങ്ങിയിരുന്നു.

തേറാവോവിന്റേതല്ലാത്ത ഒന്നുമില്ലേ ഇവർക്കു പറയാൻ.

ഒന്നോർത്താൽ ശരിയാണ്. അതല്ലാതെ എന്താണവർക്കു പറയാനുള്ളത്. അഞ്ചുലക്ഷത്തിന്റെ സാട്ടാക്കച്ചവടത്തിന്റെ കാര്യമുണ്ടോ അവർക്കറിയുന്നു! ലക്ഷമെന്തിന്? അഞ്ചുരൂപയുടെ കാര്യം പറയാൻമാത്രം അവരുടെ ജീവിതത്തിൽ എത്ര അനുഭവങ്ങളിരിക്കുന്നു!

തങ്ങളുടേതായ ഒരു കൊച്ചുലോകം; അതിനുള്ളിൽ അവർ സ്വന്തം ദുഃഖങ്ങളും സന്തോഷങ്ങളും പങ്കിടുന്നു. ചിലപ്പോൾ അസൂയ അവരെ ഭരിക്കുന്നു. നിരാശയിൽ തകർന്നടിയുന്നു.

പുത്രനു ദുഃഖം തോന്നി; ഒപ്പം വെറുപ്പും. തന്നോടുതന്നെ! ഇതിനു താനിറങ്ങിയല്ലോ, അതുകൊണ്ടുള്ള വെറുപ്പ്.

ഒതുങ്ങിയിരിക്കുന്ന പുത്രനെ വാധ്യാമ്മാര് ശ്രദ്ധിച്ചു. അവരുടെ കണ്ണുകളിൽ ജിജ്ഞാസ. തമ്മിൽത്തമ്മിൽ കണ്ണുകൾ കൊണ്ട് അവരെന്തോ പറയുന്നു.

ഇവനാരപ്പാ? ഇത്രയൊക്കെ പറഞ്ഞിട്ടു ഒരനക്കവുമില്ലല്ലോ. ശ്രദ്ധിക്കുന്നുപോലുമില്ല. ഇനി വാധ്യാരല്ലെന്നുണ്ടോ. ആണെങ്കിൽ വാധ്യാരുടെ എന്തെങ്കിലും സ്വഭാവം കാണണ്ടേ എന്നവർ വിചാരിച്ചുകാണും.

"വെയ്, ചെല്ലെ മൊന്നാം ജല്ലെനാ? മു" ഒരുത്തൻ വന്നു ചോദിക്കതന്നെ ചെയ്തു. അയാൾക്കറിയണം, താനേതാണെന്ന്. അതറിഞ്ഞിട്ടു വേണം ഏതോ വലിയകാര്യം നേടാൻ.

പുത്രനു രസിച്ചില്ല. ഇങ്ങോർക്കിപ്പോൾ അതറിഞ്ഞിട്ടെന്തു വേണമാവോ, എന്നാലും പറഞ്ഞു:

"പുറക്കാട്ടുനിന്ന്"

"പുറക്കാട്ട്"

"ങാ, ബിക്കു ഭൊട്ടുമാമുവിന്റെ മകൻ,"

കൃഷ്ണപുത്രൻ അമർഷത്തോടെ പറഞ്ഞു.

"ബിക്കു ഭൊട്ടുമാമു..... ഓ, ഓ. ബിക്കു....... അല്ലേ?"

എന്തോ ഓർത്ത് കണ്ടുപിടിച്ചിട്ടെന്നവണ്ണം അയാൾ പറഞ്ഞു. പുത്രനെ അയാൾ ഒന്നുകൂടി സൂക്ഷിച്ചു നോക്കി.

പുത്രന് ഒരു സംശയം.

തന്റെ അച്ഛനെ അയാൾക്കെങ്ങനെ അറിയാം. ഓ, ശരി, വാധ്യാരല്ലേ? വല്ല അടിയന്തിരപ്പന്തലിൽ നിന്നുള്ള പരിചയമായിരിക്കും.

"എന്നിട്ട് ബിക്കുവെന്തേ വന്നില്ല?"

ഓ. അച്ഛനാണല്ലോ തേറാവോവിനും ബാറാവോവിനും വരേണ്ടത്. എന്നിട്ടു മകനെ എന്തിനേ അയച്ചിരിക്കുന്നത്. അതിന്റെ കാരണം അയാൾക്കിപ്പോൾ അറിയണം.

അച്ഛന് അമ്പലത്തിൽ ശാന്തിയുണ്ടെന്ന് ഇയാളോടു പറയേണ്ട ആവശ്യം പുത്രനു തോന്നിയില്ല. മിണ്ടാതിരിക്കുന്നതാ നല്ലത്.

ചെക്കൻ ഇണങ്ങുന്ന വർഗമല്ല എന്നു കണ്ടിട്ടായിരിക്കണം. പിന്നെ അയാൾ ഒന്നും മിണ്ടിയില്ല.

വേറെ എത്ര വലിയ കാര്യങ്ങൾ പറയാനിരിക്കുന്നു. ഇവനോടു വർത്തമാനം പറഞ്ഞു വെറുതെ സമയം കളയണ്ട.

അയാൾ തേറാവോയുടെ വർത്തമാനത്തിൽത്തന്നെ മുഴുകി.

സദ്യക്കിരിക്കുമ്പോഴും വാധ്യാമ്മാരുടെ ഓരോ ചെയ്തിയും കൃഷ്ണ പുത്രനെ വെറുപ്പിച്ചു. അവൻ തല കുനിച്ചിരിപ്പായി.

എത്ര സദ്യകൾക്കു പോയിട്ടുണ്ട്. എന്നാലും ഇത്രയും ആക്രാന്തം ഒരിടത്തും കണ്ടിട്ടില്ല. ചെല്ലനാണ് മുന്നിൽ. തമ്മിൽത്തമ്മിൽ തമാശ പറയുന്നു തീറ്റിക്കുന്നു തീറ്റുന്നു. നല്ല ഘോഷംതന്നെ.

എത്രതരം കൂട്ടാൻ! പലതരം പോളികൾ. വാധ്യാമ്മാരുടെ വയറു നിറയും വരെ വിളമ്പണമെന്നാണ്. ഒന്നിലും ഒരു കുറവും വരുത്തരുത്. ലേശം അതൃപ്തി, അത് ആത്മാവിന്റെ അതൃപ്തി ആയിരിക്കും. വാധ്യാമ്മാരെ ഊട്ടുന്നത് പരേതന്റെ ആത്മാവിനെ ഊട്ടുന്നതിനു സമമാണ്.

വാധ്യാമ്മാരുടെ കർത്തവ്യം പരേതന്റെ ആത്മാവിനെ തൃപ്തിപ്പെടുത്തുകയെന്നതാണ്. തങ്ങൾ കാരണം ആത്മാവിന് അതൃപ്തി വരരുത്. കഴിയുന്നതും അതിന്റെ തിരക്കിലാണവർ. വിളമ്പുകാരും അങ്ങേയറ്റം അവരെ സഹായിക്കുന്നുമുണ്ട്. പ്രോത്സാഹിപ്പിക്കാൻ പരേതന്റെ ആൾക്കാരും.

എല്ലാം കൂടി ഒരു തീറ്റ മത്സരംപോലെ തോന്നി പുത്രന്. തവി കണക്കാണ് പായസം വിളമ്പിയത്.

"അവിടെ ഗൊണ്ടിഭൊട്ടുവിന് വെളമ്പടാ ഒരു തവികൂടെ"–ചെല്ലൻ.

"ഛെ, ഒരു തവിയോ? പന്തിയിലിരുന്നു മോശമാക്കരുത്. കേട്ടോ, വെളമ്പടാ, ഒരു തവികൂടി," വേറൊരുത്തൻ.

"ആ പപ്പടം എവിടെ? പപ്പടം കൊണ്ടുവെളമ്പടാ"

വേറൊരുത്തൻ പപ്പടം വിളമ്പുന്നവനെ നോക്കി അലറി.

"പിള്ളേരെപ്പോലെ ഇളിക്കാതെ ആ പപ്പടം ആ പായസത്തിൽ ഇട്ട് ഞെരടി കുടിക്കെടാ,"

ചെല്ലൻ രണ്ടുപപ്പടം പായസത്തിൽ ഇട്ടു ഞെരടി കാണിച്ചുകൊടുത്താണത് പറഞ്ഞത്. അതുകേട്ട് വിളമ്പുകാരൻ അഞ്ചെട്ടു പപ്പടം ഗൊണ്ടിയുടെ ഇലയിൽ വിളമ്പി.

ഇല നിറച്ചും പപ്പടം കണ്ട് ഗൊണ്ടി നോക്കിയിരുന്നു.

"ഛെ, ഛെ, പപ്പടം മാത്രം എന്നാത്തിനാടാ, കാണണോ? വിളമ്പെടാ പായസം കുറച്ചുകൂടെ," വേറൊരുത്തൻ എരിവുകൂട്ടി.

വിളമ്പുകാരൻ ഒരു തവി പായസം കൂടി ഇലയിൽ വീഴ്ത്തി.

"ഏയ്, വേണ്ടാന്ന്, എന്താ, എന്തായി ദ്?" ഗൊണ്ടി കൈ കൊണ്ടു തടഞ്ഞു. എന്നാലും തവി ഇലയോട് അടുത്തപ്പോൾ കൈ മെല്ലെ മാറ്റി.

ഇല നിറച്ചും പപ്പടം. ഗൊണ്ടി അതൊക്കെ വെട്ടി വിഴുങ്ങി.

"നീയാണെടാ ഭൊട്ടു." ചെല്ലൻ

ഗൊണ്ടി ചെല്ലനെ നോക്കി ഇളിച്ചു.

ചെല്ലൻ വിട്ട എമ്പക്കം പന്തലിൽ നിറഞ്ഞുകവിഞ്ഞു.

ഇതൊക്കെക്കണ്ട് അന്തിച്ചിരിക്കാനേ പുത്രന് കഴിഞ്ഞുള്ളൂ. ഇലയിൽ ആദ്യം വീഴ്ത്തിയതുതന്നെ ബാക്കി. പായസം ഇഷ്ടമാണ്. എന്നാലും ഇത്രയും ആളുകളുടെ മുന്നിൽ ഇവര് കാട്ടുന്ന കോപ്രായങ്ങൾ കണ്ടിട്ട് എഴുന്നേറ്റ് ഓടാനാണ് തോന്നിയത്. പക്ഷേ, ബ്രാഹ്മണഭോജനത്തിനിരുന്നാൽ എല്ലാവരും എഴുന്നേൽക്കുന്നതുവരെ പന്തിയിലിരിക്കണമെന്നാണ്. ബ്രഹ്മചാരിയല്ലേ? കുട്ടിയല്ലല്ലോ എന്തുചെയ്യും? ഇലയിൽ കൊറിച്ചിരുന്നു, ചുറ്റും നോക്കി.

ബ്രാഹ്മണരെ തീറ്റിക്കുന്ന പരേതന്റെ ആൾക്കാർ അവിടെയുമിവിടെയും നോക്കി നിൽപ്പുണ്ട്. അവർക്കു ഭോജനത്തിനിരുന്നുകൂടാ. ഭട്മാമന്മാരെ തൃപ്തിപ്പെടുത്തിക്കഴിഞ്ഞാലെ അവർക്ക് എന്തെങ്കിലും കഴിക്കാനൊക്കൂ. ഭട്മാമന്മാരുടെ തൃപ്തിയാണല്ലോ അവരുടെ ലക്ഷ്യം.

അതുവരെ ഭട്മാമന്മാരുടെ തീറ്റി നോക്കിയിരിക്കാം. രസിക്കാം അതനുസരിച്ച് ചിലർ എന്തോ തമ്മിൽ പറഞ്ഞു ചിരിക്കുന്നുമുണ്ട്.

അതോർത്തപ്പോൾ തീയിൽ വീണതുപോലെയായി. തന്നെ എത്ര പേരാണ് ശ്രദ്ധിക്കുന്നത്, എത്രപേര്! തൊലിയുരിയുന്നുവോ. എത്ര നേരമാണ്. കുനിഞ്ഞിരുന്നതെന്നറിയില്ല. കണ്ണുകൾ പന്തലിൽ ഒന്നുകറങ്ങി. ആരെങ്കിലും തന്നെ ശ്രദ്ധിക്കുന്നുണ്ടോ? ഇല്ല, താൻ അടങ്ങിയിരിക്കുകയണല്ലോ. തന്നെക്കാളും ശ്രദ്ധിക്കപ്പെടേണ്ടവരായി പന്തലിൽ എത്രയോ പേരുണ്ട്.

കണ്ണുകൾ മെല്ലെ നീണ്ടു. അലസമായി. എത്ര വലിയ കെട്ടിടം. എത്ര ദേവന്മാരുടെ പടങ്ങൾ. പഴയതു മുതൽ പുതിയതുവരെ.

മച്ച് മുഴുവനും ചിത്രപ്പണികൾകൊണ്ട് സമൃദ്ധം. പഴയ എടുപ്പായിരിക്കും.

പെട്ടെന്നാണു കണ്ടത്. മുറിയിൽ ലേശം ഇരുട്ടിൽ നാലു കണ്ണുകൾ തന്നെ ശ്രദ്ധിക്കുന്നതുപോലെ. തന്നെയാണോ, അതോ വേറെ ആരെയെങ്കിലുമാണോ? അടുത്തുള്ളവരെ നോക്കി. പിന്നെ ഒന്നുകൂടി നോക്കി.

അതെ, തന്നെത്തന്നെയാണ്! അറിയാതെ പുത്രൻ ആ കണ്ണുകളെത്തന്നെ ശ്രദ്ധിച്ചു.

എന്താണാ കണ്ണുകളിൽ? എന്തോ ഒരു ദൈന്യത. ഒരു മഹാദുഃഖം ആ കണ്ണുകളിൽ തളംകെട്ടിക്കിടക്കുന്നതുപോലെ,

"മരിച്ച കമ്മത്തിയുടെ ഭാര്യയും മകളുമാണത്, ബല്ലു മെല്ലെ പറഞ്ഞപ്പോൾ ശരിക്കും തലകറങ്ങി. എന്റീശ്വരാ! എന്തിനിവിടെ വന്നു? വാധ്യാമ്മാരുടെ കോപ്രായങ്ങൾ കണ്ട് അവരെ ശപിക്കുന്ന കണ്ണുകളെ നേരിടാനോ.

പിന്നെ ആ ഭാഗത്തേക്കു നോക്കാൻ പുത്രനു കഴിഞ്ഞതേയില്ല. അത്രയ്ക്കു ദൈന്യത ആ കണ്ണുകളിൽ പുത്രൻ കണ്ടു.

പ്രിയപ്പെട്ടവന്റെ വേർപാടിൽ അവർ തപിക്കുമ്പോൾ പന്തലിൽ എന്താണ് നടക്കുന്നത്. എങ്ങനെ പിന്നെ പന്തലിൽ ഇരിക്കാൻ തോന്നും.

മനുഷ്യത്വം കുറവാണ് വാധ്യാമ്മാർക്ക്, എന്ന് അമ്മാവൻ പറഞ്ഞത് പുത്രൻ അന്നേരം ഓർത്തു.

അഞ്ച്

കിട്ടിയ എഴുത്തിന്റെ മുന്നിൽ ബിക്കു വാധ്യാർ തപസ്സിരുന്നു, ഒന്നും ഒരു പിടികിട്ടുന്നില്ല. മനസിൽ ഒന്നും തോന്നുന്നില്ല. ഇങ്ങനെ ഒരവസ്ഥ ജീവിതത്തിൽ ഇതേവരെ ഉണ്ടായിട്ടില്ല. താഴത്തങ്ങാടിയിലെ നാരായ ണാചാരിയുടെ കത്താണ്. അവിടെ ഏതോ ഒരു നായ്ക്കൻ മരിച്ചെന്ന്. ആചാരിയുടെ ഗൃഹസ്ഥനാണ് നായ്ക്കൻ. അത്ര വലിയ കോളൊന്നുമു ണ്ടായിട്ടല്ല. പക്ഷേ, കർമങ്ങൾ നടത്തേണ്ടത് ആചാരിയുടെ കടമയാണ്; കുടുംബപുരോഹിതനാണ്.

പക്ഷേ, ആചാരിക്കുണ്ടോ അതിനു കഴിയുന്നു. അയാൾക്ക് അതി നിടയ്ക്ക് മകന്റെ ഭാര്യ പ്രസവിച്ചതിന്റെ പെല.

പെല വരാൻ കണ്ട ഒരുസമയം! പെല ഉള്ളപ്പോൾ കർമങ്ങൾ നടത്താൻ ആരെങ്കിലും സമ്മതിക്കുമോ, നടത്താൻ പാടുണ്ടോ? ആത്മാവിന്റെ കർമങ്ങളാണ്. അതു ശുദ്ധിയോടെ ചെയ്തെങ്കിലേ ആത്മാ വിനേൽക്കൂ. പെലയിലും മറ്റും വിശ്വാസമില്ലാത്തവനാണ് മരിച്ചതെങ്കിൽ പോലും അയാൾ മരിച്ചു കഴിഞ്ഞാൽ ആത്മാവാണ്. ആത്മാവിന് പെല നിഷിദ്ധമാണ്. ശുദ്ധിവന്നാലേ ആത്മാവിന് തൃപ്തി വരൂ. ശീലിച്ചതാ ണിതൊക്കെ. അല്ലാതെ ഇതിലൊക്കെ വല്ല സത്യവുമുണ്ടോ എന്ന് ഇഴ കീറിയിട്ടു നോക്കിയിട്ടൊന്നുമല്ല പണ്ടുമുതൽ തുടരുന്ന ഒന്ന് തുടരുന്നു എന്നേയുള്ളൂ.

പക്ഷേ, ഗൃഹസ്ഥന് അതൊന്നും നോക്കേണ്ട കാര്യമൊന്നുമില്ല. അവന്റെ അടിയന്തിരങ്ങൾ നടത്തണം. കുടുംബപുരോഹിതൻ തന്നെ നടത്തണം. അല്ലെങ്കിൽ നടത്തിച്ചുതരണം. അതേ അയാൾക്കു നോക്കേ ണ്ടകാര്യമുള്ളൂ.

അതൊക്കെ പുരോഹിതനും അറിയാം. ഇന്നത്തെ ഒരടിയന്തിരം തള്ളിയാൽ, പിന്നെ നാളെ ചിലപ്പോൾ അങ്ങോട്ടു പോകേണ്ടതില്ല എന്ന സ്ഥിതി വന്നേക്കാം.

തന്റെ ജീവിതം അങ്ങനെ വഴിമുട്ടി നിൽക്കില്ലേ, അത് ഏതൊരു ഭൊട്ടുമാമനും മുന്നിൽ കാണുന്നു. അതുകൊണ്ടാണ് ആചാരി ബിക്കു വിനു കത്തിട്ടത്.

ആചാരിയുടെ പതിവ് ഇതൊക്കെത്തന്നെയാണ്. അയാൾക്ക് എന്തെ ങ്കിലും അസൗകര്യം വന്നാൽ ബിക്കുവിനെ വിളിക്കുന്നു. ബിക്കുവിനെയ ല്ലാതെ ആരെയും വിളക്കാറുമില്ല.

ബിക്കുവിനും ഇതൊക്കെ സന്തോഷമുള്ള കാര്യങ്ങൾ തന്നെ.

ഇപ്പോഴും ബിക്കുവിനു കത്തുകിട്ടിയപ്പോൾ സന്തോഷം ഉയർന്നു പൊങ്ങിയതാണ്. പക്ഷേ, മെല്ലെ അതു കെട്ടടങ്ങി. അടുത്ത സോമാറ അമ്പലപ്പുഴ ഒരു മൂഞ്ചി ഉള്ളതാണ്. ഒരു വലിയ ഒർത്തകുവിന്റെ മകന്റെ മൂഞ്ചി. ചെന്നാൽ ശരിക്കും ദക്ഷിണ കിട്ടുന്നതാണ്. ഇതിനുമുമ്പത്തെ അനുഭവവും മറിച്ചല്ല. താനവിടത്തെ പുരോഹിതനുമാണ്.

മനസിൽ എന്തൊക്കെയോ തട്ടിമറിഞ്ഞു. മരിക്കാൻ കണ്ട ഒരു നേരം. ഈ ആഴ്ചയിൽ തന്നെ വേണമായിരുന്നുവോ ഇതൊക്കെ? ആരോടു ചോദിക്കാൻ.

ഉണ്ടെങ്കിൽ എല്ലാം കൂടി ഒന്നിച്ചാണ്. കാലക്കേടെന്നല്ലാതെ എന്തു പറയാൻ.

കഴിഞ്ഞ മാസത്തെ കാര്യംതന്നെ നോക്കുക.

മാസങ്ങളായി അടിയന്തിരങ്ങളൊന്നുമില്ലാതെ ബുദ്ധിമുട്ടുന്ന സമയം. മനസ്സ് ഭട്പണിനെത്തന്നെ ശപിക്കുന്ന ദിനങ്ങൾ.

പക്ഷേ, പെട്ടെന്നാണ്.

മുട്ടത്ത് ഒരു മൂഞ്ചി. ആലപ്പുഴ ഒരു ബാറാവോ, പോരാ, അമ്പലപ്പുഴ ഒരു വർഢിക്.

എല്ലാം ഒരു ദിവസം. ബിക്കു കുഴഞ്ഞു. ഏതിനു പോണം. ഏതിനു പോകാതിരിക്കണം.

എല്ലായിടത്തും പോകണമെന്നുണ്ട്. പക്ഷേ, പറ്റുമോ. താനൊറ്റയല്ലേ ഉള്ളു. മൂന്നും വലിയ ഒർത്തകന്മാരുടെ മഠങ്ങൾ തന്നെ, വാധ്യാമ്മാരുടെ പ്രതീക്ഷകൾ അതിന്റെ മുഴുരൂപത്തിൽത്തന്നെ ഉണർത്തിവിടുന്ന സ്ഥലങ്ങൾ.

എന്തുചെയ്യണം? മൂഞ്ചിക്കുപോവുകയാണെങ്കിൽ ഒറ്റദിവസമേയുള്ളു മൂഞ്ചി. വർഢികും ഒരുദിവസം തന്നെ. പക്ഷേ, ബാറാവോക്കാണെങ്കിൽ

ചിലപ്പോൾ തേറാവോക്ക് വിളിച്ചെന്നിരിക്കും. മുണ്ടു കോപ്പും ദക്ഷിണയും വേറെകിട്ടും.

ബാറാവോക്ക് പോകുന്നതാണു നല്ലതെന്ന് ബിക്കുവിനു തോന്നി. ബിക്കുവിനു മാത്രമല്ല, എല്ലാ വാധ്യാമ്മാർക്കും തോന്നുന്നതാണത്.

പക്ഷേ, കഷ്ടകാലമെന്നല്ലാതെന്തു പറയാൻ, വണ്ടിക്കൂലി കിട്ടിയതു മിച്ചം. ആ ദരിദ്രവാസി ഗൃഹസ്ഥൻ ദക്ഷിണയ്ക്കുവേണ്ടി ചില്ലറതുട്ടുകൾ കരുതിവെച്ചിരുന്നു എന്നു തോന്നുന്നു. തേറാവോക്കു വിളിച്ചതുമില്ല.

കരച്ചിൽ വന്നതു തടയേണ്ടിവന്നു ചിലർക്ക്. മുട്ടത്തു പോയവർക്കെല്ലാം വണ്ടിക്കൂലിയും അഞ്ചുരൂപ ദക്ഷിണയും കിട്ടിയെന്നറിഞ്ഞപ്പോൾ ബിക്കു മരിച്ച ആത്മാവിനെ ശപിച്ചു. ഗൃഹസ്ഥനെ ശപിച്ചു. മരിച്ച ആത്മാവിന് ഗുണം പിടിക്കാതിരിക്കട്ടെ.

ഇപ്പോഴിതാ അതുതന്നെ സംഭവിച്ചിരിക്കുന്നു. ഏതിനാണു പോകേണ്ടത്? ആചാരിയെ തള്ളാനും പറ്റില്ല. തന്നെ ആ താഴത്തങ്ങാടിയിൽ അറിയുന്നവനാക്കിയത് ആചാരിയാണ്. അതുകൊണ്ടാണ് താഴത്തങ്ങാ

ടിയിൽ എന്തു വിശേഷങ്ങൾ ഉണ്ടായാലും തന്നെയും കൂടി വിളിക്കുന്നത്.

എന്നാൽപ്പിന്നെ കൃഷ്ണപുത്രനെ അമ്പലപ്പുഴ അയയ്ക്കാമെന്നു വച്ചാൽ അതിനുള്ള പ്രാപ്തിയൊന്നും അവനില്ല. വല്ലയിടത്തും ദക്ഷിണയ്ക്കും മറ്റും പോകുന്ന സാധാരണ വാധ്യാരുമാത്രമേ ആയിട്ടുള്ളു അവൻ.

കഷ്ടിച്ച് ഒരു വർഷിക് നടത്താൻ ചിലപ്പോൾ അവനു കഴിയുമായിരിക്കും.

അവന്റെ പ്രായത്തിൽ തനിക്ക് ബ്രാഹ്മണ്യത്തിന്റെ മന്ത്രതന്ത്രാദികൾ കാണാപ്പാഠമായിരുന്നു എന്ന് ബിക്കു ഓർത്തു. ഇപ്പോഴതൊന്നുമില്ല. പഠിക്കണം ബ്രാഹ്മണ്യം വിടണം, നാടുവിടണം, ജോലികിട്ടണം. അത്ര തന്നെ.

തന്റെ ആയകാലത്ത് സ്കൂളിൽപ്പോലും തന്നെ അയച്ചില്ല ബപ്പാ. ഭ്രഷ്ടനാവുമത്രെ! പഠിപ്പും പത്രാസുമൊക്കെ ഭൊട്മാമന് പറഞ്ഞിട്ടില്ല. അതൊക്കെ മ്ലേച്ഛമാണ്. വലിയ ജാതിയാണു ബ്രാഹ്മണർ. അന്യജാതിക്കാർ ഒന്നിച്ചു കൂടുന്ന സ്ഥലങ്ങളിൽപോവുക! അച്ഛനതു സഹിച്ചില്ല. അതുകൊണ്ടാണു സംസ്കൃതം പഠിച്ച് ഭൊട്ടുമാമനായത്. ഇപ്പോഴത്തെ പിള്ളേരോട് ഇതുവല്ലതും പറഞ്ഞാൽ ഏശുമോ? ഭേഷായി.

താനൊന്നും മിണ്ടിയില്ല. അവൻ എന്തെങ്കിലും ചെയ്യട്ടെ. ഭട്പണ് അവൻ മറന്നു. അതിനുള്ള ശിക്ഷ തനിക്കായി. എല്ലാറ്റിനും താൻ ഓടണം. തനിക്കൊരു തുണ പോലുമില്ല.

ആ ബന്ധഭൊട്ടുവിന്റെ മകനെ കണ്ടുപഠിക്കട്ടെ ഇവൻ. അവനെവിടെ ഇവനെവിടെ! അവനെക്കണ്ടിട്ട് അസൂയ തോന്നിയിട്ടുണ്ട്. കൃഷ്ണപുത്രന്റെ പ്രായമേ അവനുള്ളു എന്നു തോന്നുന്നു. എന്നാലെന്താ? തേറാവോ വരെ ആരുടെയും സഹായമില്ലാതെ ചെയ്യുന്നു അവനെന്നറിഞ്ഞപ്പോൾ മൂക്കിൽ വിരൽ വെച്ചു പോയി.

ദേവർ കാട്ടിൽ വെച്ചാണ് ബിക്കു ബന്ധന്റെ മകനെ കണ്ടത്. ഏതോ ഒരുത്തന്റെ തേറാവോവിനു പോയതാണ്. പന്തൽ നിറയെ വാധ്യാമ്മാര്. അടിയന്തിരം നടന്നുകൊണ്ടിരിക്കുന്നു. ബിക്കുവും ആലപ്പുഴയിലെ നർണനും അടുത്തടുത്തിരിക്കുന്നു.

പന്തലിൽ എത്തുമ്പോൾത്തന്നെ പന്തലിൽ മന്ത്രശകലങ്ങൾ ഒഴുകി നടക്കുന്നത് ബിക്കു അറിഞ്ഞതാണ്. സ്വതേ വിറയാർന്ന്, ചില ഭാഗങ്ങൾ പറഞ്ഞു പറഞ്ഞ് തേഞ്ഞ വൃദ്ധസ്വരമല്ല. ഒരക്ഷരവും വിടാതെ തെളിച്ചുപറയുന്ന സ്വരം കേട്ടപ്പോൾ മനസിനെന്തൊരു സുഖം. ഇത്രയും വൃത്തിയായി മന്ത്രം ചൊല്ലുന്നത് ഇതുവരെ കേട്ടിട്ടേയില്ല.

പെട്ടെന്നുനോക്കി. ആരാണ് ഭൊട്ടു?

കർമാധിപന്റെ അരികിൽ പ്രായം ചെന്നിട്ടില്ലാത്ത ഒരുത്തനെയാണു കണ്ടത്. ഭൊട്ട്മാമനെവിടെ. വീണ്ടുംനോക്കി.

അത്ഭുതമാണു തോന്നിയത്. അടുത്തിരിക്കുന്നവനോ ഭൊട്ട്മാമൻ!

ആ ചെറുക്കനോ! അവന്റേതാണോ ഈ തെളിഞ്ഞ ശബ്ദം. ഇത്ര ചെറുപ്പത്തിലേ തേറാവോവരെ ചെയ്യിക്കുന്നതിവനോ?

ആദ്യമായിട്ടാണ് വാധ്യാമ്മാര് എല്ലാം തികഞ്ഞ ഒരു കൊച്ചു ഭൊട്ട് മാമനെ കാണുന്നത്.

ഇവനാരാണ്? ബിക്കുവിനറിയണം. ബിക്കു ചോദിക്കുന്നതിനു മുമ്പു തന്നെ നർണൻ ചോദിച്ചു:

"ബിക്കു, ഈ ചെക്കനേതാണെന്നറിയ്യോ?"

"അതാ ഞാനും നോക്കുന്നത്. ഏതാണീ ചെക്കൻ?"

"അറിയില്ല്യേ? ഇവിടത്തെ വലിയ വാധ്യാരുടെ മോനാ."

"അതെയോ ഔ! എന്തൊരു സാമർഥ്യം." ബിക്കു സമ്മതിച്ചുപോയി.

"അതല്ലേ. ഭൊട്ടുവായാൽ ഇങ്ങനെ തന്നെ വേണം."

ആ പറഞ്ഞതിൽ ബിക്കുവിന് നർണനോട് അമർഷം തോന്നി. ഭൊട്ടുവായാൽ ഇങ്ങനെ വേണമെന്ന്. അപ്പോൾ താനൊക്കെ ഭൊട്ടുവല്ലെന്നാണോ. പിന്നാരാ. കൊശവനോ?

ബിക്കുവിന് വലിയ വാധ്യാരോട് അസൂയതോന്നി.

"അവന്റെ ബപ്പായും ഇങ്ങനെതന്നെയാണെന്ന് കൂട്ടിക്കോ. പിന്നെ എവൻ മോശമാവണതെങ്ങനെ." നർണൻ അതുപറഞ്ഞ് കൊച്ചു വാധ്യാരെത്തന്നെ ശ്രദ്ധിച്ചു.

ബിക്കുവും അവനെത്തന്നെ നോക്കി, ശരിക്കു ഭൊട്ടുതന്നെ.

ഗൊച്ചന്ദനം കൊണ്ട് സാധാരണ വാധ്യാമ്മാര് വരയ്ക്കുന്ന പടർന്ന കുറികളൊന്നുമല്ല ഒത്തകുറികൾ, പഞ്ചമുദ്രകൾ വരെ തെളിഞ്ഞു കാണാം.

ആ കാഴ്ച കണ്ട് ബിക്കുവിനുതന്നെ തോന്നി, ഒരു വല്ലായ്മ; ഒരു കുറച്ചിൽ. പയ്യനാണെങ്കിലും എത്ര ചിട്ടയോടെയാണ് അവൻ കാര്യങ്ങൾ നടത്തുന്നത്. അനുഷ്ഠാനങ്ങൾ മുഴുവനും വൃത്തിയായി കർമാധികാരിയെ മനസിലാക്കിച്ച് അയാളെക്കൊണ്ട് പിതൃകർമങ്ങൾ ചെയ്യിക്കുന്നത് പന്തലിൽ ഉള്ളവർ നോക്കിയിരുന്നു.

പന്തലിൽ ഉള്ള ഒരു വയസൻ വാധ്യാര് തന്റെയടുത്തിരിക്കുന്ന പയ്യനോട് ചെറിയവാധ്യാരെ ചൂണ്ടി എന്തോ പറയുന്നത് ബിക്കു ശ്രദ്ധിച്ചു മകനായിരിക്കും.

ചോയ്റെ! പയ്യൻ കർമം ചെയ്യിക്കുന്നത് നോക്കി ഇരുന്നോ, കഴുത, എന്നായിരിക്കാം വയസൻ പറയുന്നത്.

ചെറിയ വാധ്യാര് ഗൃഹസ്ഥനെക്കൊണ്ട് വാധ്യാമ്മാരുടെ പാദങ്ങൾ കഴുകി കോപ്പുകൾ വിതരണം ചെയ്യിക്കുന്നു.

ഇത്ര അശുവായ ഒരുത്തൻ തന്നെപ്പോലെയുള്ള വയസൻ വാധ്യാമ്മാർക്ക് ദക്ഷിണ കൊടുപ്പിക്കുന്നത് ബിക്കു മിഴിച്ചിരുന്നു നോക്കി.

വീട്ടിലിരിക്കുന്ന കൃഷ്ണപുത്രനെയാണ് അന്നേരം ബിക്കു ഓർത്തത്. അവൻ ഈ ചെറിയ വാധ്യരെപ്പോലെ ഒരു തികഞ്ഞ ഭൊട്ടുവായിത്തീരുന്നത് ബിക്കു സ്വപ്നം കണ്ടു. തനിക്കതിനല്ലേ പറ്റു എന്ന് ബിക്കു സമാധാനിച്ചു.

അവനതൊന്നുമല്ല. ജോലികിട്ടിയാൽ സർവതും, നേടിയെന്നാണ്. ജോലി കിട്ടുന്നതുവരെ ഭട്പണ് ചെയ്തുകൂടേ അവന്. കുലത്തൊഴി ലല്ലേ? ങുക്കും. അതൊന്നും അവൻ ചെയ്യില്ല. തന്നെ വിഷമിപ്പിക്കണം. അത്രതന്നെ.

ജോലി കിട്ടിയിട്ടും കർമങ്ങൾ വളരെ മാന്യമായി ചെയ്യുന്ന ഒരു കായംകുളത്തുകാരൻ വാധ്യാരെക്കുറിച്ച് കേട്ടിട്ടുണ്ട്. ഭട്പണ് അഭിമാന മായിട്ടാണ് അയാൾ കരുതുന്നത്. അതിനുള്ള ദക്ഷിണ കണക്കു പറഞ്ഞ് വാങ്ങിക്കയും ചെയ്യും.

പക്ഷേ, അങ്ങനത്തെ ആളുകൾ കുറവാണെന്നു മാത്രം. അവരെ പ്പറ്റി താനെന്തിനു ചിന്തിക്കണം. തന്റെ മകനെത്തന്നെ തനിക്ക് ശരിക്ക് തിരുത്താൻ കഴിഞ്ഞിട്ടില്ല. പിന്നെ ഒന്നു സമാധാനിച്ചു.

അവനെ പറഞ്ഞിട്ടും കാര്യമില്ല. ഭട്പണ് നടത്തിയാൽ ജീവിക്കാ നൊക്കില്ലെന്ന് തന്നെക്കാളും നന്നായി അവനറിയാമെന്ന് ബിക്കുവിന് തോന്നി.

തനിക്കിനി ഇതിൽനിന്ന് രക്ഷപ്പെടാനാവില്ല. തന്റെ വിധി ഈ വൃത്തത്തിലാണ്. അതിന്റെ പരിധിവിട്ട് തനിക്ക് പോകാൻ പറ്റുമോ.

അവനങ്ങനെയാണോ? ഈ ദുഷിച്ച വൃത്തത്തിനുള്ളിൽ അവൻ കറ ങ്ങണോ? അവന്റെ ജീവിതം നശിപ്പിക്കണോ? അവനും തന്നെപ്പോലെ പിണ്ഡവും മറ്റും അന്വേഷിച്ചു നടക്കണോ?

ഭട്പണ് നടത്തണമെന്നു പറയാൻ തനിക്കെന്താവകാശമാണുള്ളത്?

അങ്ങനെ ജീവിച്ചാൽ അവനെന്തു മെച്ചമാണുള്ളത്. എന്തു മേന്മ യാണു കാണിച്ചുതരാൻ സാധിക്കുക.

ഒരു സംഭവം! ഒരേയൊരു സംഭവം. അതു ചൂണ്ടിക്കാണിച്ച് "നോക്കെടാ, ഭട്പണു കൊണ്ട് ജീവിക്കാനൊക്കുമെടാ." എന്നു പറ യാൻ തനിക്കു പറ്റുമോ?

കയ്പേറിയ സംഭവങ്ങൾ എത്രയെങ്കിലുമുണ്ട് പറയാൻ. ഒരു പൈസ ദക്ഷിണ കിട്ടിയ സംഭവം പോലുമുണ്ട് തന്റെ ജീവിതത്തിൽ.

ഒരു പൈസ ദക്ഷിണ! ഹൗ! സഹിക്കുന്നതെങ്ങനെ. ആരോടെങ്കിലും പറയാൻ കൊള്ളുന്ന കാര്യമാണോ അത്.

താനും ദക്ഷിണ തന്ന ഗൃഹസ്ഥരും മാത്രം അറിയുന്ന സംഭവം. പുറത്തു പറഞ്ഞാൽ നാണക്കേട് തനിക്കാണെന്ന് ഗൃഹസ്ഥനറിയാം. അയാളുടെ മാനക്കേടു പുറത്തുവരാതെ ആ രഹസ്യത്തിൽ ഒളിഞ്ഞു കിടന്നു.

താൻ പുറത്തു പറയുന്നോ, ഒറ്റ പൈസ ദക്ഷിണ കിട്ടിയ കാര്യം. ഒരുദിവസം മുഴുവനും മിനക്കെട്ടതിന് ഒരു പൈസ ദക്ഷിണ, താൻ സഹി ച്ചു. പക്ഷേ, തന്റെ മോൻ അതു സഹിക്കുമെന്നു കരുതുന്നുണ്ടോ.

ഒരു പൈസ! അവന്റെ അമ്മേടെ പിണ്ഡം വയ്ക്കാൻ! ഹറാം പിറ ന്നവൻ. ഇത്ര നാറിയ ഒരു സംഭവം തന്റെ ജീവിതത്തിൽ വേറെ നടന്നി ട്ടുണ്ടോ?

ആ ഗൃഹസ്ഥന്റെ സാഷ്ടാംഗപ്രണാമവും ദക്ഷിണയും! ഭാരമില്ലാത്ത വെറ്റിലയാണല്ലോ, ചില്ലറ ആയിരിക്കില്ല, വെറും നോട്ടായിരിക്കും, എന്നൊക്കെയാണു വിചാരിച്ചത്. നല്ലവൻ. ഇത്രയും നല്ല ഗൃഹസ്ഥനെ താൻ കാണാൻ പോണില്ല. ഇനി, ദക്ഷിണ നോട്ടായിരുന്നിട്ടും അയാൾക്ക് ആ ഭാവമൊന്നും ഇല്ല. വളരെ ഭവ്യതയോടെയുള്ള പെരുമാറ്റം. ദക്ഷിണ തന്നത് കുറഞ്ഞോ എന്ന് അയാൾക്ക് സംശയം ഉള്ളതുപോലെ തോന്നി. എങ്ങനെ തോന്നാതിരിക്കും? കല്യാണത്തിനു രണ്ടുനില പന്തൽ തന്നെ ആയിരുന്നു. കല്യാണം കെങ്കേമമായിരുന്നതിനാൽ ചടങ്ങുകൾ ഒട്ടും കുറച്ചില്ല. ഓരോ ചെറിയ ചടങ്ങും ചിട്ടയായിത്തന്നെ ചെയ്യിച്ചു. ഒരുമാതിരി അലവലാതിയാണെങ്കിൽ മന്ത്രങ്ങളും ചടങ്ങുകളും കുറയ്ക്കുകയാണ് പതിവ്.

ഒരുവിധം ഒപ്പിക്കുക. അവർക്ക് അത്രയേ വേണ്ടൂ. ഒരു ചടങ്ങ്, അത്ര തന്നെ. തനിക്കും ലാഭം. ദക്ഷിണ എത്രയെങ്കിലുമാവട്ടെ, കിട്ടിയതു മിച്ചം.

ഇതങ്ങെനെയൊന്നുമായിരുന്നില്ല. എന്നിട്ട് ദക്ഷിണ സമയത്ത് സാഷ്ടാംഗ പ്രണാമം ചെയ്തു ഗൃഹസ്ഥൻ പറഞ്ഞത് ബിക്കു ഓർത്തു:

"യഥാശക്തി ദക്ഷിണ എന്നല്ലേ ഭൊട്ടുമാമൂ. ഞാൻ യഥാശക്തി ദക്ഷിണ തരുന്നു. എന്നെ ആശീർവദിക്കൂ."

ദക്ഷിണ വാങ്ങി ആശീർവദിച്ചു മനസ്സ് നിറയെ. തൃപ്തിയോടെ അപ്പോഴും മനസ്സ് വെറ്റിലയുടെ ഉള്ളിൽ ഉടക്കിക്കിടന്നു. എങ്ങനേയും അതു പിളർത്തിനോക്കണം. എല്ലാവരുടെയും മുന്നിൽ വച്ച് വല്ലതും സാധിക്കുമോ? അതുമല്ല, അയാൾ തന്നോട് ഓരോന്നും ചോദിക്കുന്നു, ഭവ്യതയോടെ, താൻ മറുപടി പറയുകയും.

മനസ്സ് അപ്പോഴും വെറ്റിലയിൽത്തന്നെ തങ്ങി, എന്താണ് എത്രയാണ്!

സന്ദർഭം ഉണ്ടാക്കി വെറ്റില തുറന്നു നോക്കി.

ങേ! കണ്ണിൽ ഇരുട്ടു കയറുന്നുവോ. ഒന്നും കാണാനില്ലല്ലോ. ഒന്നുമില്ലാഞ്ഞിട്ടാണോ? അല്ല, വെറും ഒരു പൈസ!

കാലിന്റടിയിൽ നിന്നു മണ്ണ് ഊർന്നുവീഴുന്നതുപോലെ തോന്നി ബിക്കുവിന്. മണ്ഡവി*യുടെ കാലിൽ ഒരു പിടുത്തം. അതുകൊണ്ട് മറിഞ്ഞുവീണില്ല എന്നു മാത്രം.

"അറെ! കഴുവേറി മോനേ! നെന്റെ യഥാശക്തി ദക്ഷിണ. നീ നശിക്കുമെടാ, നശിക്കും."

സദ്യ ഗംഭീരമായി നടത്തിയിട്ട് ഒരു പൈസ യഥാശക്തി ദക്ഷിണ തന്ന അവന്റെ മഠത്തിൽ താൻ പിന്നെ കയറിയിട്ടില്ല.

ഇത്തരം തൊഴിലിന് കൃഷ്ണപുത്രൻ പോണോ, പോകുമോ?

ഈ നശിച്ച തൊഴിലിൽനിന്നും രക്ഷപ്പെടാനെങ്കിലും അവനെ താൻ സമ്മതിക്കേണ്ടതല്ലേ.

---

* മണ്ഡവി = കതിർമണ്ഡപം

ഇല്ല. ഇനി തനിക്ക് ഒന്നിനും പറ്റില്ല. തന്റെ വഴി അവസാനിക്കാറായി. ഇനി അവനെ താൻ എങ്ങനെയാണ് രക്ഷിക്കാൻ പോകുന്നത്.

നെറ്റി തിരുമ്മി ബിക്കു കുന്തിച്ചിരുന്നു.

എന്താണിനി ഒരു പോംവഴി. ആചാരിയെ അങ്ങനെ തള്ളാൻ പറ്റുമോ? നാളത്തെ കാര്യം ഓർക്കണമല്ലോ. എന്തെല്ലാം സഹായങ്ങളാണ് അയാൾ ചെയ്തിട്ടുള്ളത്. ഇനിയും തനിക്ക് സഹായം ഇല്ലാതെ ജീവിക്കാനൊക്കുമോ.

താഴത്തങ്ങാടിയിലെ ഒരേഒരു പുരോഹിതൻ, എത്രയോ മഠങ്ങളിലെ കർമങ്ങൾ നോക്കി നടത്തുന്നയാൾ. താഴത്തങ്ങാടിയിലെ ഗൃഹസ്ഥന്മാർ എല്ലാം പണക്കാരാണ്. അങ്ങനെയുള്ള ഭാഗ്യം ചിലർക്കല്ലേ കിട്ടൂ.

തന്റെ കാര്യം തന്നെ നോക്കണം. തന്റെ ഗൃഹസ്ഥന്മാരിൽ എത്ര പേരുണ്ട് ശരിക്കും ദക്ഷിണ തരാൻ കഴിയുന്നവരായിട്ട്. എല്ലാം ദരിദ്രഗൃഹങ്ങൾ.

ആചാരിക്കോ? ജീവിതം മുഴുവനും കർമങ്ങൾ ചെയ്യാൻ തന്നെയാണ് അയാൾക്ക് വിധി ഒരിടത്ത് മൃത്യുഞ്ജയഹോമം. ചിലയിടത്ത് സത്യനാരായണവ്രതം. അല്ലെങ്കിൽ മുഞ്ചി വർഷിക്, വർഢിക് അങ്ങനെ പലതും. ഭട്മാമൻ ഒന്നേയുള്ളു. അയാളുതന്നെ ഇക്കണ്ട കർമങ്ങളൊക്കെ ചെയ്യണമെന്ന് ഗൃഹസ്ഥർക്ക് നിർബന്ധവും. ആചാരിക്കും ഇതൊക്കെ നിർബന്ധം തന്നെ. ദക്ഷിണ തനിക്കുതന്നെ കിട്ടണമല്ലോ. അതുകൊണ്ട് ആചാരിയുടെ സൗകര്യത്തിന് ചിലപ്പോൾ അടിയന്തിരങ്ങൾ മാറ്റിവയ്ക്കാറുണ്ട്. പറ്റാത്തവര് വേറെ വാധ്യാരെ നോക്കാൻ പറയാനും ആചാരി മടിക്കില്ല.

ചില ദിവസങ്ങളിൽ രണ്ടുമൂന്നിടങ്ങളിൽ അടിയന്തിരങ്ങൾ കാണും. മാറ്റിവെക്കാൻ പറ്റാത്തവ ആദ്യം നടത്തുന്നു. ബാക്കി നീക്കിവയ്ക്കുന്നു. ഒന്നിൽ കൂടുതൽ, അടിയന്തിരങ്ങൾ ഒരുദിവസം തന്നെ നടത്തിയ എത്രയോ സംഭവങ്ങളുണ്ട്, ആചാരിയുടെ ജീവിതത്തിൽ.

ഒറ്റ മകനേ ഉള്ളു ആചാരിക്ക്. അവൻ ദേവസ്ഥാനത്തിൽ ശാന്തി നടത്തുന്നു. ചിലപ്പോൾ ചെറിയ കർമങ്ങൾക്ക് പോകാറുണ്ട്. അയാൾക്ക് ഒഴിവില്ലാത്തപ്പോൾ ബിക്കുവിനെ വിളിക്കും. നാടുമുഴുക്കെ അലഞ്ഞു തിരിയാനൊന്നും ആചാരിക്ക് കഴിയില്ല. അതുകൊണ്ട് തുളസിപൂജയും സരസ്വതീപൂജയും ബിക്കുവിനെക്കൊണ്ടു ചെയ്യിക്കും ആചാരി.

മഴക്കാലത്താണ് തുളസിപൂജ. മഴയും നനഞ്ഞ് മഠങ്ങൾതോറും നടക്കുക. കഷ്ടപ്പാടാണെങ്കിലും ബിക്കു അതിനൊക്കെ പോകും. പത്തു രൂപയെങ്കിലും ദക്ഷിണയായി കിട്ടും. വെറുതെ കളയേണ്ട. അതും ആചാരി പറഞ്ഞേൽപ്പിച്ചതുകൊണ്ടാണ് ബിക്കുവിനെ ഗൃഹസ്ഥർ സ്വീകരിക്കുന്നതു തന്നെ.

അമ്പലപ്പുഴ പുത്തിവാധ്യാരെ അന്നേരമാണ് ബിക്കു ഓർത്തത്. കൃഷ്ണപുത്രനെയും കൂട്ടി പുത്തിയെ അയച്ചാലോ. പുത്തി വിളിച്ചാൽ വരും. അത്ര തിരക്കുള്ള വാധ്യാരല്ല പുത്തി. എന്തെങ്കിലും മുട്ടുശാന്തിക്ക്

താൻ അയാളെ വിളിക്കാറുണ്ട്. കിട്ടിയത് കൈക്കലാക്കും വേറെ ആവശ്യമൊന്നുമില്ല. പക്ഷേ, മന്ത്രങ്ങളിലും മറ്റും അത്രയ്ക്ക് പിടിയൊന്നും പുത്തിക്കില്ല.

വായ്ക്കു വന്നത് കോതയ്ക്ക് പാട്ട് എന്ന് മട്ടിലാണ് പുത്തി. അരമണിക്കൂറുകൊണ്ട് ചെയ്യുന്നകാര്യങ്ങൾ പകുതി സമയം കൊണ്ട് പുത്തി ചെയ്തിരിക്കും. ചടങ്ങുകളൊക്കെ അത്രതന്നെ.

പഴമില്ലെങ്കിൽ അതിനുവേണ്ടി കാത്തിരിക്കാനൊന്നും പുത്തിപോകില്ല. പകരം ശർക്കരകൊണ്ട് കാര്യം സാധിക്കും.

മന്ത്രത്തിനും പുത്തിക്കില്ല അത്ര നിർബന്ധം. അറിയാത്ത ഭാഗങ്ങൾ വിഴുങ്ങും. പിന്നെയുള്ള ഭാഗങ്ങൾ വലിയശബ്ദത്തോടെ തീർക്കും. ആർക്കെന്ത് മനസിലാവാൻ!

ഒരു കല്യാണത്തിന് പുത്തിയുടെ കൂടെ പോയത് ബിക്കു ഓർമിച്ചു. പ്രധാന പുരോഹിതൽ മന്ത്രംചൊല്ലുമ്പോൾ അടുത്തിരിക്കുന്ന വാധ്യാമ്മാരിൽ ചിലരെങ്കിലും കൂടെ മന്ത്രങ്ങൾ ചൊല്ലുക ഒരു പതിവാണ്. പുത്തിയുടെ കൂടെ താനുമുണ്ടായിരുന്നു.

ഇടയ്ക്കിടയ്ക്ക് പുത്തിക്ക് മറവി പറ്റും. മറവിയോ അതോ അറിഞ്ഞുകൂടാഞ്ഞിട്ടോ. തുടർന്നുള്ള ഭാഗങ്ങൾ താൻ ഉരുക്കഴിക്കും. പിന്നെ പുത്തി അതിൽ കയറിപ്പിടിച്ചോളും.

കല്യാണത്തിന്റെ സമയം. ദമ്പതികളെ ഒന്നിച്ചു ചേർക്കുന്ന സമയം മന്ത്രങ്ങൾ കൊണ്ട് ഒരു ആജീവനാന്ത ബന്ധത്തിന് അരങ്ങൊരുങ്ങുന്ന സമയം.

പെട്ടെന്നാണ് താൻ ഞെട്ടിപ്പോയത്. പുത്തിയുടെ വായിൽനിന്നു വീഴുന്നത് കല്യാണമന്ത്രങ്ങളോ അതോ........!

ങേ! അല്ല.

പിന്നെയോ? പിണ്ഡമടിയന്തിരങ്ങളുടെ മന്ത്രക്ഷണങ്ങൾ.

മംഗളകരമായ ഒരു കർമത്തിന് ഉരുക്കഴിക്കുന്ന മന്ത്രങ്ങൾ!

ദൈവമേ! എന്താണ് ചെയ്ക. തെറ്റുപറ്റിയെന്ന് പറയാനൊക്കുമോ? പെട്ടെന്നുള്ള ബുദ്ധിയിൽ കല്യാണമന്ത്രങ്ങൾ കൂട്ടത്തിൽ ഒച്ചയെടുത്തു ചൊല്ലി, പിണ്ഡമടിയന്തിരത്തിന്റെ മന്ത്രം അതിൽ മുങ്ങി.

പുത്തി ഇതൊന്നുമറിഞ്ഞില്ല. ഏതോ ഒരു ചടങ്ങിന്റെ അവസാനമാണ് തെറ്റിയമന്ത്രം നിറുത്തിയത്. അതു നന്നായി. പിന്നെ അയാൾ, താൻ ചൊല്ലിയ മന്ത്രത്തിന്റെ അവസാനത്തിൽ പിടിച്ചു മുന്നോട്ടുപോയി.

പുത്തിയെ താൻമാത്രമല്ല, പന്തലിലുള്ള വാധ്യാമ്മാരൊക്കെ ശ്രദ്ധിച്ചു. അവരിലൊരാൾ തന്നെ നോക്കി പറഞ്ഞു:

"ഭേഷ്! ജോറായിരിക്കുന്നു. ഭൊട്ട്മാമൻ ഉള്ളതുകൊണ്ട് പുത്തി രക്ഷപ്പെട്ടു."

അത് പുത്തിയും കേട്ടു. അവനെന്തു മനസിലാവാൻ.

പക്ഷേ, ഇതൊക്കെ പന്തലിലുള്ള വേറൊരാൾ ശ്രദ്ധിച്ചോന്ന് സംശയം തോന്നിയതാണ്. വലിയ കുമ്പയുള്ള ഒരുത്തൻ, തന്നെയും

പുത്തിയെയും സൂക്ഷിച്ചു നോക്കുന്നുണ്ടായിരുന്നു. നടന്ന സംഭവം അയാൾക്കു പിടികിട്ടിയോ? പിടികിട്ടാത്ത വിധത്തിലാണല്ലോ കല്യാണ മന്ത്രം താൻ ഉറക്കെ ചൊല്ലിയത്.

ബിക്കു അങ്ങോട്ടു പിന്നെ നോക്കാനൊന്നും പോയില്ല.

എന്നാലും വാധ്യാമ്മാരുടെ വിദ്യകളൊക്കെ തനിക്കു മനസിലായില്ല എന്നു കരുതേണ്ട എന്നൊരു താക്കീത് ആ മുഖത്തുള്ളതായി തോന്നി.

മന്ത്രങ്ങൾ വാധ്യാമ്മാർക്കു മാത്രമേ അറിയു എന്നു ധരിക്കുന്നതു തെറ്റാണെന്നു ചിലപ്പോഴൊക്കെ തോന്നിയിട്ടുണ്ട്. വാധ്യാമ്മാരെക്കാളും മന്ത്രങ്ങൾ അറിയുന്ന ഗൃഹസ്ഥന്മാരുണ്ട്.

മുട്ടത്തെ നായ്ക്കൻ അങ്ങനെയുള്ള ഒരു ഗൃഹസ്ഥനായിരുന്നു അയാൾക്കു ഭട്പണ് കാണാപ്പാഠമാണ്. അതൊന്നുമറിയാതെയാണ് ബിക്കു നായ്ക്കന്റെ മഠത്തിൽ ഏതോ ഒരു കർമത്തിനു പോയത്. നായ്ക്കന്റെ പുരോഹിതൻ മന്ത്രങ്ങൾ ചൊല്ലി കർമങ്ങൾ ചെയ്യിക്കുമ്പോഴൊക്കെ വാധ്യാരുടെ നിർദേശങ്ങൾ കേൾക്കുന്നതിനു മുമ്പ് നായ്ക്കൻ കൈ ക്രിയകൾ ചെയ്തു തീർക്കുന്നത് ബിക്കു കണ്ടു.

ഒരു ചടങ്ങുപോലും കുറച്ചാൽ നായ്ക്കൻ ചോദിക്കും:

"വേയ്, ഭൊട്ടു! ഇതിനുമുമ്പ് എന്തോ ഒരു ചടങ്ങുണ്ടല്ലോ." എന്ന്.

കുടുങ്ങിയോ! ചടങ്ങു വിട്ടുകളഞ്ഞതൊന്നുമല്ല, തിരിഞ്ഞു പോയെന്നേയുള്ളൂ. വലിയ വാധ്യാരാണെങ്കിലും കൈപ്പിഴ വന്നുകൂടെന്നുണ്ടോ. പക്ഷേ, നായ്ക്കൻ അങ്ങനെ വിടത്തും മറ്റുമില്ല.

കർമങ്ങൾ വെറും ചടങ്ങുകളാക്കാനൊന്നും നായ്ക്കൻ സമ്മതിക്കില്ല. ശരിക്കുള്ള ദക്ഷിണ അറിഞ്ഞുകൊടുക്കുകയും ചെയ്യും.

നായ്ക്കന്റെ മഠത്തിൽ അടിയന്തിരത്തിനു പോകും മുമ്പെ ചടങ്ങുകളൊക്കെ ഒന്നുകൂടി അടുക്കും ചിട്ടയും വരുത്തിയിട്ടേ പോകാവൂ എന്ന് പുരോഹിതനോടു വെറുതെ തമാശമട്ടിൽ ബിക്കു പറഞ്ഞു. പുരോഹിതൻ തല കുലുക്കി സമ്മതിച്ചു.

പുത്തിയോ മറ്റോ നായ്ക്കന്റെ മഠത്തിൽ പോയിരുന്നെങ്കിൽ എന്താകുമായിരുന്നു എന്നോർത്ത് ബിക്കു പലപ്പോഴും ചിരിച്ചിട്ടുണ്ട്. ആ പുത്തിയെയും കൂട്ടി കൃഷ്ണപുത്രനെ താഴത്തങ്ങാടിയിൽ അയയ്ക്കാം എന്നു മനസിൽ കരുതി ബിക്കു.

പുത്തിയെ ആചാരിക്കറിയും. പുത്തിയെക്കൊണ്ട് ആചാരി കർമങ്ങൾ ചെയ്യിച്ചാ മതിയല്ലോ. അതിന് പെല ഒരു തടസമൊന്നുമല്ല. നിയന്ത്രണമുണ്ടെങ്കിൽ പുത്തിക്ക് അബദ്ധം വരില്ല.

ബിക്കു സമാധാനിച്ചു. പുത്രനെ വിളിച്ചു.

"അറെ! നീ എഴുത്തു കണ്ടില്ലേ. ആചാരി നമുക്കു വേണ്ടപ്പെട്ടവനാ. നീയാ പുത്തിയെയും വിളിച്ചു താഴത്തങ്ങാടിവരെ പൊക്കോ, എന്താ."

ബിക്കു നിർത്തി. പുത്രൻ മിണ്ടാട്ടമില്ല.

"നീ കേൾക്കുന്നുണ്ടോ, അതോ?"

നിർത്തിയിട്ട് ബിക്കു തുടർന്നു.

“ആചാരിയാ വിളിക്കുന്നെ. പോകാതിരുന്നാൽ അയാൾ എന്തുവിചാരിക്കും?”

“ങ്ും.” പുത്രൻ വെറുതെ മൂളി.

“നീ ഒന്നും ചെയ്യേണ്ട. ആ പുത്തിയുടെ കൂടെ പോയാൽ മതി. ഞാൻ പറഞ്ഞയച്ചതാണെന്നു കൂടി പറഞ്ഞേരെ.”

എടുത്തടിച്ചമാതിരിയാണ് പുത്രൻ പറഞ്ഞത്:

“ആ മനുഷ്യന്റെ ആവശ്യത്തിനായി ഞാൻ പോവില്ല. പുത്തി വേണേൽ പോട്ടെ.”

“അരെ ഗഢവാ. പുത്തിയെ മാത്രം വിട്ടാൽ പറ്റില്ല. തേറാവോയാണ്. ഒള്ളതുംകൊണ്ടവൻ പോകും, അതാ നീയും പോകണമെന്നു ഞാൻ പറയുന്നേ.”

അപ്പോഴും തേറാവോക്കു കിട്ടുന്ന മുതലിലാണു നോട്ടം. പുത്തി കർമങ്ങൾ ചെയ്യണം. പക്ഷേ, കിട്ടുന്നതിൽ മുക്കാലും ഇങ്ങുപോരുകയും വേണം.

“ഞാനില്ല,

ആ മനുഷ്യന്റെ മഠത്തിലേക്ക്. ഭൊട്ടുവാത്രെ. ഞാൻ ചെന്നാ വഴക്കു കൂടേണ്ടിവരും.”

“നീ തല്ലൊന്നും കൂടണ്ട. അന്നത്തെ വേലയൊന്നും നടക്കില്ല. ഇതു നമ്മൾ ചെയ്യുന്ന കർമങ്ങളല്ലേ. അയാൾ ചെയ്യുന്നതല്ലല്ലോ.”

“എന്നാലും കിട്ടുന്ന ദക്ഷിണയിൽ കൈവെക്കാനും ആചാരിയാനു മടിക്കില്ല. ഞാനില്ല,”

പുത്രൻ പിന്നെ അവിടെ നിന്നില്ല. അയാളുടെ ഒരു കത്തിടല്! ആചാരിയെ കടിച്ചുകൊല്ലാനുള്ള ദേഷ്യം തോന്നി പുത്രന്.

ഔ! അച്ഛൻ ചെന്നു നടത്തിക്കൊടുക്കണംപോലും. എന്തൊരു സ്നേഹം.!

അച്ഛൻ വന്നു കർമം നടത്തിയാലേ അയാൾക്കു മുണ്ടും കോപ്പും എടുക്കാനാവൂ. അത്രതന്നെ. സ്നേഹംകൊണ്ടൊന്നുമല്ല ഈ വിളി. താനും പുത്തിയും ചെന്നാൽ അയാൾക്കു തൃപ്തിവരില്ലെന്നു തനിക്കറിയാം. പോയാൽ തീർച്ച, മുണ്ടും കോപ്പും പോട്ടെ. ഒരു വെറ്റിലപോലും താൻ അയാൾക്കു കൊടുക്കില്ല.

അയാടെ ഇഷ്ടത്തിനൊത്തു തുള്ളാൻ അച്ഛനെ കിട്ടും. പക്ഷേ, തന്നെ കിട്ടില്ല. വേറെ എത്ര വാധ്യാമ്മാരിരിക്കുന്നു. അവരാരെയും വിളിക്കാതെ അച്ഛനെ വെറുതെ വിളിക്കുമോ? വേറെ വല്ലവരേയും വിളിച്ചാൽ കിട്ടിയതുമായി അവരങ്ങു പോകും.

അച്ഛനാണെങ്കിലോ, തരുന്നതു മേടിച്ചു പോരും.

പക്ഷേ. തന്നോടുപറ്റില്ല. അതിനു താനയാളെ ഒരിക്കൽ ശരിക്കിരുത്തിയത് പുത്രൻ ഓർത്തു.

ഇതുപോലൊരു മരണക്രിയയ്ക്കാണ് അച്ഛനു പകരം താൻ പോയത്.

ബാറാവോക്കാണ് അച്ഛനെ വിളിച്ചത്. ബാറാവോക്ക് പോയാൽ തേറാവോക്ക് ക്ഷണിക്കും. പുറക്കാട്ടുനിന്ന് അച്ഛനെത്തന്നെ ആയിരിക്കും വിളിക്കുക. അച്ഛനന്നു പോകാൻ പറ്റിയില്ല.

താനാണു പകരം പോയത്. അച്ഛനോട് അയാൾ കാട്ടുന്ന വിക്രിയകൾ താനറിഞ്ഞിരുന്നു. അതൊക്കെ മനസിൽ കരുതിയാണ് പോയതും. ഇയാളെ ഒന്നുപറ്റിക്കണം. അച്ഛന്റടുത്തെടുക്കുന്ന വേലത്തരങ്ങൾ തന്റെയടുത്തെടുക്കരുത്.

അന്നു തന്നെക്കുറിച്ച് ആചാരിക്കു നല്ല അഭിപ്രായമായിരുന്നു. എന്തെങ്കിലുമൊക്കെ ആവശ്യത്തിനു പുറക്കാട്ടു വരുമ്പോൾ അയാൾ കൂടുന്നതു തന്റെ വീട്ടിലായിരുന്നു. അയാൾ വീട്ടിൽ വരുന്നത് തനിക്കെന്തു സന്തോഷമായിരുന്നെന്നോ!

വീട്ടിൽ നല്ല കറികളും പലഹാരങ്ങളും ഉണ്ടാക്കുന്നത് അതിഥികൾ ആരെങ്കിലും വീട്ടിൽ ഉള്ളപ്പോഴാണ്. അതിഥിയെ വീട്ടിലത്തെ ദാരിദ്ര്യം അറിയിക്കരുതല്ലോ. അതുകൊണ്ട് ആ ദിവസങ്ങളിൽ നല്ല കറികൾ കൂട്ടി ഉണ്ണാം.

ആചാരി വന്നാൽ വേറെയുമുണ്ട് രസം. നല്ല നല്ല പുരാണകഥകൾ പറയാൻആചാരി മിടുക്കനാണ്. അതുകേൾക്കാൻ എന്തുരസമാണെന്നോ! ചിലപ്പോൾ അച്ഛനും ആചാരിയും കൂടും. *ഗീത*യിലെ ചില പദ്യങ്ങൾ ചൊല്ലും. അതിന്റെ അർഥം പറയും. ആചാരി എതിർക്കും. വേറൊരു വിശദീകരണം നൽകും. പറ്റിയ ഉദാഹരണങ്ങൾക്കു ചെറിയ കഥകൾ പറഞ്ഞു വിവരിക്കും. താൻ വായും പിളർന്നു കേട്ടിരിക്കും.

ഒരു ചെറിയ ഡെപ്പിയിൽ കരുതിയ മദ്രാസ് പൊടി അയാൾക്കു ജീവനായിരുന്നു. നീണ്ടു മെലിഞ്ഞ അസ്ഥിരൂപനായ ആചാരി ഈ ഭൂമിയിൽ ജീവനോടെ നടക്കുന്നത് ആ പൊടിയുടെ ബലത്തിലായിരുന്നു. പൊടിയില്ലെങ്കിൽ ഒരു വലി. അയാൾ ശവമാണെന്നു പോലും തോന്നിയിട്ടുണ്ട്. ഒരുനുള്ളു പൊടി രണ്ടുവിരലിൽ ഞെരടി കൈ ഒരുതട്ട്. പിന്നെ കൈ കുടഞ്ഞ് ഒരു വലി. ആ വലിയിൽ ഒരു വലിയ ശബ്ദം പുറത്തേക്കു വരും. പിന്നെ കണ്ണുതുറിച്ച് ഒരു ഇരിപ്പാണ്, ചത്ത മീനിന്റെ കണ്ണുകളിൽ വെളിച്ചം പൊടിയുന്നത് അപ്പോൾ കാണാം.

പിന്നെ കഥ പറയാൻ എന്തുന്മേഷമാണെന്നോ!

മദ്രാസ് പൊടിക്കുവേണ്ടി ആചാരി തന്നെ സ്നേഹിക്കും. പുറക്കാട്ട് കടകളില്ല. പൊടി കിട്ടണമെങ്കിൽ അമ്പലപ്പുഴ പോകണം. ആ ദിവസം ആചാരി തന്നോടു ചോദിക്കും:

"ഇത്തെ പുത്തൊ! എത്രയിലാ വായിക്കുന്നോ." എത്രയിലാ പഠിക്കുന്നത്! എത്ര പ്രാവശ്യം ചോദിച്ചതാണ്. താൻ ഉത്തരം പറഞ്ഞതുമാണ്. എന്നാലും ചോദിക്കും; താൻ ഉത്തരം പറയും.

"ഞും മിടുക്കൻ." ചിരിച്ചുകൊണ്ടു ചുമലിൽ തട്ടും ആചാരി. പിന്നെ മെല്ലെ ചോദിക്കും:

"അമ്പലപ്പുഴ ഒന്നു പോയിവരുമോ," സമ്മതം! തനിക്കെന്താ? ഒന്നോ രണ്ടോ വട്ടം പോകാമല്ലോ. വെറുതെയൊന്നും പോകേണ്ട. എന്തെങ്കിലും കിട്ടും, തീർച്ച.

പിന്നെ താൻ വളർന്നു. ആചാരി പുറക്കാട്ട് വരാതെയുമായി.

ഒരുനുള്ളു പൊടിയുണ്ടെങ്കിൽ ഒരു കല്യാണം നടത്തും ആചാരി. അല്ലെങ്കിൽ ഒരു മുഞ്ചി ഉഷാറായി നടത്തും.

പൊടി വലിച്ചുകഴിഞ്ഞാൽ മന്ത്രങ്ങളുടെ കുതിരകളിലായിരിക്കും അയാൾ. പന്തലിൽ മാത്രമല്ല, അങ്ങ് ഇടവഴിവരെ അതിന്റെ കുളമ്പടികൾ കേൾക്കാം. ആ ഒച്ച കേട്ടുതുടങ്ങുമ്പോഴായിരിക്കും ആളുകൾ പന്തലിൽ വരിക.

കർമങ്ങളുടെ ഇടയ്ക്കും ആചാരി പൊടി വലിക്കും ആചാരി ഒരു ചടങ്ങു നടത്തിത്തരുക നാട്ടുകാർക്ക് അതൊരു വലിയ കാര്യമാണ്. അത്രയ്ക്കാണ് ആചാരിയുടെ പെരുമ.

എന്നിട്ടെന്താ പണത്തിനുള്ള അത്യാർത്തിയുണ്ടോ കുറയുന്നു? ഓരോ അടിയന്തിരത്തിനും കിട്ടിയ മുണ്ടും തോർത്തും വലിയ ഭാണ്ഡങ്ങളിൽ കെട്ടിത്തൂക്കി ഇട്ടിരിക്കയാണ് അയാൾ. ഒരു മുറി നിറയെ കർമങ്ങൾക്കു കിട്ടിയ കലശക്കുടങ്ങളും മെതിയടികളും. അതിൽത്തന്നെ പതിമ്മൂന്നു കുടങ്ങൾ വേറെ എടുത്തുവെച്ചിട്ടുണ്ട് ആചാരി; സ്വന്തം തേറാവോക്കുവേണ്ടി. കാലം മാറിവരികയാണ്. ഈ കർമങ്ങളിലൊന്നും അത്ര വിശ്വാസമില്ലാത്തവരുടെ കാലമാണിനി വരിക. ആ തലമുറ തന്റെ കാര്യങ്ങളും ഒരു ചടങ്ങാക്കി മാറ്റിയാൽ? താനവരെ ബുദ്ധിമുട്ടിക്കരുതല്ലോ, തന്റെ തേറാവോയ്ക്ക് അവർ വേറൊന്നും അന്വേഷിച്ചു മെനക്കെടേണ്ട എന്നായിരിക്കും ആചാരിയുടെ വിചാരം.

എന്നാലും ആചാരി അടിയന്തിരം പോക്കിന് ഒരു കുറവും വരുത്തിയില്ല.

ആവശ്യം വരുമ്പോൾ അച്ഛനെ വിളിക്കും. ചിലയിടങ്ങളിൽ ആചാരിക്ക് പകരമായിട്ട് അച്ഛനെ അയാൾ അയച്ചിട്ടുള്ളതായി പുത്രൻ ഓർത്തു. പക്ഷേ, ദക്ഷിണയും കോപ്പും അയാളെ ഏൽപ്പിക്കണം. നവധാന്യങ്ങൾ അയാൾക്കു വേണ്ട. അതയാൾ അച്ഛനെ ഏൽപ്പിക്കും, വണ്ടിക്കൂലിയും.

പുറക്കാട്ടു ഗ്രാമത്തിൽ വലിയ ഭട്പണ് ഇല്ലാത്തതിനാൽ അച്ഛൻ അതൊക്കെ ഏറ്റെടുക്കും. ആചാരി ഏതു തേറാവോവിന്റെ നടത്തിപ്പിലും അച്ഛനെ പതിമ്മൂന്നാമനായി ക്ഷണിക്കും.

ഒരിക്കൽ.........

പതിമ്മൂന്ന് കോപ്പുകൾ വിതരണം ചെയ്യുന്ന സമയം. ആചാരി അച്ഛനെ മെല്ലെ തോണ്ടി മുന്നോട്ടു തള്ളി.

"അ, അനി ബിക്കു ബെസ്."

ഇനി ബിക്കു ഇരിക്കട്ടെ! സമയം കളയണ്ട. അച്ഛൻ കൊരണ്ടിപ്പലക

യിൽ ഇരുന്നു. പാദം ഗൃഹസ്ഥൻ പൂവും നീരും ഇട്ടു പൂജിച്ചു. തുടച്ചു. കോപ്പുകളും ദക്ഷിണയുമായി, ആചാരിയുടെ ഇരിപ്പിടവും കഴിഞ്ഞ് മുന്നോട്ടാഞ്ഞു. അപ്പോഴേക്കും ആചാരി അച്ഛനിരിക്കാൻ കൊരണ്ടിപ്പലക നീക്കിയിട്ടു. അച്ഛന് ഇരിക്കാതിരിക്കാൻ കഴിഞ്ഞില്ല. ഇരുന്നു. കിട്ടിയതൊക്കെ മുന്നിൽത്തന്നെ വെച്ചു. ദക്ഷിണ മാത്രം മടിയിൽ ഭദ്രമായി സൂക്ഷിച്ചു. കുറച്ചുകഴിഞ്ഞപ്പോൾ കണ്ടു. ആചാരി അച്ഛനു കിട്ടിയ കോപ്പുകൾ മെല്ലെ എടുത്ത് അടുത്തുവെക്കുന്നു, സ്വന്തമെന്നപോലെ.

മിണ്ടിയില്ല. അതാണല്ലോ എന്നത്തേയും പതിവ്. അതു സ്വന്തമാക്കാനാണല്ലേ, തന്നെ വിളിക്കുന്നത്. അത് അച്ഛനും അറിയാം. എന്തെങ്കിലും കിട്ടിയാൽ ഉപകാരം. അയാളെ പിണക്കേണ്ട. തേറാവോ മാത്രമല്ലല്ലോ. വേറെ എത്ര അടിയന്തിരങ്ങൾ കിടക്കുന്നു. അതിനൊക്കെത്തന്നെ അയാൾ വിളിക്കേണ്ടതുമാണ്.

പക്ഷേ, അന്ന് ആദ്യമായി ദക്ഷിണ അച്ഛൻ കൊടുത്തില്ല. അതിനുവേണ്ടി ആചാരി രണ്ടുമൂന്നു പ്രാവശ്യം നോക്കി. ദക്ഷിണ കിട്ടിയില്ലേ എന്ന് അറിയാതെ എന്ന വണ്ണം ചോദിക്കുപോലും ചെയ്തു.

ഈ ഒരു കാര്യം അച്ഛൻ ഏതോ ഒരു ധീരകൃത്യം മാതിരി തന്നോടു പറഞ്ഞത് പുത്രൻ ഓർത്തു.

താഴത്തങ്ങാടിയിൽ എത്തുന്നതുവരെ ഇതൊക്കെ പുത്രന്റെ മനസിൽ കിടന്നു മറിഞ്ഞു. ഈ വേലകളൊന്നും തന്റടുത്ത് എടുത്താൽ താൻ സമ്മതിച്ചുകൊടുക്കാനൊന്നും പോണില്ല.

ബാറാവോയുടെ അന്ന് തന്നെ, പതിമ്മൂന്നാമനായി ക്ഷണിച്ചപ്പോൾ കഴുകന്റെ ഉന്നം ഇന്നതാണെന്ന് പുത്രനു മനസിലായി.

ദക്ഷിണയുടെ സമയം എത്തിയപ്പോൾ, ആചാരി തന്നെ വിളിച്ച് മുന്നിൽ ഇരിക്കാൻ പറഞ്ഞു. ചിരിവന്നു. മുണ്ടും കോപ്പും കിട്ടി.

ദക്ഷിണ കൈയോടെ മടിക്കുത്തിലാക്കി. ആചാരി ഇതൊക്കെ കാണുന്നുണ്ടെന്നറിയാം. ആ കണ്ണുകൾ തന്റെ കിർവണ്ടി കീറിപ്പറിക്കുന്നത് പുത്രനറിഞ്ഞു.

മുണ്ടും കോപ്പും കണ്ട് മനം കുളിർത്തു. നല്ല ഒന്നാംതരം മുണ്ട്, കുട, തെപ്പീല്*. എല്ലാം ഭദ്രമായി പിടിച്ച് സ്വസ്ഥാനത്തേക്കു നടന്നു.

ആചാരി വിളിച്ചതുപോലെ തോന്നി. അതോ, തന്റെ മനസിനുള്ളിൽ ആ വിളി പ്രതീക്ഷിക്കുന്നതുകൊണ്ടു തോന്നിയതോ.

വിളിച്ചതുതന്നെയാണ്.

അതിലൊന്നും ശ്രദ്ധിക്കാതെ ആ കണ്ണുകളുടെ ജ്വാലയിൽനിന്നു മാറി നിൽക്കാനാണു തോന്നിയത്.

ഇനിയും ചടങ്ങുകൾ ബാക്കിയുണ്ട്. ആചാരി പെട്ടെന്ന് പുത്രനു കിട്ടിയ കോപ്പുകൾ കൈയെത്തി പിടിക്കുന്നത് പുത്രൻ കണ്ടു. എന്നിട്ട് തന്റെ കോപ്പുകളുടെ കൂട്ടത്തിൽ വെക്കാനായുന്നതും.

---

* തെപ്പീല് = ചെറിയ പിച്ചളമൊന്ത

പുത്രൻ വിടുമോ? ആ വേല മനസിലിരിക്കട്ടെ.

ഇത് തനിക്കു കിട്ടിയതാണ്; വാധ്യാർക്ക്. താൻ വാധ്യാരാണ്. വാധ്യാർക്ക് അവകാശപ്പെട്ടത് വേറൊരാൾക്കു തരുന്നതെങ്ങനെ.

ഇത് തന്റെ അഭിമാനപ്രശ്നമാണ്; വാശിയുടെയും. മരണസദ്യക്ക് താനേതായാലും വന്നു. എന്നാൽപ്പിന്നെ അതിന്റെ പ്രതിഫലം വാങ്ങിയാലെന്ത്?

തെല്ലു കഴിഞ്ഞപ്പോൾ ജരപിടിച്ച ആചാരിയുടെ കൈകൾ, തോലിൽ പൊതിഞ്ഞ അസ്ഥി നീണ്ടുനീണ്ടു വരുന്നു; തേറാവോവിനു കിട്ടിയ മുണ്ടും കോപ്പും കവർന്നെടുക്കാൻ വേണ്ടി. മെല്ലെ സാധനങ്ങൾ സ്വന്തമാക്കുന്നു.

ദേഷ്യം തോന്നി. ങ്ഹാ! ഇത്രയ്ക്കായോ താൻ വിടില്ല.

പുത്രൻ തനിക്കു കിട്ടിയ സാധനങ്ങളൊക്കെ എടുത്തു മടിയിൽ ഭദ്രമായി വെച്ചു.

ആചാരി അടങ്ങി. ആ ചത്ത കണ്ണുകളിൽ നിരാശ പീള കെട്ടിക്കിടന്നിരുന്നു.

മടിയിൽ ഇരിക്കുന്ന പൊടിഡെപ്പി പരതുന്നത് പുത്രൻ കണ്ടു.

ആ ആചാരിയാണ് അച്ഛനെ ഇപ്പോൾ വിളിക്കുന്നത് തന്നെ അയാൾ പ്രതീക്ഷിക്കില്ല. പക്ഷേ, അച്ഛൻ തന്നെ അയയ്ക്കാനാണ് ശ്രമിക്കുന്നത്. അത് അത്ര രസമുള്ള കാര്യമായി പുത്രനു തോന്നിയില്ല.

പുത്തിയെ അയയ്ക്കട്ടെ. അയാൾ പോയാലും മതി. നടത്തിക്കാനല്ലേ? എന്തെങ്കിലും കിട്ടിയാലും മതി. തൃപ്തിപ്പെടും. പക്ഷേ, അച്ഛനൊന്നും കിട്ടില്ല.

നോക്കുമ്പോൾ അച്ഛൻ തെക്കുവടക്കു നടക്കുന്നു. തന്നെ കണ്ടപ്പോൾ പറഞ്ഞു:

"നീ പോണ്ടടാ! ആ പുത്തിയെത്തന്നെ അയച്ചേക്കാം."

തന്നോടുള്ള വൈരാഗ്യം തീർക്കുന്നതുപോലെ തോന്നി. എന്നാലും സമാധാനിച്ചു. പോകേണ്ടല്ലോ.

പിറ്റേദിവസം ബിക്കുവിന്റെ വീടന്വേഷിച്ച് ഒരാൾ പുറക്കാട്ടെത്തി. താഴത്തങ്ങാടിയിലെ ആരോ ഒരുത്തൻ. ബിക്കുവിനെ കാണണം. പുറക്കാട്ടു വന്ന് പരിചയം കാണില്ല. ആരോ അയാളെ ബിക്കുവിന്റെ വീടെത്തിച്ചു. ആളെ ബിക്കുവിന് പരിചയമുണ്ട്. ആചാരിയുടെ സിൽബന്ധിയാണ്.

കണ്ട ഉടനെ ബിക്കു പടിപ്പുരയിൽ എത്തി. എന്താ! താഴത്തങ്ങാടിയിൽനിന്നും എഴുത്തിന് പുറകെ ആളും എത്തിയിരിക്കുന്നല്ലോ. താൻ വരേണ്ടതില്ല എന്ന് പറയാനാണോ? വേറെ ആരെയെങ്കിലും അയയ്ക്കാമെന്നു പറയാനാണോ. ആവില്ല.

"ങും. താഴത്തങ്ങാടീന്ന്,അല്ലേ."

"ങും."

ബിക്കു അയാളെ നോക്കി. എന്താ വന്നത്?

"ഇത്തി വിശേഷു."

"ങാ! വിശേഷു അസ്സ്."

വന്നയാൾ അടക്കം പറഞ്ഞു.

വിശേഷം ഉണ്ടെന്നോ! എന്ത്? ബിക്കു തുറിച്ച കണ്ണുകളോടെ നോക്കി.

"ഇത്തെ."

അയാൾ ബിക്കുവിനെ സമീപിച്ചു:

"ആചാരി മാമു കഴിഞ്ചല്ലൊ."

"ങെ!"

ഞെട്ടിപ്പോയി ബിക്കു. ആചാരി മരിച്ചുവെന്നോ.

"എന്ന്?"

"രാവിലെയാണ്. പെട്ടെന്നാണ് പ്രാണു പോയത്."

ഒരു നെടുവീർപ്പ് ബിക്കുവിൽ നിന്നുമുയർന്നു.

"കർമത്തിനൊക്കെ ബിക്കു ഭൊട്ടുമാമുവിനെ കൂട്ടിക്കൊണ്ടുപൊവാനാ ഞാൻ വന്നത്."

"ങും." ബിക്കു അറിയാതെ മൂളി.

മെല്ലെ അകത്തേക്കു നടന്നു. കണ്ണുകളിൽ ഇരുട്ടുകയറുന്നുവോ. ആചാരി പോയിരിക്കുന്നു. വിശ്വസിക്കാനാവുന്നില്ല. തനിക്കെന്തോ നഷ്ടപ്പെട്ടുവോ? തന്റെ വഴിയിൽ താനേകനായിരിക്കുന്നു.

ദൈവാ!

കണ്ണുനിറഞ്ഞു. പിണ്ഡത്തോർത്തുകൊണ്ട് കണ്ണുതുടച്ചു. ചെല്ലത്തിൽ കർമത്തിനുള്ള സാധനങ്ങൾ എടുത്തുവെക്കുമ്പോളോർത്തു:

എത്രപേരുടെ കർമങ്ങൾ. ചെയ്തിരിക്കുന്നു. അവസാനം ആചാരിയുടെ കർമങ്ങൾ കൂടി താൻ ചെയ്യേണ്ടി വന്നിരിക്കുന്നു.

തന്നോട് എത്രപ്രാവശ്യം തമാശയ്ക്ക് ആചാരി പറഞ്ഞിട്ടുണ്ട്:

"ബിക്കുഭൊട്ടു. നിന്റെ തേറാവോ ഉണ്ടുകഴിഞ്ഞേ ഞാൻ പോവൂ, തീർച്ച."

എന്നിട്ടിന്ന് ആ ആചാരി വാക്കു തെറ്റിച്ചിരിക്കുന്നു. ബിക്കുവിന്റെ കണ്ണുകൾ നിറഞ്ഞൊഴുകി.

ആറ്

കൃഷ്ണപുത്രൻ വരാന്തയിലിരുന്നു വായിച്ചുകൊണ്ടിരുന്ന സമയം; എപ്പോഴോ വരുന്ന ഒരു പരീക്ഷയ്ക്കു തയാറാവാൻ. എന്താണ് ചോദിക്കേണ്ടതെന്നുപോലും അറിയാത്ത പരീക്ഷകരുടെ അഭ്യാസം. എന്നാലും ശ്രമിക്കുക തന്നെ. കഴിഞ്ഞ തവണ കിട്ടിയില്ല എന്നു വിചാരിച്ച് ശ്രമിക്കാതിരിക്കാൻ പറ്റുമോ.

പുറത്തേക്കു പോയ ബപ്പാ പെട്ടെന്ന് തിരിച്ചുവരുന്നത് പുത്രൻ

കണ്ടു. മുഖത്ത് ആകെ ഒരു മ്ളാനത. ധൃതിയിലുള്ള നടത്തം. അലസമായെങ്കിലും കൃഷ്ണപുത്രൻ ബപ്പായെ വെറുതെ ഒന്നു നോക്കി.

വന്നപാടേ ബപ്പാ കൃഷ്ണപുത്രനോടു പറഞ്ഞു:

"അറെ! അബ്ബാനു കഴിഞ്ചല്ലോ."[1]

"ങെ! കെദ്ദാണ[2]."

"സൊൽപ്പം മുമ്പെ."

ബിക്കു വരാന്തയിൽ ഇരുന്നു വിയർപ്പാറ്റി. പിന്നെ എന്തോ ഓർത്ത് അകത്തേക്കു നടന്നു.

പുത്രൻ വായന മറന്നു. മനസിൽ അബ്ബാനുവിന്റെ മെലിഞ്ഞ മുഖം തെളിയുന്നതായി തോന്നി. ആ മുഖം കാണുമ്പോഴൊക്കെ പുത്രന് സഹതാപമാണ്. തോന്നാറ്.

ഒന്നുപോയാലോ. മരിച്ച വീട്ടിൽ പോകരുതെന്നാണ്. ഭൊഷ്ടു[3] ആവുമത്രെ. പിന്നെ മഠത്തിൽ കേറാൻ കുളിക്കണം. കുളിച്ചാൽ മാത്രം പോരാ, പഞ്ചഗവ്യം കുടിച്ച് ശുദ്ധനാകണം. ഗോമൂത്രവും ചാണകവും മറ്റും ചേർക്കുന്ന പഞ്ചഗവ്യം കുടിക്കുന്ന കാര്യം ഓർത്തപ്പോൾ പുത്രന്റെ മുഖം വല്ലാണ്ടായി.

പക്ഷേ, പോകാതിരിക്കാൻ തോന്നുന്നില്ല. എങ്ങനെ മറക്കാൻ സാധിക്കും അബ്ബാനുവിനെ. തനിക്കെന്നല്ല, ഗ്രാമത്തിലാർക്കും അബ്ബാനുവിനെ മറക്കാൻ സാധിക്കുമെന്നു തോന്നുന്നില്ല, ഗ്രാമത്തിന്റെ ഒരവയവം പോലെയായിരുന്നു അബ്ബാനു.

ബപ്പാ എന്തൊക്കെയോ സഞ്ചിയിലാക്കി അബ്ബാനുവിന്റെ മഠത്തിലേക്ക് പോയി.

ഏതായാലും അബ്ബാനുവിന്റെ മഠത്തിലേക്കു തന്നെ പോകാം.

മരണം താൻ കണ്ടിട്ടില്ല. ജീവൻ എന്നു പറയുന്ന ഏതോ ഒന്നു മറന്നിട്ടേച്ചു പോയ ആ ശരീരം എങ്ങനെയിരിക്കും. അതോർത്ത് പുത്രൻ നടന്നു.

അബ്ബാനുവിന്റെ മഠത്തിലെത്തിയപ്പോൾ ഏതാനും ആൾക്കാരെ, അവിടെ എത്തിയിരുന്നുള്ളൂ. മരണം നടന്ന വീടെന്നുപോലും തോന്നിയില്ല. പർജാതിയുടെ വീട്ടിൽ ഒരു മരണം നടന്നാലുള്ള സ്ഥിതി ഓർത്തു പുത്രൻ. ഇവിടെ ഒരു മരണം നടന്നുവോ. അതിന്റെ ഒരു തേങ്ങൽ പോലും പുറത്തുവരാത്തതെന്തേ?

പക്ഷേ, പിന്നെ ഓർത്തു. തേങ്ങലുയരാൻ അബ്ബാനുവിന് ആരാ ഉള്ളത്. ആരാണയാൾ! എന്താണയാൾ! അബ്ബാനു മരിച്ചിട്ട് ആർക്കാണൊരു ഗുണം. അബ്ബാനുവിന് മാത്രമല്ലാതെ. അതിനു മാത്രം അയാൾ അനുഭവിച്ചു. മരിച്ചതാണ് ആ മനുഷ്യന് ഗുണം. പൊതുജനങ്ങളാരോ വന്നിട്ടു

---

1. കഴിഞ്ചല്ലോ = മരിച്ചു.
2. കെദ്ദാണ = എപ്പോൾ.
3. ഭൊഷ്ടു = ഭ്രഷ്ടൻ

ണ്ട്. മരണവീടല്ലേ. മരിച്ചപ്പോളെങ്കിലും അബ്ബാനുവിനെ കാണാൻ വന്നില്ലെങ്കിൽ അതൊരു പേരുദോഷമാവില്ലേ എന്നു വിചാരിച്ചായിരിക്കും.

ഉള്ളിൽ കടന്നു നോക്കണമെന്നുണ്ട് പക്ഷേ, വല്ലാത്ത ദുർഗന്ധം മൂക്കിനെ തുളച്ചു.

പെട്ടെന്നു കണ്ടു. നേരെയല്ല, ജനലിൽക്കൂടി, മുറിയിൽ നിറച്ചും ഇരുട്ട്. ഇരുട്ട് പരിചയമായപ്പോൾ ആ ഇരുട്ടിന്റെ ഗർഭത്തിൽ എന്തോ ഒരു നിഴലുപോലെ കണ്ടു. ഒരു പഴന്തുണിയാണോ? അതോ മരണം വികൃതമാക്കിയിട്ട അബ്ബാനുവിന്റെ ജീവിതമോ?

ഒന്നുകൂടി നോക്കി. അരയിൽ കീറിപ്പറിഞ്ഞ തോർത്ത് സ്ഥാനം തെറ്റിക്കിടക്കുന്നു. അതിന്റടിയിൽക്കൂടി ചുക്കിച്ചുളിഞ്ഞ ലിംഗം പുറത്തു കാണാം. അരയിൽ മുഴുക്കെ മലത്തിന്റെ പാട, കാലുകൾ മുളവടി പോലെ നീണ്ടുമെലിഞ്ഞിരിക്കുന്നു. പൂണൂൽ അരയിൽ ചുരുണ്ടു കിടക്കുന്നു. കണ്ണുകൾ ഭിത്തിയിൽ എന്തോ ഒന്നിൽ കുരുങ്ങിക്കിടക്കുന്നു.

പിന്നെ നോക്കാൻ പുത്രൻ മടിച്ചു. മരിച്ച മനുഷ്യന്റെ രൂപം ഇത്രയും വികൃതമാവുമോ?

പക്ഷേ, അബ്ബാനുവിന്റെ ജീവിതം ഇതിനെക്കാളും വികൃതമായിരുന്നല്ലോ. അബ്ബാനു ഇതിനേക്കാളും വികൃതനല്ലായിരുന്നോ? സൗന്ദര്യത്തിന്റെ ഒരു കണികപോലും ദൈവം അയാളുടെ ജീവിതത്തിൽ കലർത്തിയിരുന്നോ?

പിന്നെ ഇപ്പോഴത്തെ ഈ മരണശയ്യയിലെ വൈകൃതത്തിന് എന്ത് പ്രസക്തി?

പുറത്താരൊക്കെയോ കൂടുന്നുണ്ട്. മരണം നടന്ന വീടല്ലേ? കൊങ്കിണികളാരെങ്കിലുമായിരിക്കും. അബ്ബാനുവിനാണെങ്കിൽ സ്വന്തമായി ആരുമില്ല; കുരുടിയായ ഭാര്യ ഒഴിച്ച്. അവർക്കാണെങ്കിൽ ഒന്നുമറിയില്ല. ബോധമില്ലാത്ത സ്ത്രീ ഒന്നുമറിയുന്നുമില്ല.

അബ്ബാനുവിന്റെ ശവം എടുക്കാൻ അവകാശികളാരും ജീവിച്ചിരിപ്പില്ല. ഇനി ആരാണ് ശവമെടുക്കുക? ചെറുപ്പക്കാർക്ക് ശവമെടുക്കാം. ഗ്രാമത്തിൽ പുരോഗമനം പറയുന്ന ചെറുപ്പക്കാരുണ്ട്. പക്ഷേ, ഇങ്ങനെയുള്ള സമയത്ത് അവരുടെ പുരോഗമനം വേറെ ചിലതിലൊക്കെ തട്ടിത്തകരുകയാണ് ചെയ്യാറ്. വീട്ടിൽ തലമുതിർന്നവരുണ്ടെങ്കിൽ ചെറുപ്പക്കാർ പുറത്തുപോയി അന്യ ശവം തൊടാൻപോലും പാടില്ല എന്നാണ് പണ്ടുമുതലുള്ളവർ പറയുന്നത്. അപ്പോൾ പിന്നെ പുരോഗമനവാദികളെന്ത് ചെയ്യും?

തന്റെ സ്ഥിതിയും വ്യത്യസ്തമല്ലെന്ന് പുത്രനോർത്തു. പിന്നെ അബ്ബാനു വാധ്യാരായതു കൊണ്ട് മാത്രമാണ് താൻ വന്നതും. ബപ്പാ സമ്മതിച്ചതും. അബ്ബാനു വാധ്യാരല്ലായിരുന്നെങ്കിൽ താനീ പറമ്പിൽ കാലുകുത്തുമായിരുന്നില്ല.

വയസുചെന്നവർക്കു വേണമെങ്കിൽ ശവമെടുക്കാം. പക്ഷേ ഇത്രയും വികൃതവും വൃത്തികെട്ടതുമായ ശവം അവരുണ്ടോ എടുക്കാനൊരുങ്ങുന്നു.

നാട്ടുപ്രമാണികൾ എന്തൊക്കെയോ ആലോചിക്കുന്നുണ്ട്. ശവമടക്കാനുള്ള പരിപാടികളെക്കുറിച്ചായിരിക്കും.

ഒരുത്തൻ പറയുന്നതു കേട്ടു:

"നോക്കൂ. കഴിയുന്നതും വേഗം ദഹിപ്പിക്കുന്നതാ നല്ലത്."

അയാളുടെ മൂക്ക് അസഹ്യമായ ദുർഗന്ധം മൂലം വികൃതമായി.

"പക്ഷേ, ഖാന്തു മർത്തോലൊ കോണ്."

അതാണു ശരിയായ കീറ്റമുട്ടി. ശവമെടുക്കുന്നതാര്?

"അതിനെന്താ, ആലപ്പുഴെ ഒരാളെ അയച്ചാമതി. അതൊക്കെ തരമാവും."

ശവമെടുക്കാൻ ആളില്ലെങ്കിൽ അതിന് ആലപ്പുഴെ പറ്റിയ ആളുകളുണ്ട്. അവരെ വിളിക്കാം. അനാഥ ശവങ്ങൾ എടുക്കാൻ സാധാരണ അവരെയാണ് വിളിക്കുക പതിവ്. ആ സമയത്തുമാത്രം ആളുകൾ അവരെ ഓർക്കുന്നു. അല്ലാത്തപ്പോൾ അവരുടെ ഓർമപോലും വെറുപ്പുളവാക്കുന്നു.

അവർ സ്ഥലത്തു വന്നാൽ ശവമൊരുക്കുന്നതുമുതൽ ദഹിപ്പിക്കുന്നതു വരെയുള്ള എല്ലാ ചട്ടങ്ങളും അവർ ചെയ്തോളും. പക്ഷേ, പറയുന്ന കാശു കൊടുക്കണമെന്നു മാത്രം.

അവരു വരുന്നതുവരെ അബ്ബാനു ആ കിടപ്പിൽ കിടക്കണം.

എന്തൊരു കിടപ്പ്! ജീവിതത്തെ കൊഞ്ഞനം കാട്ടിയുള്ള ആ കിടപ്പ്. ജീവിതം ഒരു സുന്ദരസ്വപ്നം എന്ന് ധരിച്ചിരിക്കുന്നവർക്ക് അതല്ലാ എന്ന് കാണിക്കുന്ന ഒരു ചൂണ്ടുഫലകം പോലെ ആയിരുന്നു അബ്ബാനുവിന്റെ ജീവിതം.

ഗ്രാമത്തിൽ ഇത്രയും വൈരൂപ്യം കാണാൻ പ്രയാസം. കണ്ടാൽപ്പിന്നെ ജീവിതത്തിൽ ഇനിയും ഇതിനേക്കാൾ വൈരൂപ്യം കാണാമെന്നും ധരിക്കേണ്ട.

പക്ഷേ, ആ വൈരൂപ്യമായിരുന്നു അയാളുടെ പ്രത്യേകത. അതില്ലെങ്കിൽ ആ മനുഷ്യനെന്താണൊരു അസ്തിത്വം.

ഗ്രാമത്തിൽ അബ്ബാനുവിനെ എല്ലാവർക്കും വേണമായിരുന്നു. ദേഹണ്ഡത്തിന് ആനു പോകും. അടിയന്തിരത്തിനു സഹായിക്കാൻ പോകും. കൂലി കിട്ടണമെന്നില്ല. നാലു തെറി പറഞ്ഞാലോ ചിരിക്കും ആനു, അത്ര തന്നെ.

ആനുവിനു ജോലിയിൽ ചേർന്നാൽപ്പിന്നെ ഒറ്റ വിചാരമേയുള്ളൂ. ജോലി ചെയ്യുക. അതു കഴിഞ്ഞാൽ തീറ്റി. തീറ്റി ശരിക്കും കിട്ടണം. വീടുണ്ടെങ്കിലും വീട്ടിൽ കാണുക പതിവില്ല. അതാണല്ലോ തൊഴിലും. മിക്കവാറും ദേവസ്ഥാനത്തിന്റെ ഗോപുരവരാന്തയിൽ കാണും അബ്ബാനു. ഒറ്റയ്ക്കായിരിക്കില്ല. വേറെ പലരും കാണും. എന്തെങ്കിലും ജോലിക്ക് വല്ലവരും വിളിക്കുന്നതുവരെ അബ്ബാനു അവിടെ കാണും.

ഗോപുരത്തിൽ നാട്ടിലെ തൊഴിലില്ലാത്ത കൊങ്കിണികൾ കാണും. വീട്ടിൽനിന്നും ഒരു പോക്കു പോയവര്. തമ്മിൽത്തമ്മിൽ കുറ്റം പറയുക

അവരുടെ തൊഴിലാണ്. എല്ലാ കൊങ്കിണിസ്ത്രീകളെക്കുറിച്ചും കുറ്റം പറയുക. എല്ലാ തികഞ്ഞവരെന്ന ഭാവത്തിൽ. അതിൽ പ്രമാണി ഒരു റമ്മല്ലനും– മെലിഞ്ഞുണങ്ങിയ ഒരു മനുഷ്യൻ.

രാവിലെ നട തുറന്നാൽ മല്ലൻ ഗോപുരവാതിലിൽ കാണും. അയാൾ വന്നാൽപ്പിന്നെ സംഘം ചീട്ടുകളി തുടങ്ങുകയായി. അല്ലെങ്കിൽ പതിനാറുനെര കളി. കൂട്ടത്തിൽ പരദൂഷണവും. ഓരോ ദിവസവും കാണും ഒരു പുതിയ വാർത്ത.

ചീട്ടുകളിയിൽ രസം കൂടുമ്പോൾ മല്ലൻ മെല്ലെ തുടങ്ങും: "അയ് കീലെവെ ഏക് രസ്പതി കാലി ജല്ലി." എന്താണു രസകരമായ സംഭവം.

കൂടെയുള്ളവർക്ക് അറിയണം. അന്നത്തേക്ക് കുശാലായി.

ഇതൊക്കെ കേട്ട് അബ്ബാനു ഒരു മൂലയിലിരിക്കും. ഗോപുരത്തിന്റെ തൂണുകളിൽ എത്രയോ ശിൽപ്പങ്ങളുണ്ട്; വികൃതരൂപങ്ങൾ. അതിലൊന്നായി അബ്ബാനുവും.

ക്ഷേത്രത്തിൽ പോകുന്ന ആർക്കും കാണാം, മല്ലനെയും കൂട്ടരെയും. പണ്ടെങ്ങോ അലക്കിയ കാവികലക്കിയ മുണ്ട്. ചെളിയിൽ പൊതിഞ്ഞ യജ്ഞോപവീതം. നാവെടുത്താൽ ഗായത്രിക്കു പകരം, കാതുപൊട്ടിക്കുന്ന തെറി പ്രയോഗം.

അമ്പലത്തിൽ അന്നൊക്കെ എന്നും സദ്യയുണ്ട്, ആരുടെയെങ്കിലും നമസ്കാരങ്ങൾ. അല്ലെങ്കിൽ സമ്പ്രാദണ[1]. ദേവനാണെങ്കിൽ ആയിരക്കണക്കിനുപറ നെല്ലാണ് പാട്ടവരവ്. ദിവസേന സദ്യനടത്തിയാലും പാട്ടം പകുതി തീരുന്നതിനു മുമ്പ് അടുത്ത പാട്ടംവരവ് തുടങ്ങുമായിരുന്നു. വരുന്ന വിഭവങ്ങൾ എങ്ങനെ തീർക്കും. തീർക്കാൻ വേണ്ടിത്തന്നെ ഗോപുരത്തിൽ കളിക്കാരുടെ എണ്ണം കൂടിക്കൊണ്ടിരുന്നു. സദ്യക്കാണ് അമ്പലം എന്ന പോലായി കാര്യങ്ങൾ.

രാവിലെ മുതൽ മല്ലനും കൂട്ടരും ഇരുന്നു ചീട്ടുകളിതന്നെ. സദ്യക്ക് സമയമാകുമ്പോൾ എല്ലാം കൂടി ഒറ്റ ചാട്ടമാണ്. അമ്പലക്കുളത്തിലേക്ക്.

വിസ്തരിച്ചു കുളിയൊന്നുമില്ല. ഒന്നു മുങ്ങുക. ശരീരം ഒന്നു നനച്ചെടുക്കുക. മഹാദേവന്റെ അമ്പലത്തിലേക്ക് ഒറ്റ ഓട്ടമാണ് പിന്നെ. അവിടെ നേരത്തെ ഉണക്കാനിട്ടിരുന്ന മുണ്ടെടുത്ത് ഒറ്റ ചുറ്റ്. കഴുക്കോലിന്റടിയിൽ സൂക്ഷിച്ചു വെച്ച ഗൊച്ചന്ദനമെടുത്തു കുറി വരയ്ക്കുന്നു. പിന്നെ നാലമ്പലത്തിലേക്ക് ഒറ്റ നട. അന്നേരം സദ്യക്ക് ഇലയിടാറാവും തീർച്ച.

ഊണു കഴിക്കുന്നതിനു മുമ്പുള്ള ആചമന കർമവും ഒക്കെ അവർക്കൊരു ചടങ്ങുതന്നെ. അതിനവര് ബ്രാഹ്മണരാവേണ്ട. ബ്രാഹ്മണർ എന്നു പറയുവാൻ എന്താണവർക്കുള്ള ഒരു യോഗ്യത; ആ ഗൊച്ചന്ദനക്കുറികളും പൂണൂലും അല്ലാതെ! അവതന്നെ ബ്രാഹ്മണരായതുകൊണ്ടാണോ അവർ ധരിക്കുന്നത്. അതിലവർക്ക് എന്തെങ്കിലും വിശ്വാസം ഉണ്ടായിട്ടാണോ?

1 സമ്പ്രാദണ = സദ്യ.

ഒറ്റ വിശ്വാസം മാത്രം! അമ്പലത്തിൽ കയറണമെങ്കിൽ കുളിക്കണം. ബ്രാഹ്മണഭോജനത്തിനിരിക്കണമെങ്കിൽ പൂണൂലും ഗൊച്ചന്ദനക്കുറികളും വേണം. അത്രതന്നെ. ബ്രാഹ്മണ്യത്തിന്റെ അർഥം അതിലാണവരൊതുക്കിയത്.

ഊണു കഴിഞ്ഞാൽപ്പിന്നെ ഗോപുരവരാന്തയിൽത്തന്നെ ഉറക്കവും. ഉറക്കമെണീറ്റാൽ മംഗളാരതിവരെ കുളി.

വീടിനെക്കുറിച്ച് അവർക്കെന്തു ചിന്ത. വീട്ടിൽ എന്താണു നടക്കുന്നത്? അവരൊക്കെ എങ്ങനെ കഴിയുന്നു? ആ ചിന്തയൊന്നും അവർക്കില്ല.

ഉച്ചയ്ക്ക് ഊണു കഴിഞ്ഞാൽപ്പിന്നെ ആ ദിവസം അവർക്ക് ഊണു വേണ്ട. അത്രയ്ക്കായിരുന്നു അന്നത്തെ ഉച്ചയൂണിന്റെ ചിട്ടവട്ടങ്ങൾ. പിന്നെ അവരെന്തിനു വീടിനെക്കുറിച്ചു ചിന്തിക്കുന്നു.

ഇപ്പോഴും ദേവസ്ഥാനത്തു പോകുമ്പോൾ കൃഷ്ണപുത്രൻ ഈ വിചിത്ര ജീവികളെക്കുറിച്ച് ഓർക്കാറുണ്ട്. ഗോപുരവരാന്തയിൽ അറിയാതെ നിന്നുപോകും. ഇന്നു വരാന്തയിൽ ആരുണ്ട്? ആരുമില്ല. അനാഥമായ ഗോപുരം. വരാന്തനിറച്ചും പ്രാവിൻ കാഷ്ഠം. വരാന്തയിൽ ഒന്നു പെരുമാറിയിട്ടു വർഷങ്ങളായതുപോലെ.

ചീട്ടുകളിക്കാരൊക്കെ ഇന്നെവിടെ? ദേവസ്വം മുടിഞ്ഞപ്പോൾ ദേവനും മുടിഞ്ഞു. മുടിഞ്ഞ ദേവനു കൂട്ടിനാരാ ഇരിക്കുക! മാമ്പഴസമയത്ത് മാവിൽ കാക്കകൾ ഇഷ്ടംപോലെ. മാമ്പഴം തീരുമ്പോൾ മാവു മാത്രം ഒറ്റയ്ക്ക്.

ഇപ്പോൾ ദേവൻ ഒറ്റയ്ക്കായി.

കുമ്മായം പുരട്ടിയ ഭിത്തിയിൽ ഇപ്പോഴും കാണാം; ചീട്ടകളിക്കാരുടെ തലയിലെ എണ്ണയും ചെളിയും ചേർന്നു വരച്ച കാലത്തിന്റെ പാടുകൾ; ആടിക്കഴിഞ്ഞ കളിക്കാരുടെ പ്രതീകം പോലെ.

എത്ര കുമ്മായം തേച്ചാലും അവ മറയ്ക്കാൻ പറ്റുമോ? ചീട്ടുകളിക്കാരുടെ ശബ്ദംകൊണ്ടു മുങ്ങിയ അമ്പലം പ്രാവിന്റെ കുറുങ്ങലുകളിൽ ആശ്വാസംകൊണ്ടു.

വരാന്തയിലെ ശൂന്യത കണ്ട് കൃഷ്ണപുത്രൽ തേങ്ങി. അവരെന്തു പിഴച്ചു കാലം അവരെക്കൊണ്ടതു ചെയ്യിച്ചതല്ലേ. കാലത്തിനൊത്തു മല്ലനും കൂട്ടരും നീന്തി. അതാണോ അവരു ചെയ്ത കുറ്റം? എതിരായി നീന്താൻ അവർക്കു ശക്തി ഉണ്ടായിരുന്നുവോ?

കഴിവുണ്ടായിരുന്നെങ്കിൽത്തന്നെയും അവരുടെ ചിറകുകൾ കാലം മുറിച്ചുകളഞ്ഞാൽ അവരെന്തുചെയ്യാൻ? അതനുസരിച്ച് അവർ ജീവിച്ചു. അത്രതന്നെ.

പക്ഷേ, അവരീ ഗോപുരവരാന്തയിൽ ഇരുന്നു കാട്ടിക്കൂട്ടിയതെന്തൊക്കെയാണ് ! അബ്വാനു എല്ലാത്തിനും ഇരയുമാകേണ്ടിവന്നു.

അബ്വാനുവിന്റെ കുറ്റമല്ല. അയാളങ്ങനെ ആയിരുന്നു. ചീട്ടുകളിക്കാൻ അറിയില്ല. നോക്കി ഇരിക്കും. ചീട്ടുകളിക്കാർ എന്തെങ്കിലും തമാശ

പറയും. മിക്കവാറും അബ്ബാനുവിനെ കളിയാക്കിയതായിരിക്കും അവർ. അതൊന്നുമറിയാതെ അബ്ബാനു ചിരിക്കും.

പക്ഷേ, എന്തിനാണു ചിരിക്കുന്നതെന്ന് അബ്ബാനുവിനറിയില്ല. അല്ലെങ്കിലും ആനു ചിരിച്ചതിനൊക്കെ ആർക്കാണ് അർഥം കണ്ടുപിടിക്കാൻ കഴിയുക.

ചില നേരങ്ങളിൽ അബ്ബാനുവിന്റെ മകൻ നാരായണുവും കാണും. അതുംകൂടി ആയാൽ ചീട്ടുകളിക്കാർ ചീട്ടുകളി നിർത്തും. അതിനെക്കാളും നല്ല തമാശയല്ലേ അവർക്കിഷ്ടം. പിന്നെ അബ്ബാനുവും നാരായണുവുമായിരിക്കും. അവരുടെ കളിസാമാനങ്ങൾ.

അബ്ബാനുവിനെ ചീട്ടുകളിക്കാർ കളിയാക്കും ചിരിക്കും. നാരായണു കൂടെ ചിരിക്കും.

അതാണ് നാരായണു. അബ്ബാനുവിന്റെ ആകെയുള്ള ഒരു സന്തതി. പിരിയാഗിയുടെ പുന്നാരമോൻ.

പിരിയാഗി പപ്പടമുണ്ടാക്കുമ്പോൾ നാരായണു അടുത്തു ചെന്നിരിക്കും. പപ്പടം പരത്താനൊന്നുമല്ല. നല്ല ഉപ്പുരസമുള്ള പപ്പടഗുളി എടുത്തുതിന്നാൻ. ഉണ്ടാക്കുന്ന പപ്പടം തന്നെ കുറവ്. പിന്നെയാണ് നാരായണുവിന്റെ തീറ്റിയും.

പിരിയാഗിക്ക് ഒരുദിവസം തോന്നി ഇവന്റെ തീറ്റി മാറ്റണം. സ്കൂളിൽ പോകുന്ന പതിവ് അവനില്ല. വീട്ടിൽ അടങ്ങിയിരിക്കുമോ, അതുമില്ല. അവനെ എങ്ങനെ ഒരിടത്താക്കും. പെട്ടെന്നവർക്കു തോന്നി. കുറച്ചു കപ്പലണ്ടി വറുത്ത് അവനെ ഏൽപ്പിച്ചാലോ. തൊട്ടടുത്താണ് ഷേണായിയുടെ ചായക്കട. അവിടിരുന്നു വിറ്റോട്ടെ. തനിക്കു കാണുകയും ചെയ്യാം. കപ്പലണ്ടി വിറ്റാൽ മോശമൊന്നും വരില്ല.

നാരായണുവിനും സന്തോഷം. ദേവസ്ഥാനത്ത് ഉത്സവസമയത്തു കപ്പലണ്ടിക്കച്ചവടം നടത്തുന്ന പിള്ളാരെ അവൻ ഓർത്തു. അന്നേ വിചാരിച്ചാണ് കപ്പലണ്ടിക്കച്ചവടത്തെക്കുറിച്ച്.

അമ്മയോട് അവന് എന്തെന്നില്ലാത്ത സ്നേഹം തോന്നി. ഓടിവന്ന് അവൻ അമ്മയെ കെട്ടിപ്പിടിച്ചു. മകന്റെ സന്തോഷം കണ്ട് ആ അമ്മയുടെ മനം കുളിർത്തു.

കടയിൽ കച്ചവടത്തിനിരിക്കുന്ന മകനെ അവർ ഇടയ്ക്കിടയ്ക്കു നോക്കും. ആദ്യ ദിവസമല്ലേ കച്ചവടം എങ്ങനെ ഇരിക്കുമോ.

ദേവസ്ഥാനത്തിൽ ഒരു നെയ്‌വിളക്കു നേർന്നു.

“മെജ്ജെജദേവാ, എന്റെ മോനെ രക്ഷിക്കണേ.”

കച്ചവടം കഴിഞ്ഞുവരുന്ന നാരായണുവിനെ അമ്മ അഭിമാനത്തോടെ നോക്കിനിന്നു.

“പുത്തോ! കച്ചോടം എങ്ങനെ?” അവൻ ഒഴിഞ്ഞ പാട്ട അമ്മയുടെ കൈയിൽ കൊടുത്തു. അമ്മയ്ക്ക് എന്തെന്നില്ലാത്ത സന്തോഷം. കച്ചവടം നന്നായിരിക്കുന്നു.

പോരല്ലോ, കാശിനെക്കുറിച്ചുകൂടി അറിയണമല്ലോ!

"പുത്തോ, നോക്കട്ടെ എത്ര കാശുണ്ടു കൈയിൽ?" അവൻ മടിക്കുത്തഴിച്ചു കാണിച്ചു. പിരിയാഗിയുടെ സന്തോഷം മെല്ലെ മെല്ലെ ചോർന്നു പോയി.

"അയ്യോടാ, ഇത്രേയുള്ളു."

നാരായണു മിണ്ടിയില്ല. അവൻ ഹൃദ്യമായി ചിരിച്ചു. ആ ചിരിയിൽ പിരിയാഗി കണ്ടു. കപ്പലണ്ടി പോയ വഴി. പല്ലിൽ പറ്റിപ്പിടിച്ചിരിക്കുന്നു. കപ്പലണ്ടിയുടെ ചുവന്ന തോട്.

എന്നാലും ആ ചിരിയിൽ അവർ എല്ലാം മറന്നു.

"കള്ളൻ." പിന്നെ അവർ ഒന്നും പറഞ്ഞില്ല. മകനല്ലേ, ആദ്യ കച്ചവടവും. കപ്പലണ്ടി ആരാ തിന്നാണ്ടിരിക്കുക. നാരായണു കൊച്ചുകുട്ടി, നാളെ അവൻ നന്നാവും.

പിറ്റേന്നും നാരായണുവിനോട് അവർ പറഞ്ഞു:

"മോനെ, വെറുതെ കപ്പലണ്ടി അങ്ങനെ തിന്നരുത് കേട്ടോ. നാളെയും കച്ചോടത്തിനു കാശു വേണ്ടേ."

അവൻ തല കുലുക്കി. ഒറ്റ ഓട്ടം. പിരിയാഗി കണ്ണിമയ്ക്കാതെ നോക്കിനിന്നു.

അന്നു പെട്ടെന്നു കച്ചവടം കഴിഞ്ഞ് നാരായണു എത്തി. പിരിയാഗി കാശെണ്ണി നോക്കി. ആദ്യത്തെ ദിവസത്തെക്കാളും കൂടുതൽ. സന്തോഷിച്ചു. നന്നായി വരുന്ന ലക്ഷണമാണ്.

അടുത്ത ദിവസം വളരെ വൈകിയാണ്. നാരായണു എത്തിയത്. വന്ന ഉടനെ കാശെണ്ണിനോക്കുന്നതിലാണ് പിരിയാഗിക്ക് തിടുക്കം.

വളരെ കുറവ്. അവർ മിഴിച്ചുനിന്നു നാരായണു അവിടെ നിന്നില്ല. അമ്മ ദേഷ്യപ്പെടുമെന്ന് അവനറിയാം.

അവർ, പക്ഷേ ദേഷ്യപ്പെട്ടില്ല. മകനല്ലേ! പിറ്റേന്നും അവൻ വൈകിയാണ് എത്തിയത്; കാശും കുറവ്.

പിരിയാഗിയുടെ മനം നൊന്തു. താനെത്ര പാടുപെടുന്നു. എന്നിട്ടിവനു തീറ്റിയാണു പ്രധാനം.

അവർ നാരായണുവിനെ തുറിച്ചുനോക്കി. ദേഷ്യവും സങ്കടവും ഒപ്പം ഇരച്ചുകയറി.

"നീ നാളെ മൊതല് കച്ചോടം ചെയ്യേണ്ട."

ഇന്ന് ഇങ്ങനെ പറഞ്ഞാൽ നാളെ മുതൽ അവൻ തീറ്റ കുറയ്ക്കും. അതോർത്താണവർ പറഞ്ഞത്.

അതിന്റിടയ്ക്കാണ് ചായക്കടക്കാരൻ ഷേണായി കടന്നുവന്നത്.

എന്തേ ഷേണായി. എന്താ വന്നത്? നാരായണു വല്ലതും ഒപ്പിച്ചോ?

വന്ന ഉടനെ അയാൾ പറഞ്ഞു:

"പിരിയാക്കാ, പറയുന്നതിൽ വെഷമം തോന്നരുത്. ചെക്കനെ വെറുതെ കപ്പലണ്ടി കച്ചോടത്തിനയയ്ക്കേണ്ട. അവനു തീറ്റ ഒഴിഞ്ഞ നേരമില്ല. വെറുതെ കാശെന്തിനാ കളയുന്നെ."

പിരിയാഗിക്ക് ആദ്യം ദേഷ്യമാണു തോന്നിയത്. തന്റെ മകനെപ്പറ്റി

ഇവന് ഇത്രയും പറയണോ. പിന്നെ ഓർത്തു, പറയുന്നതും കുറച്ചൊക്കെ ശരിയല്ലേ. നാളത്തേക്കു കപ്പലണ്ടി മേടിക്കാൻ താൻ എന്തുചെയ്യും.

അവർ മിണ്ടിയില്ല.

"വിറ്റുതീരുന്നതുവരെ അവൻ തീറ്റതന്നെയാണ്. നേരത്തെ വിറ്റു തീർന്നെങ്കിൽ തീറ്റയും കുറവ്. അതാണവന്റെ കച്ചവടം."

അയാൾ പറഞ്ഞു:

"ഞാനെന്തോ ചെയ്യാനാ. അവന്റെ സന്തോഷം കാണാനാ ഞാനി തൊക്കെ ചെയ്യുന്നത്.

അവർ കരയാറായി.

"കാര്യമൊക്കെ ശരി തന്നെ. ഞാനെത്ര തവണ പറഞ്ഞെന്നറി യാമോ? വേഗം തീരാൻ വേണ്ടി ഞാനെത്രയോ തവണ കപ്പലണ്ടി മേടി ച്ചിരിക്കുന്നു. കടയിൽ കാപ്പി കുടിക്കാൻ വരുന്നവരും മേടിച്ചിട്ടുണ്ട്. അത്രയും കാശെങ്കിലും പിരിയാക്കാക്ക് കിട്ടുമല്ലോ."

പിരിയാഗി മിണ്ടിയില്ല.

ഷേണായി തുടർന്നു:

"അതാ ഞാൻ പറയുന്നെ, നാളെ മുതൽ അവൻ ഇവിടെ കഴിയ ട്ടെന്ന്. പിന്നൊക്കെ അക്കാടെ ഇഷ്ടം."

പിരിയാഗിക്കു തോന്നി. തനിക്കെന്തിഷ്ടം. മകന്റെ ഇഷ്ടം നോക്കേ ണ്ടത് അമ്മയല്ലേ. പക്ഷേ, കാശിന്റെ കാര്യം ഓർക്കുമ്പോൾ കുറച്ചൊക്കെ തന്റെ ഇഷ്ടവും നോക്കണ്ടേ.

നാരായണു കപ്പലണ്ടിക്കച്ചവടം അതോടെ നിറുത്തി.

ആയിടയ്ക്കാണ് അച്ചാനുവിനൊന്നു തോന്നിയത്. ആരോ തോന്നി ച്ചതുമാകാം. ദേവസ്ഥാനത്തിൽ ഭോജനം സുഭിക്ഷം, നാരായണുവിന് ഉപനയനത്തിനു പ്രായവുമായി. ബ്രഹ്മചാരിയായാൽ അമ്പലത്തിൽ ഭോജനം തരമാവും. ഒരിലച്ചോറ് എന്തിനു കളയുന്നു.

ബ്രഹ്മചാരിയായപ്പോൾ നാരായണുവിന്റെ സന്തോഷം പറയേണ്ട. അമ്പലത്തിലെ ഉണക്കലരിച്ചോറും കറികളും നാരായണുവിനെ തടിമു ാളനാക്കി. അച്ചാനുവിനെക്കാളും ആജാനുബാഹുവായി നാരായണു. പക്ഷേ, അവന്റെ ബുദ്ധിമാത്രം അത്രയ്ക്കു വളർച്ചയെത്തിയതുമില്ല.

അച്ഛനും മകനും ചീട്ടുകളിക്കാർക്കു കോമാളികളായി. അവർക്കു കളിക്കാനുള്ള വെറും മൺകോലങ്ങൾ.

അവസാനം ആ ഗോപുരം കളിക്കാർ ഈ മൺകോലങ്ങളെ എവിടം വരെ കൊണ്ടെത്തിച്ചു എന്നോർക്കുമ്പോൾ മനുഷ്യരെന്നെ നിലയിൽ ലേശം പോലും ബഹുമാനം അവരർഹിക്കുന്നില്ല എന്നുതോന്നി.

ദ്രോഹികള്! എന്നാലും ഇത്രത്തോളമാകാമോ. മനുഷ്യനെ മനുഷ്യൻ എന്ന മാതിരിയെങ്കിലും തോന്നാത്തതെന്താണവർക്ക്. പക്ഷേ, എങ്ങനെ തോന്നാനാണ്. ഈ അച്ഛനും മകനും വെറും പാവകളല്ലേ അവർക്ക്.

ചീട്ടുകളി കഴിഞ്ഞ ഒരു സന്ധ്യാസമയം. കുറെ ദിവസങ്ങളായി

എന്തെങ്കിലും തമാശ നടന്നിട്ട്. ഇന്നെങ്കിലും ഒപ്പിക്കണം ഒരെണ്ണം. അതിനു ദൂരെയെങ്ങും പോകേണ്ട. ഇതാ, അബ്വാനു ഇവിടെത്തന്നെ യുണ്ട്.

ഒരുത്തൻ മെല്ലെ പറഞ്ഞു:

"അബ്വാനു നല്ലവനാ. പക്ഷേ, വാശി കൂടുതലാണെന്നു മാത്രം."

അവൻ ബാക്കിയുള്ളവരെ നോക്കിചിരിച്ചു. കണ്ണിറുക്കി.

"ഏയ്, അത്രയൊന്നുമില്ല വാശി."

വേറൊരുത്തൻ.

"പിന്നെ, പിന്നെ! നിനക്കല്ലേ അറിയൂ. പോടാ ഒന്ന്."

"ഓ! പിന്നെ കൊറെ അറിഞ്ഞിരിക്കുന്നു. നാരായണുവിന്റെ വാശി അറിഞ്ഞിട്ടുണ്ടോ നീ."

നാരായണുവിന്റെ തലവെട്ടം ദൂരെ കണ്ട ഒരുത്തൻ വാശികയറ്റി:

"പെന്നേ! നാരായണു. അബ്വാനുവിന്റെ മോൻ തന്നെയല്ലേ അവൻ. അപ്പൊ വാശി എത്രയൊണ്ടെന്നറിയാമ്മേലെ."

"പോടാ, വാശിയിലവൻ അത്ര പുറകിലൊന്നുമല്ല. വാശി മൂത്താ ലുണ്ടല്ലോ. അവനു പിന്നെ കണ്ണും മൂക്കുമൊന്നുമില്ല. ഒറ്റയടിയാണ്. പിന്നെ അവന് അച്ഛനെന്നുപോലും നോട്ടമില്ല. അറിയ്യോ."

"ഓ പിന്നെ! അടിക്കും കൊറെ. അബ്വാനുവിന്റെ കൈ മാങ്ങാ പറി ക്കാനൊന്നും പോകുവേല."

"എന്നാ നോക്കാലോ. ദാ ആരാ വരുന്നൂന്നാ നോയ്ക്കെ."

നോക്കുമ്പോഴുണ്ട്. കാറ്റോടിച്ചു വിട്ടമാതിരി നാരായണു വരുന്നു.

ഇതൊക്കെ കേട്ടുനിന്ന അബ്വാനുവിന്റെ ചോരയിൽ എന്തോ ഒന്നി ളകുന്നതുപോലെ.

ങും. നാരായണു തന്നെ അടിക്വോ. നല്ല രസായി. അവന്റെ.........

അറിയാതെ അബ്വാനു ഗോപുരം കളിക്കാരുടെ വെട്ടിൽ വീഴുകയാ യിരുന്നു.

അടുത്തുള്ള ഒരുത്തൻ ആ വെട്ടിന്റെ പിരി ഒന്നുകൂടി മുറുക്കി.

"പിന്നെ നാരായണുവിനെ അടിക്കും. ആരാ, ഈ അബ്വാനുവോ? ആളിനെ വേറെ നോക്കണം."

കൊഞ്ഞനം കാട്ടി ഒരുത്തൻ ഒന്നുകൂടി ചൂടാക്കി.

അബ്വാനുവിന്റെ ചോര തിളച്ചുതുടങ്ങി.

നാരായണു അടുത്തുവന്നു. ഒരുത്തൻ അവനെ നോക്കി ചിരിച്ചു സ്വീകരിച്ചു.

"എടാ, നാരായണു. ഞങ്ങളൊരു വാശിവെച്ചിരിക്കുന്നു. നെനക്കോ അബ്വാനുവിനോ വാശി കൂടുതൽ. അതൊന്നറിയണം."

അവൻ ഒന്നു ചിരിച്ചു. അവരെ നോക്കി. ഒരുതരം വിഡ്ഢിയാന്റെ ചിരി. അവൻ ബപ്പായെ നോക്കി. ബപ്പാ തന്നെ തുറിച്ചു നോക്കുന്നുണ്ട്. കണ്ണുകളിൽ ചുവപ്പിന്റെ നേരിയപാട, എന്തായി ദ്! അവൻ ആകെ അമ്പ രന്നു.

“അബ്ബാനു നെന്റെ കന്നത്തടിക്കുമെന്നാ ഇവരൊക്കെ പറയുന്നേ. നീ നോക്കിനിക്കുമെന്ന്. ആണോടാ.”

നാരായണു അബ്ബാനുവിനെ വീണ്ടും നോക്കി. ങെ! തന്നെ അടിക്കുമെന്നോ. അത്ര വാശിയോ.

അബ്ബാനുവിനെ നോക്കി അവൻ ഇളിച്ചു. ആ മുഖം പഴുത്തിരിക്കുന്നത് അവൻ കണ്ടു.

“പിന്നെ! നാരായണു അടിക്കുന്നു! ഇവനല്ലേ. എല്ലൊരെണ്ണം മിച്ചം കാണില്ലെന്നു മാത്രം. മോനൊക്കെ കാര്യം ശരിതന്നെ. പക്ഷേ, വാശി കേറിയാൽ അബ്ബാനു അതൊന്നും നോക്കില്ല.”

തമാശ ശരിക്കും ആരംഭിച്ചിരിക്കുന്നു എന്നു കൂടി നിന്നവർക്കു മനസിലായി.

തങ്ങളെ ഇട്ടു കളിപ്പിക്കുകയാണ് ഈ മനുഷ്യർ എന്ന് ആ അച്ഛനും മകനും മനസിലായില്ല. അതറിയാതെ അവരുടെ താളത്തിനൊത്തു തുള്ളാനാണ് അവർക്കു തോന്നിയത്.

“പിന്നെ! നാരായണു തിരിച്ചടിക്കും. മൂത്രമൊഴിക്കും അവൻ.”

ഒരുത്തൻ ഒച്ചത്തിലാണ് പറഞ്ഞത്.

“പിന്നെ! നാരായണുവിനെ നെനക്കറിഞ്ഞൂടാഞ്ഞിട്ടാ. അടിക്കുമെന്നു പറഞ്ഞാൽ നാരായണു അടിച്ചതുതന്നാ.”

“അതിനുള്ള ധൈര്യം അവനില്ല.”

“ആരാ പറഞ്ഞെ, അടിച്ചെങ്കിലോ.”

“അടിക്കില്ലെന്ന്.........”

“അടിക്കും.........”

“അടി........”

പെട്ടെന്നൊരു ശബ്ദം കേട്ട് അവർ ഞെട്ടിപ്പോയി. നാരായണു അബ്ബാനുവിന്റെ കന്നത്തിട്ട് ഒറ്റയടി. അബ്ബാനു തലകറങ്ങി നിലത്തിരുന്നുപോയി.

അത്രയ്ക്കാണ് നാരായണുവിന് വാശി.

അതുതന്നെയാണ് അവനു പറ്റിയ ശാപവും.

അമ്പലത്തിൽ ബ്രാഹ്മണഭോജനത്തിനിരിക്കുമ്പോൾ നാരായണു കൂട്ടത്തിൽ വലിയ ഇല നോക്കി എടുക്കാറാണു പതിവ്. കഴിയുന്നതും ഒരു ഒതുങ്ങിയ മൂലയിലേ ഇരിക്കൂ. വിളമ്പുന്ന ഏതു സാധനവും വിളമ്പിക്കഴിയുന്നതിനുമുമ്പ് വീണ്ടും ചോദിക്കും. വിളമ്പിയാലോ ലേശം കൂടി കെഞ്ചും.

ഇതൊക്കെ കണ്ടറിഞ്ഞ ഒരുത്തനുണ്ടായിരുന്നു ദേവസ്ഥാനത്തിൽ– ചെല്ലഭൊട്ടു. ചെല്ലഭൊട്ടുവിന്റെ അടുത്തിരിക്കുവാൻ നാരായണുവിനു പേടിയാണ്. ചെല്ലഭൊട്ടു ഇരുന്നു കഴിഞ്ഞാലേ നാരായണു എന്തിന്, ഇരിക്കൂ; കഴിയുന്നതും ഒഴിഞ്ഞുമാറി. നാരായണു അബ്ബാനുപോലും ചെല്ലഭൊട്ടുവിന്റെ അടുത്തിരിക്കാറില്ല.

അമ്പലനടയിൽ വെച്ചുപോലും ആട്ടുംതെറിയും പറയാൻ ചെല്ല

ഭൊട്ടുവിന് യാതൊരു മടിയുമില്ല. ഇരുത്തുന്ന മാതിരിയുള്ള വർത്തമാനം.

അബ്ബാനു പോലും ചെല്ലഭൊട്ടുവിന്റെ നിഴൽ കണ്ടാൽ ആ വഴിക്കെങ്ങും പോവില്ല. ചെല്ലഭൊട്ടു കണ്ടാൽ എന്തെങ്കിലും കിട്ടും. തീർച്ച.!

നാരായണുവിനെ അബ്ബാനൂന്റെ മുമ്പിൽവെച്ചുപോലും ചെല്ലൻ ഞൊട്ടിയിട്ടുണ്ട്. പക്ഷേ. അബ്ബാനു ഒന്നും പറയില്ല. ചെല്ലനാണ്. അമ്പലത്തിലെ ശാന്തിക്കാരൻ. അബ്ബാനുവിനെ എന്തെങ്കിലും ആവശ്യത്തിനു വിളിക്കാറുണ്ട് ചെല്ലൻ. വല്ല കരിക്കോ തേങ്ങയോ കിട്ടിയാലായി. ചിലപ്പോൾ ചോറും കിട്ടും. പക്ഷേ, അതിന് വീടുവരെ പോകണം. അഞ്ചു നാരായം അരിയുടെ ചോറുള്ള മൊട്ക്കിയുമായി വീടുവരെ പോകണം.

അതോർക്കുമ്പോൾ ഉഷ്ണസഞ്ചാരമാണ്. അബ്ബാനുവിന് അമ്പലത്തിനു പടിഞ്ഞാറാണ് ചെല്ലഭൊട്ടുവിന്റെ മഠം. നട്ടുച്ചയ്ക്ക് പൊരിമണലിൽക്കൂടി മൊട്തിയുമായുള്ള ആ പോക്ക് ഓർക്കുമ്പോൾ ആകെ ഒരു വിഷമമാണ്. പിന്നെ കിട്ടാൻ പോകുന്ന ചോറിന്റെ കാര്യം ഓർക്കുമ്പോൾ താനെ നടന്നു പോകുന്നു എന്നു മാത്രം.

നാരായണുവിനും കിട്ടി അത്തരമൊരു പണി. അഭിഷേകം കഴിഞ്ഞുള്ള കരിക്കും നെയ്യും അവിലും തൈരും നിറഞ്ഞ തട്ടം ചെല്ലന്റെ മഠത്തിലെത്തിക്കണം. വഴിയിൽ ആളില്ലാത്ത തക്കം നോക്കി വൃത്തികെട്ട കൈകൊണ്ട് ഒരുപിടി അവിൽ വാരി വായിലിടും. അതിന്റെ സ്വാദോർത്ത് വീണ്ടും ചിലപ്പോൾ നല്ല കട്ടത്തൈരു കാണുമ്പോഴായിരിക്കും നാരായണുവിന്റെ കൈ അങ്ങോട്ടു നീണ്ടുപോവുക.

ഒരിക്കൽ ആ നാരായണുവും ചെല്ലനും അടുത്തടുത്തിരുന്നാണ് ഉണ്ണാനിരുന്നത്. അബദ്ധം പറ്റിയതാണ്. സാധാരണ നാരായണു ഇരിക്കാറുള്ള സ്ഥലം എന്തോ അവനു കിട്ടിയില്ല. ചെല്ലൻ അവനെ വിളിച്ചു. ആജ്ഞയിൽ പുരണ്ട സ്നേഹത്തോടെ. പാവം നാരായണു അടുത്തു ചെന്നിരുന്നു.

ഇലയിൽ നിറച്ചും ചോറ് ഉണ്ടായിട്ടും കുറച്ചു ചോറുകൂടി നാരായണു ചോദിച്ചു വാങ്ങി.

വായിൽ നിറച്ചും ചോറും കറിയും കൂട്ടിക്കുഴച്ച ചോറ്. ആ സമയത്തും അവ്യക്തമായ സ്വരത്തിൽ നാരായണു ചോറിനുവേണ്ടി ധൃതി കൂട്ടുന്നുണ്ടായിരുന്നു.

ഇതൊക്കെ കണ്ടിരുന്ന ചെല്ലന് ഇവനെ ഒന്നു ചാടിൽ കയറ്റണമെന്നു തോന്നി.

അയാൾക്ക് ഒരു സുഖക്കേടുണ്ട്, ബാക്കിയുള്ളവരെ നിർബന്ധിച്ചു തീറ്റിക്കുക.

പന്തിയിലിരിക്കുമ്പോൾ ചെല്ലനെയും നാരായണുവിനെയും നോക്കി മനസിൽ കരുതി. നാരായണു ഇന്നു പെട്ടതുതന്നെ.

ചെല്ലൻ നാരായണുവിനെ നോക്കി പറഞ്ഞു:

“ഇത്തെ നാരായണു! ഇന്നു തീരെ ഉണ്ടില്ലെന്നു തോന്നുന്നു.

നാരായണു ചിരിച്ചു.

"ആ മാങ്ങാക്കറി നോയ്ക്കെ. അസ്സലായിട്ടുണ്ട്."

നോക്കിയപ്പോൾ മാങ്ങാക്കറിയില്ല. നാരായണു ചെല്ലനെ നോക്കി ഇളിച്ചു.

"അറെ സർവ! കൊറച്ചു മാങ്ങാക്കറി വിളമ്പെടാ ഇവിടെ. അവന്റെ ഒരൂണ്. മോശം."

കുറച്ചു മാങ്ങാക്കറിയൊന്നുമല്ല സർവൻ വീഴ്ത്തിയത്. നോക്കിയപ്പോൾ അതിനു പാകത്തിനു ചോറില്ല.

"എന്താടെ ഇത്. മാങ്ങാക്കറി എന്നാത്തിനാ? അവിഷേകത്തിനാ?"

ഒരു വലിയ തവി ചോറ് ഇലയിൽ വീഴ്ത്തി സർവൻ. നാരായണു എന്തു പറയാൻ? സ്വതേ എതിരുപറയാൻ ത്രാണിയില്ലാത്തവൻ. പിന്നെ വാശി പിടിപ്പിക്കാൻ ചെല്ലനും.

"ഛെ! ഭൊട്മാമു. അവനെങ്ങനെ ഉണ്ണാനായിത്."

ഒരുത്തൻ ഗൗരവത്തോടെ ചോദിച്ചു.

'ഛെ,' അട്കള. അവനിതൊക്കെ നിസ്സാരം. ഇനി, ഉണ്ണും അവൻ. നോക്കണോ."

താൻ തയാറാണെന്ന മട്ടിൽ നാരായണു ഞെളിഞ്ഞിരുന്നു. സ്വതേ തീറ്റിപ്പണ്ടമായ അവൻ വേറെന്തുചെയ്യാൻ.

വീണ്ടും വിളമ്പി ചോറും കറിയും.

അതും അവനുണ്ടു.

പിന്നെ കുറച്ചു പായസം കൂടി വിളമ്പി. അതും അവൻ തട്ടി.

അപ്പോഴേക്കും നാരായണു അവശനായിരുന്നു. അപ്പോഴാണ് പായസം വിളമ്പുകാരൻ അതിലേ പോയത്.

ചെല്ലൻ അവനെ വിളിച്ചു:

" ആരടെ അമ്മേടെ പിണ്ഡം വെക്കാനാടാ പായസം കൊണ്ടു നടക്കുന്നേ. ആവശ്യമുള്ളവർക്ക് വെളമ്പടാ പായസം."

നാരായണുവിന്റെ ശൂന്യമായ ഇല കണ്ടിട്ടാണ് ചെല്ലൻ അതു പറഞ്ഞത്.

വിളമ്പുകാരന് പിന്നെ വല്ലതും നോക്കാനുണ്ടോ? അവൻ ഒരു തവി പായസം നാരായണുവിന്റെ ഇലയിൽ വീഴ്ത്തി. പാവം നാരായണു. അവനെന്തു ചെയ്യും. വേണ്ട എന്നു പറയാനാവുമോ? അവന്റെ അഭിപ്രായത്തിനെന്താ ആ സമയത്തു വില? പായസം കുടിച്ചു തീർക്കണമെന്നുണ്ട്. പക്ഷേ, ഇനി എവിടെ വയറ്റിൽ സ്ഥലം? എന്നു വിചാരിച്ചു കുടിക്കാതിരുന്നാലോ. ചെല്ലൻ മുന്നിൽത്തന്നെയുണ്ട്.

തീരെ ദയനീയമായി അവൻ ചെല്ലനെ നോക്കി.

"കുടിക്കെടാ, ഞും"

ചെല്ലൻ അവനെക്കൊണ്ടു കുടിപ്പിക്കാൻ തന്നെയാണ് ഭാവം. നാരായണു ചുറ്റും നോക്കി. ആരെങ്കിലും തനിക്ക് രക്ഷയ്ക്കായ് നിൽപ്പുണ്ടോ? വിളമ്പുകാരും ചെല്ലനും വേറെ രണ്ടുമൂന്നുപേരും മാത്രം. ബാക്കിയുള്ളവരൊക്കെ ഊണു കഴിഞ്ഞ് സ്ഥലംവിട്ടിരുന്നു ചെല്ലന്റെ സാധാരണ

സ്വഭാവമാണ് ബാക്കിയുള്ളവരെ കൊണ്ടു തീറ്റിക്കുക എന്നത്. അത് അവർക്കെല്ലാം അറിയാവുന്ന കാര്യമാണ്. അതിന്റെ അനന്തര ഫലം എന്തു കാണാനാണ് എന്നോർത്തായിരിക്കും അവർ സ്ഥലം വിട്ടത്.

രക്ഷയില്ലെന്നു കണ്ട നാരായണു പായസം വെട്ടി വിഴുങ്ങി.

"ഇനി വേണോടാ?"

ചെല്ലൻ നാരായണുവിനോടായി ചോദിച്ചു. നാരായണു നോക്കിയതേയില്ല. അവനതിനുള്ള ശേഷിയുമില്ലായിരുന്നു. തെന്നിത്തെന്നി അവൻ നടന്നു. അമ്പലവാതിൽ കടന്നു. അമ്പലക്കുളത്തിലേക്കു നടന്നു.

ചെല്ലൻ നിസ്സാരമട്ടിൽ പറഞ്ഞു:

"എന്നാലും സമ്മതിക്കണം."

എന്നിട്ട് ഒറ്റച്ചിരിയും. പിന്നെ അവർ എന്തൊക്കെയോ പറഞ്ഞു. നാരായണുവിനെ അവർ ഓർത്തതേയില്ല.

അമ്പലക്കുളത്തിലെ പടികളിൽ നാരായണു ഇരുന്നു. കുളത്തിൽ വേറെ ആരുമില്ല.

അവനു പിന്നെ ഒറ്റയടി നടക്കാൻ വയ്യ. വയറ്റിനുള്ളിൻ എന്തൊക്കെയോ നടക്കുന്നു. ഉരുണ്ടുകൂടുന്നതുപോലെ. എന്തൊക്കെയോ തള്ളി വരുന്നുവോ! സർവശക്തിയുമെടുത്ത് വയറുപൊട്ടാൻ പോകുന്നുവോ. പക്ഷേ, പൊട്ടുന്നില്ല. നാരായണു വയറു തിരുമ്മി എഴുന്നേറ്റു. നിൽക്കാൻ വയ്യ. ഇരുന്നു. ഇരിക്കാൻ വയ്യ. കിടന്നു. പക്ഷേ, കിടക്കാനും പറ്റുന്നില്ല.

ദൈവമേ!

എന്താണ്? എന്തൊക്കെയോ തോന്നുന്നുണ്ടല്ലോ. ഛർദിക്കണമെന്നുണ്ട്. പിന്നെ തൂറണമെന്നുണ്ട്. പക്ഷേ, ഒന്നിനും അവനു വയ്യ. എന്തോ അടർന്നുപോകുന്നുവോ. അവൻ ഉരുണ്ടു.

അമ്മേ! ആരുണ്ടു വിളി കേൾക്കാൻ. ശരീരം കത്തുന്നു. ലേശം വെള്ളത്തിനുവേണ്ടി അവൻ അമ്പലക്കുളത്തിലേക്ക് ആർത്തിയോടെ നോക്കി. എങ്ങനെ അവിടെവരെ എത്തും.

പെട്ടെന്ന്—

ങെ! എന്ത്?

കുളത്തിലെ വെള്ളം തന്റടുത്തു വരുന്നുവോ. അവൻ ആർത്തിയോടെ വായ് തുറന്നു.

നാരായണുവിനെ അന്വേഷിച്ചു പുറത്തേക്കു വന്ന വിളമ്പുകാരൻ നോക്കി. നാരായണു എവിടെ? കൈകഴുകി ഇത്രയും വേഗം പുറത്തേക്കുപോയെന്നോ. സംശയത്തോടെ അയാൾ അമ്പലക്കുളത്തിലേക്കു നടന്നു.

ഞെട്ടിപ്പോയി.!

കുളത്തിലുണ്ട്. നാരായണു കമിഴ്ന്നു കിടക്കുന്നു. വലിയ വായിലെ അയാൾ നിലവിളിച്ചു.

ആളുകൾ കൂടി. മൂപ്പന്മാർ നാരായണുവിനെ വലിച്ചു കയറ്റി. വേഗം ദേവസ്ഥാനത്തിനു പുറത്തേക്കു കൊണ്ടുപോയി. അമ്പലത്തിനുള്ളിൽ

ശവം പാടില്ല. വീണാൽ ശുദ്ധി കലശം വേണ്ടിവരും. മരിച്ചാൽപോലും ആരും മരിച്ചെന്നു പറയില്ല.

ഗോപുരവാതിൽ കടന്ന് നാരയണുവിനെ മണ്ണിൽ കിടത്തി.

ഹൊ! രക്ഷപ്പെട്ടു. ആളുകൾ ആശ്വാസം കൊണ്ടു. ഇനി ഇപ്പോൾ ശുദ്ധികലശം വേണ്ട.

ആ സമയത്ത് ചെല്ലന്റെ വീട്ടിൽ മൊട്ക്കി ഏൽപ്പിച്ച് തനിക്കുള്ള ചോറും മേടിച്ചു തിരിച്ചു. നടക്കുകയായിരുന്നു അബ്വാനു. പൊരിഞ്ഞ വെയിലിൽക്കൂടി.

ആലപ്പുഴെനിന്ന് ശവം എടുക്കാൻ ആളുകൾ വന്നപ്പോൾ ജനം അവർക്കുവേണ്ടി വഴിയൊരുക്കി. പുത്രൻ ശവമെടുപ്പുകാരെ നോക്കി. ഇവരെ എവിടെയോ കണ്ടു മറന്നതുപോലെ, ആലപ്പുഴ അമ്പലത്തിൽ വെച്ചായിരിക്കും അല്ലാതെ എവിടെ വെച്ച്.

അവർ ശവം കുളിപ്പിക്കുന്നതിൽ വ്യാപൃതരായി. മൂപ്പന്മാരിൽ ഒരുത്തൻ മാവു മുറിച്ച് വിറകാക്കുന്നു. ഒരുത്തൻ കിഡ്ബിഡി[1] കെട്ടുന്ന തിരക്കിലാണ്.

അല്ല! അതാരാ വന്നിരിക്കുന്നത്. ചെല്ലഭൊട്ടുവല്ലേ, ഓ! അന്വേഷിക്കാൻ വന്നതായിരിക്കും. വെറുപ്പ് തോന്നി. നാരായണുവിനെ കൊന്നവനാണ് ചെല്ലഭൊട്ടു. എന്നിട്ടു യാതൊരു വിഷമവും ഇല്ലാതെ വന്നിരിക്കുന്നു. ഇടയ്ക്കിടയ്ക്ക് നിർദേശങ്ങൾ കൊടുക്കുന്നുമുണ്ട്. എന്നാലും അബ്വാനുവിനെ നോക്കാനൊന്നും അയാൾ പോയില്ല. അയാളെന്തിന് അബ്വാനുവിനെ നോക്കണം. അബ്വാനു അയാടെ ബന്ധുവൊന്നുമല്ല. പിന്നെ ഒരു വാധ്യാര് മരിച്ചപ്പോൾ വന്നെന്നു മാത്രം. അല്ലെങ്കിൽ ഗ്രാമക്കാർ എന്തെങ്കിലും പറഞ്ഞാലോ? പറഞ്ഞാലും അയാൾക്കൊന്നുമില്ല.

അന്ന് നാരായണു മരിച്ചപ്പോഴും നാട്ടുകാരെന്താണു പറഞ്ഞത് നാരായണുവിനെ കൊന്നത് ചെല്ലനാണെന്ന്. എന്നിട്ട് ചെല്ലന് ഒരു കുലുക്കവുമുണ്ടായില്ല. അയാൾ പിറ്റേന്ന് പതിവുപോലെ അമ്പലത്തിൽ ചെന്നു ശാന്തി നടത്തി. സദ്യക്കിരിക്കുമ്പോൾ തമാശകൾ പറഞ്ഞു.

അയാളെ കുറ്റം പറഞ്ഞവരൊക്കെ തോറ്റു. പിന്നെ അയാൾ ഒന്നു ചെയ്തു. അബ്വാനുവിന്, അമ്പലത്തിലെ ദേഹണ്ഡത്തിനു സഹായിയായി ഒരു ജോലി ഉണ്ടാക്കിക്കൊടുത്തു.

ദേവസ്വത്തിൽ നല്ല സ്വാധീനമുള്ള ചെല്ലന് അതൊന്നും വലിയ കാര്യമായിരുന്നില്ല.

പാചകത്തിനു വേണ്ടി അരയ്ക്കാനും പിടിക്കാനും ദേഹണ്ഡക്കാരൻ അബ്വാനുവിനെ ആക്കി.

പക്ഷേ, അതൊരു ശത്രുവിനെ ഉണ്ടാക്കിക്കൊടുത്തു അബ്വാനുവിന്.

നായ്പ്പൈ പാചകക്കാരന്റെ ശിങ്കിടി ആയിരുന്നു. പാചകക്കാരന്റെ അടുത്തു കൂടി. എന്തെങ്കിലുമൊക്കെ തരപ്പെടുത്തുക അതായിരുന്നു നായ്പ്പൈയുടെ പതിവ്.

---

1. കിഡ്ബിഡി = ശവമഞ്ചം

പാചകത്തിനുള്ള ശർക്കര, തേങ്ങ, അരി ഇവയൊക്കെ പണ്ടകശാലയിൽനിന്നും കൊണ്ടുവരിക, അവ ശരിപ്പെടുത്തി കൊടുക്കുക ഇവ അയാൾ സ്വയം ഏറ്റെടുക്കുമായിരുന്നു.

കറിക്കു വേണ്ട ചേനയും മറ്റും തൊലിയരിയുമ്പോൾ കഴിയുന്നതും വലിയകഷണമാക്കി, പശുവിനാണെന്ന ഭാവേന പൈ വീട്ടിലേക്ക് കടത്തും.

ചെല്ലനതൊക്കെ അറിയാം. അതിനൊരു വേല വെച്ചതാണ്. അത് നായ്പൈക്കുമറിയാം.

നായ്പ്പൈക്കു വിളക്ക് കത്തിക്കലായിരുന്നു ജോലി. അതിനിടയ്ക്കാണ് പാചകത്തിന് സഹായിക്കൽ അയാൾ സ്വയം ഏറ്റെടുത്തത്.

വിളക്കു കത്തിക്കുന്ന ആളാണെങ്കിലും അയാൾക്കുമുണ്ട് പന്തി ഭോജനം

പൈക്ക് വിളമ്പുന്ന ജോലികൂടി ഉണ്ടായിരുന്നു. അബ്വാനു വിളമ്പുകാരനായതിൽ പൈക്ക് അസൂയതോന്നി. അബ്വാനുവാണെങ്കിൽ തീറ്റിയിൽ പണ്ടേ കൊതിയുള്ളവൻ. മിക്ക ദിവസങ്ങളിലും അമ്പലത്തിൽ വിശേഷാൽ പലഹാരങ്ങൾ കാണും. അതിലൊക്കെ അബ്വാനുവിന് കൊതിയും. വിളമ്പുതുടങ്ങുമ്പോഴേ അബ്വാനു ഉടയാത്ത കുറെ പോളികൾ മാറ്റി വെക്കും. വിളമ്പിക്കഴിഞ്ഞതിനു ശേഷമേ അബ്വാനു ഇരിക്കൂ. മാറ്റിവെച്ച പോളി ഇലയിൽ നിറഞ്ഞു കിടക്കും.

ഇതൊക്കെ നോക്കി നായ്പ്പൈ കറങ്ങും. നോട്ടം മുഴുവനും അബ്വാനുവിന്റെ ഇലയിൽ. ഇല മാത്രമല്ല, ആളിനേയും, ദഹിപ്പിക്കുന്ന തീ കണ്ണിൽ. താനും ഇതൊക്കെ എത്ര തവണ ചെയ്തിട്ടുള്ളതാണ്. അന്നൊക്കെ എത്ര പേർക്ക് തന്നോട് അസൂയ തോന്നിയിട്ടുണ്ട്. ഇന്ന് അതൊക്കെ വേറെ ഒരുത്തൻ അനുഭവിക്കുന്നു എന്നു വന്നാൽ എങ്ങനെ സഹിക്കാനാ?

അബ്വാനു ഇതൊന്നുമറിഞ്ഞില്ല.

നായ്പൈ ലോഹ്യം പറഞ്ഞ് അബ്വാനുവിനോടടുത്തു. തനിക്കും എന്തെങ്കിലും പോളി കിട്ടിയാലോ? അത്രയ്ക്കാണ് ശീലം വരുത്തിവെച്ച കെണി. പക്ഷേ, അബ്വാനു അത് കേട്ടില്ല. നായ്പൈയുടെ മനസിൽ മുള്ളുകൾ കിളിർത്തു– ഞെരിഞ്ഞിൽ മുള്ളുകൾ. അവ പടർന്നു. അവ കായ്ച്ചു. ആ മുള്ളുകൾ

അയാൾ സൂക്ഷിച്ചുവെച്ചു. എപ്പോഴെങ്കിലും, സമയം കിട്ടും. അന്ന് ഈ മുള്ളുകൾ

താൻ വാരിയിടും. അയാൾ മനസിൽ ഉറച്ചു.

ഇതിനു മാത്രം അബ്വാനു പൈയോട് എന്ത് തെറ്റുചെയ്തു? ഒന്നും ചെയ്തില്ല.

ആകെപ്പാടെ പൈയ്ക്കുള്ള ജോലി വിളക്കു കത്തിക്കലാണ്. അതു മാത്രം. എണ്ണക്കറ പിടിച്ച ഒരു ഒറ്റത്തോർത്തും ചുറ്റി, തിരിയും എണ്ണയു

മായി നടക്കുന്ന പൈ ദേവസ്ഥാനത്തിന്റെ ഒരു ഭാഗമായിരുന്നു. കുറെ എണ്ണ കിട്ടിയാലായി. അതും വളരെ സൂക്ഷിക്കണം. അതുകൊണ്ടെന്ത് ചെയ്യാൻ? മെല്ലെ പാചകന്റെ അടുത്ത് കൂടിയതാണ്. വല്ലതും ഒത്തെങ്കിലായി.

വീട്ടിൽ എന്നും ആവലാതിയാണ്. ഒന്നിനും കൊള്ളാത്ത വെള്ളക്കാള എന്നാണ് പൈയെക്കുറിച്ച് അയാടെ ഭാര്യ ഗുല്ലാക്ക പറയാറ്. കാര്യം ശരിയാണ്. വെളുത്ത ഒരു കാളയുടെ രൂപമാണയാൾക്ക്. വായിൽ, ഗോപുരം കാവൽക്കാരെപ്പോലെ രണ്ടുപല്ലുകൾ പുറത്തേക്ക് ഉന്തി നിൽക്കുന്നതു കാണാം.

പൈയ്ക്ക് വലിയ സ്വത്തൊന്നുമില്ലായിരുന്നു. ഭാര്യയാണെങ്കിൽ സ്വത്തൊന്നുമില്ലെങ്കിലും സുന്ദരിയും. വെളുത്ത് പിത്തക്കാടിയായ പൈയെ അവർക്ക് തീരെ ഇഷ്ടപ്പെട്ടില്ല. പക്ഷേ, വയറ്റിൽ രൂപം കൊള്ളുന്ന ഏതോ ഒരു ബീജത്തിന് അവകാശിയാക്കാൻ വേണ്ടി മാത്രം അവർ പൈയെ ഇഷ്ടപ്പെട്ടു.

സൗന്ദര്യത്തിൽ കണ്ണു പൊട്ടിപ്പോയ പൈ ഗുല്ലാക്കയെ ഏറ്റുവാങ്ങി. മാസം തികയാതെ ഒരു കുഞ്ഞിനെ പ്രസവിച്ചത് കണ്ട് അയാൾ, സംശയിക്കാതിരുന്നില്ല. പക്ഷേ, ഭാര്യയുടെ സൗന്ദര്യം ഒന്നിനും ഇടം കൊടുത്തില്ല എന്നുമാത്രം.

ഗുല്ലാക്കയ്ക്ക് മനസിലായി, ഇയാൾ വെറും കോന്തനാണ്.

പിന്നെയും കുട്ടികളായി. കുട്ടികളായതോടെ അതിന് തക്ക വരുമാനമുണ്ടായോ? അതില്ലതാനും. അമ്പലത്തിൽ നിന്നെന്ത് കിട്ടാനാണ്.

ഭാര്യ അയാളെ കഠിനമായി വെറുത്തു. അവരുടെ വീട്ടിൽനിന്നും അരിയും മറ്റും കൊണ്ടുവന്നിട്ടുവേണം വീട്ടിൽ കഴിയാൻ.

ഉണ്ണാനിരിക്കുമ്പോൾ ഗുല്ലാക്ക പറയും:

"ഓ വന്നല്ലോ മണവാളൻ ഉണ്ണാൻ." ഒന്നും കേൾക്കാത്തവനെപ്പോലെ പൈ ഇരുന്നുണ്ണും.

അമ്പലം മുടിഞ്ഞതോടെ അമ്പലത്തിൽ പണ്ടത്തെ സദ്യവട്ടങ്ങളൊക്കെ കുറഞ്ഞു. അബ്ബാനുവിന് പണ്ടത്തെ പണിയൊന്നുമില്ല. സ്വാദേറിയ പലഹാരങ്ങൾ തിന്നാനാവാതെ അബ്ബാനു കുഴഞ്ഞു. പാചകത്തിനയാളെ ആവശ്യമില്ല. അല്ലെങ്കിൽത്തന്നെ എന്ത് പാചകം? ഒന്നാം പാചകക്കാരൻതന്നെ അധികം.

രാത്രിയിൽ അപ്പവും പാൽക്കുപ്പിയും തയാറാക്കുന്നതിനു മാത്രം മതി അബ്ബാനു. ചെല്ലൻ പറഞ്ഞതുകൊണ്ട് മാത്രം ദേവസ്വക്കാര് ആ പണി അബ്ബാനുവിനെ ഏൽപ്പിച്ചതാണ്.

ഉണ്ണിയപ്പം അമ്പലത്തിലെ പ്രധാന നിവേദ്യമാണ്. നെയ്യിൽ പൊരിച്ചെടുത്ത അപ്പം.

പാൽക്കിണ്ടിയിൽ, ഏലവും പഞ്ചസാരയുമിട്ടു തിളപ്പിച്ചു കുറുക്കിയ പാൽ, അമൃതത്തിനെ വെല്ലുന്നതാണ് അതിന്റെ സ്വാദ്. ആദ്യമൊക്കെ അബ്ബാനു അപ്പത്തിന്റെ മൂക്കിൽ തുളച്ചുകയറുന്ന ഹൃദ്യമായ മണവും

സുഗന്ധവും അപ്പം നിറച്ചുള്ള പാത്രത്തിന്റെ കാഴ്ചയും സഹിച്ചു നിന്നു. പക്ഷേ, എത്ര നാൾ കഴിയും അതിനൊക്കെ.

ഒരിക്കൽ തോന്നി. ഒരപ്പം എടുത്ത് തിന്നാലെന്താ? ചുറ്റും നോക്കി., ചുറ്റുവട്ടത്തെങ്ങും ആളില്ല. തിന്നാലെന്താ? പക്ഷേ, പെട്ടെന്ന് മനസ്സ് പറഞ്ഞു. അപ്പം നിവേദ്യത്തിനുള്ളതല്ലേ? താൻ തിന്നുകഴിഞ്ഞാൽ അത് ഉച്ഛിഷ്ടമാവില്ലേ? ഉച്ഛിഷ്ടം ദേവന് സമർപ്പിക്കാമോ? വേണ്ട മനസിനെ അടക്കി നിറുത്തി.

നിമിഷങ്ങൾ. അബ്വാനുവിന്റെ കണ്ണുകൾ അപ്പപ്പാത്രത്തിൽ കുടുങ്ങി. ഓ, ആരറിയാനാണ് ഒരെണ്ണം തിന്നെന്നു വിചാരിച്ച്.

ഒരെണ്ണം എടുത്തു കഴിച്ചു. സ്വാദേറി. പിന്നെ ഒരെണ്ണം കൂടി. പിന്നെയും ഒന്നുകൂടി.

അപ്പത്തിന്റെ എണ്ണം കുറഞ്ഞു. മനസ്സ് വല്ലാതെ നൊന്തു. നിവേദിക്കുന്നതിന് മുമ്പ് അപ്പത്തിന്റെ സ്വാദ് നോക്കിയിരിക്കുന്നു. തന്റെ ഉച്ഛിഷ്ടമാണോ ദേവന്?

അബ്വാനു നിമിഷനേരം നിന്നു.

പിന്നെ കനം കുറഞ്ഞ അപ്പം ഉണ്ടാക്കി എണ്ണം തികച്ചു. ഇനി താൻ തൊടില്ല. ദേവനാണെ സത്യം. ഇന്നത്തേക്ക് ക്ഷമിക്കൂ!

ദേവനോട് അബ്വാനു പറഞ്ഞു.

പക്ഷേ, പിറ്റേന്നും അപ്പത്തിന്റെ സുഗന്ധവും സ്വാദും അബ്വാനുവിനെ പ്രതിജ്ഞ ലംഘിക്കാൻ പ്രേരിപ്പിച്ചു.

പാൽക്കിണ്ടി ശരിയാക്കുമ്പോഴും അബ്വാനുവിന്റെ വായിൽ വെള്ളമൂറി. നല്ല കൊഴുത്ത പാല്; ഏലത്തിന്റെ ഉയർന്നുപൊങ്ങുന്ന ഹൃദ്യമായ മണം. മനസുറച്ചില്ല. ഒരു കവിൾ പാല് അബ്വാനു കുടിച്ചു. ഇറങ്ങുന്ന വഴികളിലൊക്കെ സ്വാദ് വിത്തിറക്കി.

പിന്നെ കുറച്ചു വെള്ളം ഒഴിച്ച് കിണ്ടി ശരിയാക്കി.

അമ്പലത്തിൽ ക്രമേണ

കുശുകുശുപ്പുണ്ടായി. അപ്പത്തിന് പണ്ടത്തെ മുഴുപ്പില്ല. പാലിന് മധുരമില്ല.

ചെല്ലൻ അബ്വാനുവിനെ ശാസിച്ചു:

"പപിയാ തൊണ്ണാം റേവ് ഗാലീറെ."

ഒള്ള കഞ്ഞിയിൽ പാറ്റയിടരുതെടാ, കാരണം അബ്വാനുവിനു വേറെ ജോലിയൊന്നുമില്ല. ഒരിലച്ചോറും കിട്ടുന്നതാണ്.

ഒന്നുരണ്ടു ദിവസം അടങ്ങി. പക്ഷേ, സ്വാദറിഞ്ഞ നാക്ക് വിടുമോ. അത് വീണ്ടും വീണ്ടും അബ്വാനുവിനെക്കൊണ്ട് അപ്പം തീറ്റിച്ചു.

ഒരിക്കൽ അബ്വാനുവിനു തോന്നി. അപ്പം വാർക്കുന്നതിനിടയിൽ അതു തിന്നുന്നത് ഒരു രസമില്ലാത്ത ഏർപ്പാടാണ്. എന്തൊക്കെ നോക്കണം? ആരെങ്കിലും അടുത്തുകൂടി പോയാൽ മതി. ചവച്ചു തുടങ്ങിയ അപ്പം വിഴുങ്ങണം. സ്വാദോടെ തിന്നാൻ പോലും ഒക്കില്ല. ചൂടുള്ള അപ്പമാണെങ്കിൽ പൊള്ളിയതുതന്നെ.

രണ്ടുമൂന്നപ്പം. കൂട്ടത്തിൽ വലിയതു നോക്കി കിർവണ്ടിയിൽ തിരുകിക്കൊണ്ടുപോയാൽ വീട്ടിൽ ചെന്ന് സുഖമായിത്തിന്നാം.

നിവേദ്യം കഴിഞ്ഞപ്പോൾ നേരത്തെ മാറ്റിവെച്ച അപ്പം കിർവണ്ടിയിൽ ഭദ്രമായി വെച്ചു. ഊട്ടുപുരയിൽനിന്നും മെല്ലെ പുറത്തിറങ്ങി.

ഇതൊക്കെ നോക്കിയാണ് നായ്പൈ നിന്നിരുന്നതും. അബ്ബാനു എന്തൊക്കെയോ പൊതിഞ്ഞ് കിർവണ്ടിയിൽ വെക്കുന്നത് അയാൾ നേരത്തെതന്നെ കണ്ടിരുന്നു. അബ്ബാനു അതൊന്നുമറിഞ്ഞില്ല.

കിർവണ്ടി എന്താ തള്ളിനിൽക്കുന്നത്? എവിടെയോ ഉറങ്ങിക്കിടന്നിരുന്ന പകയുടെ വിത്തുകൾ എത്ര പെട്ടെന്നാണ് അയാളിൽ കിളിർത്തു പടർന്നു പന്തലിച്ചത്. ഇന്ന് ഇയാളെ വിടരുത്. നായ്പൈ ആരാണെന്ന് ഇയാളറിയണം.

അയാൾ മെല്ലെ അബ്ബാനുവിനെ സമീപിച്ചു. അബ്ബാനു ധൃടുതിയിൽ നടക്കുകയാണ്. കിർവണ്ടി തോർത്ത് തോളിൽക്കൂടി ഇട്ട് മൂടിയിരിക്കുന്നു പൈ അതു സൂക്ഷിച്ചു.

“ഇത്തെ, അബ്ബാനു, എന്താ കിർവണ്ടി തള്ളിയിരിക്കുന്നെ!”

തമാശ രൂപേണ പൈ ചോദ്യമിട്ടു.

അബ്ബാനു ഞെട്ടിപ്പോയി.

“ഏ..... ഏയ്. കായ്നാ” വിക്കി വിക്കി അയാൾ പറഞ്ഞു.

“ഏയ് അങ്ങനെയല്ല എന്തോ ഒണ്ട്.”

ആരോ ശബ്ദം കേട്ട് അടുത്തുവരുന്നതു കണ്ടു. പൈക്ക് ആവേശം കൂടി. അയാൾ അബ്ബാനുവിന്റെ അടുത്തു കൂടി. അബ്ബാനു ഒഴിഞ്ഞു മാറി.

“ എന്നാലും നോക്കട്ടെന്നെ.” പൈ അബ്ബാനുവിന്റെ കിർവണ്ടിയിൽ കൈവച്ചു. ചേങ്ങല അടിക്കുന്ന കിണിയും കുത്തുവിളക്കെടുക്കുന്ന ഷേണായിയും ഓടിവന്നു.

എന്താണ്! എന്താണ്?

ചൂടുള്ള അപ്പം മാതിരി അബ്ബാനു നിന്നു വെന്തു. താൻ കെണിയിലായോ? എന്നാലും അയാൾ പൈയോടു കെഞ്ചി:

“ഓ, ഒച്ചൊ നയ്യാ. ഒന്നുമില്ലെന്നേ.”

ആ കെഞ്ചലിൽ പൈ ഒന്നു കൂടി പൊങ്ങി.

വിടരുതിവനെ. നേരത്തെ സൂക്ഷിച്ചു വെച്ച ആ മുള്ളുകൾ ഇപ്പോഴാണാവശ്യം.

അബ്ബാനുവിന്റെ കിർവണ്ടി വലിച്ചഴിച്ചു അയാൾ. വേണുഗോപാലസ്വാമിയുടെ ഗർഭഗൃഹത്തിന്റെ മുമ്പിൽ അബ്ബാനുവിന്റ കിർവണ്ടിയിൽ നിന്നും ഉണ്ണിയപ്പങ്ങൾ ആർത്തലച്ചുവീണു.

കണ്ടവർ അബ്ബാനുവിനെ നോക്കി. ആ നോട്ടത്തിൽ പരിഹാസവും അത്ഭുതവും നിഴലിച്ചിരുന്നു.

“ഓഹോ! ഇതായിരുന്നു തൊഴില്, അല്ല്യോ, വെറുതെയല്ല അപ്പം ഇത്ര ചെറുതായത്.”

അധികാരി ചോദിച്ചു:

“എന്നു തുടങ്ങി ഇത്, സത്യം പറ.”

അബ്ബാനു മിണ്ടിയില്ല.

"ഇനി അമ്പലത്തിൽ തൊട്ടു കയറിയാലുണ്ടല്ലോ, ദരിദ്രവാസി."

അബ്ബാനുവിന്റെ കഴുത്തിനു പിടിച്ച് പുറത്തേക്ക് തള്ളാൻ അധികാരി തുനിഞ്ഞപ്പോൾ ചെല്ലൻ അയാളെ തടഞ്ഞു:

"ഞാൻ നേരത്തെ പറഞ്ഞതല്ല്യോ അബ്ബാ, ഒള്ള കഞ്ഞിയിൽ പാറ്റയിടരുതെന്ന് . പപിയാ, പൊക്കോ, ഉം പൊക്കോ."

അബ്ബാനു ഇറങ്ങി ഇടനാഴി കടന്നു, ആനക്കൊട്ടിൽ കടന്നു, ഗോപുരവാതിൽ കടന്നുപുറത്തേക്ക്, പിന്നെ പുറത്തേക്ക്.

അബ്ബാനു പിന്നെ ഒരിക്കലും ദേവസ്ഥാനത്തിനുള്ളിൽ കാലുകുത്തിയിട്ടില്ല.

പിന്നെ കിടപ്പു തന്നെയായിരുന്നു അയാൾ.

മകൻ പോയപ്പോൾ മനസ്സ് തകർന്ന പിരിയാഗിക്ക് ഇതുകൂടി ആയപ്പോൾ സഹിക്കാവുന്നതിലുമപ്പുറമായി.

അവർ എത്രതവണയാണെന്നോ അബ്ബാനുവിനെ ഉപദേശിച്ചിരിക്കുന്നത്! വളഞ്ഞ വഴികൾ തേടരുതെന്ന് ! അബ്ബാനു അതൊന്നും കേട്ടില്ല.

പിന്നെപ്പിന്നെ അവരുടെ മനസ്സ് അവരുടേതല്ലാതായിത്തീർന്നു ചിരിക്കും കരയും. പിന്നെ വെറുതെ ഇരിക്കും.

അബ്ബാനു ചിന്താധീനനായി. പുറത്തേക്കെങ്ങും പോയില്ല. അമ്പലത്തിൽനിന്നും ചെല്ലന്റെ ദയവിൽ ഒരില ചോറ് അബ്ബാനുവിന് കിട്ടും. അത്രതന്നെ. അത് ചിലപ്പോൾ അബ്ബാനു ഉണ്ണും. അല്ലെങ്കിൽ പട്ടിണി കിടക്കും. പിന്നെ മുറിയിൽ കിടന്നുറങ്ങും. വിളിച്ചാലും വരില്ല. അല്ലെങ്കിലും ആരു വിളിക്കാൻ?

"ഗോവിന്ദാ, ഗോവിന്ദാ."

ആ വിളിയിൽ പുത്രൻ ഉണർന്നു.

ഒരു ശവം എടുത്തിരുക്കുന്നു. മൊഷണാ പറമ്പിലേക്ക്. കിഢ്ബിഡിയിൽ അബ്ബാനു കിടപ്പുണ്ട്. പുതിയ മുണ്ടും ചുറ്റി. കിഢ്ബിഡി നാലുപേർ എടുത്തിരിക്കുന്നു. അവരുടെ ഇടയിൽ നിന്നും ഗോവിന്ദാ. ഗോവിന്ദാ! ശബ്ദം ഉയർന്നു.

കിഢ്ബിഡി പറമ്പുകടന്നു. വലിയ വഴി കടന്നു. പിന്നെ നേരെ തെക്കോട്ട്. പിന്നെ അത് കണ്ണിൽനിന്ന് മറഞ്ഞു.

പുത്രൻ ആ വഴിയിലൂടെ നടന്നു. പറമ്പിറങ്ങുമ്പോൾ തിരിഞ്ഞു നോക്കി.

ശൂന്യമായ പറമ്പ്. വീടിന്റെ കോലായിൽ പിരിയാഗി, എന്തോ ആലോചിച്ച് ചിരിക്കുന്നു.

ഏഴ്

മൂന്നു കൊല്ലങ്ങൾക്കു ശേഷമാണ് ബിക്കുവാധ്യാർക്ക് ദേവസ്ഥാനത്തെ ശാന്തി കിട്ടുന്നത്. അതും വെറും ആറു മാസത്തേക്കു മാത്രം.

ബിക്കുവിന് ഈ ശാന്തിവരവിൽ എന്തു സന്തോഷമാണെന്നോ! പക്ഷേ, അതിനെക്കാളും സന്തോഷം. ആ ആറുമാസ ശാന്തിക്കിടയിൽ ഒരു തൃന്നാൾ* വരുമെന്നുള്ളതാണ്. ബിക്കു അതിനുവേണ്ടിത്തന്നെയാണ് കാത്തിരിക്കുന്നതും.

എത്ര തൃന്നാളുകൾ ബിക്കു നടത്തിയിരിക്കുന്നു? തൃന്നാളുകൾ ബിക്കുവിന്റെ കൊയ്ത്തുകാലം. ഉത്സവത്തിനു മഠത്തിൽ കുന്നുകൂടുന്ന തേങ്ങയ്ക്കും മറ്റു സാമഗ്രികൾക്കും കണക്കില്ല, കൂട്ടത്തിൽ ദക്ഷിണയും. ബാക്കിയുള്ള ശാന്തിദിവസങ്ങളിൽ കിട്ടുന്നത് ഒറ്റ തൃന്നാളിനു കിട്ടിയെന്നിരിക്കും.

പക്ഷേ, ഇതൊക്കെ പണ്ട്. ഇന്നല്ല അത്രയ്ക്കുള്ള വകയൊന്നും ഇപ്പോൾ കിട്ടാറില്ല. എന്നാലും ബിക്കു തൃന്നാളിനുവേണ്ടി കാത്തിരിക്കുന്നു. തൃന്നാളല്ലേ! നാനാ ദേശങ്ങളിൽനിന്നും ആളുകൾ വരും. ഭട്മാമനെന്ന നിലയ്ക്കു തനിക്കെന്തെങ്കിലുമൊക്കെ കിട്ടാതിരിക്കുമോ, പണ്ടത്തെപ്പോലൊന്നുമില്ലെങ്കിലും.

എന്നാലും ആറുമാസം മാത്രം തനിക്ക് ശാന്തി വന്നതിൽ ബിക്കുവിന് അമർഷമുണ്ട്. അതെപ്പോഴും മനസിൽ കിടന്നുമറിയും, ആറു മാസം! ആ ആറുമാസം കൊണ്ട് തനിക്കെന്തെടുക്കാനാണാവോ ! അതും മൂന്നു വർഷത്തിലൊരിക്കൽ. മൂന്നു വർഷം ശാന്തി ചെല്ലഭൊട്ടുവിനാണ്. അയാൾ ഭാഗ്യവാനാണ്. വീട്ടിലാണെങ്കിൽ അധികമാരുമില്ല; ഭാര്യയും രണ്ടുമക്കളുമല്ലാതെ. തനിക്കാണെങ്കിൽ മക്കളെത്ര!

എന്നിട്ടും അയാൾക്ക് മൂന്നു കൊല്ലവും തനിക്ക് ആറ് മാസവും.

പൂർവികർ ചെയ്തുവെച്ച ഏതോ ഒരു നടപടിക്രമമനുസരിച്ചാണ് ഈ ചട്ടങ്ങളൊക്കെ. എന്നാലും നൂറുവട്ടം ഇതിന്റെ പന്തികേടിനെ കുറിച്ച് ബിക്കു ഓർക്കും.

ആറു മാസം!

അതുവരെ താൻ എങ്ങനെ ജീവിക്കണമെന്നാണ്? പൂർവികർ നിർദേശിച്ച ആ വൃത്തത്തിനുള്ളിൽ കിടന്ന് താൻ പരുങ്ങുന്നത് ആരു കാണാനാണ്.

ഇതിൽനിന്നും തനിക്കിനി മോചനമുണ്ടോ? അസാധ്യം. അതെല്ലാ ഭൊട്ടുമാർക്കുമറിയാം.

കൃഷ്ണാജിനം അണിഞ്ഞ്, അതെത്ര പഴക്കമുള്ളതാണെങ്കിലും ശരി, ബ്രാഹ്മണനായി നടക്കണം. പിന്നെ അത് തലമുറകളിലേക്കു കൈമാറണം. എത്ര ജീർണിച്ചതാണെങ്കിലും. ആ ജിനത്തിലാണ് ബ്രാഹ്മണ്യം കുടികൊള്ളുന്നതെന്നു തോന്നും! പൊട്ടിപ്പൊളിഞ്ഞ മൃഗത്തോൽ. ദ്രവിച്ച പൂണൂൽ കൊണ്ട് അത് അവിടവിടെ ഏച്ചുകെട്ടിയിരിക്കുന്നു.

തകരുന്ന ബ്രാഹ്മണ്യവും അതുപോലെയല്ലേ? ഇനി അധികമില്ല. അത് പിഞ്ഞിക്കീറും. പിന്നെ ആരുണ്ട് അതൊന്നു തുന്നിക്കെട്ടാൻ.

* തൃന്നാൾ = ഉത്സവം

ആർക്കാണതിന്റെ ആവശ്യം. അത് വലിച്ചുകീറി കാട്ടിലെറിയാൻ എത്ര പേരുണ്ടിവിടെ!

ഏതായാലും തനിക്കാവില്ല. പുതിയവർക്ക് അതിനുള്ള ത്രാണിയുണ്ടായിക്കൂടെന്നില്ല.

തന്റെ ബപ്പായ്ക്ക് ഇതിലൊക്കെ വിശ്വാസമുണ്ടായിരുന്നു. അവിശ്വാസമുണ്ടാകുന്നതെങ്ങനെ? അന്നൊക്കെ എപ്പോഴും വാധ്യാമ്മാർക്ക് പണി തന്നെ ആയിരുന്നല്ലോ. കർമങ്ങളും വ്രതങ്ങളും ഹോമങ്ങളും ഇല്ലാത്ത ദിവസങ്ങൾ കുറവ്. ബപ്പായ്ക്ക് എന്നും യാത്രതന്നെ യാത്ര. ഇന്ന് ആലപ്പുഴ, നാളെ ചങ്ങനാശ്ശേരി, അല്ലെങ്കിൽ മുട്ടത്ത്. അതിനിടയ്ക്ക് മഠത്തിൽ കാണുന്നത് ചില ദിവസങ്ങൾ മാത്രം.

ഓരോ അടിയന്തിരവും കഴിയുമ്പോൾ ആളുവശം കോപ്പുകളും മുണ്ടും കൊടുത്തയയ്ക്കും . ബപ്പാ വരില്ല. വേറെ അടിയന്തിരങ്ങൾക്കായി നാടുചുറ്റും. അത്രയ്ക്കാണ് ബപ്പായ്ക്ക് പ്രശസ്തി.

കിട്ടുന്ന മുണ്ടുകൾ കെട്ടായി സൂക്ഷിക്കുന്നു. ആ കെട്ടുകൾ സൂക്ഷിച്ചിരുന്ന മുറി ഇപ്പോഴുമുണ്ട്. പക്ഷേ, കെട്ടിൽ മുണ്ടിനു പകരം കുറെ പിണ്ടത്തോർത്തു*കളേ കാണൂ എന്നു മാത്രം.

അമ്പലത്തിൽ ശാന്തിയുള്ളപ്പോഴും ബപ്പാ അടിയന്തിരങ്ങൾക്കായി പോയിരുന്നു. അപ്പോഴൊക്കെ ശാന്തി ആരെയെങ്കിലും ഏൽപ്പിക്കുന്ന പതിവായിരുന്നു അച്ഛന് പക്ഷേ, എന്തടിയന്തിരങ്ങൾ വന്നാലും ശരി തൃന്നാളിന് അച്ഛൻ ഒരിടത്തും പോവില്ല. തൃന്നാള് താൻ തന്നെ നടത്തണമെന്ന് അച്ഛന് നിർബന്ധമാണ്.

ശാന്തിസമയത്തും അച്ഛൻ അടിയന്തിരങ്ങൾക്കു പോകുന്നതിൽ ഗ്രാമത്തിലെ മറ്റു വാധ്യാമ്മാർക്ക് വല്ലാത്ത പുച്ഛമാണ് തോന്നിയിട്ടുള്ളത് എന്ന് ബിക്കുവിനറിയാം. അതിന്റെ ശിക്ഷയല്ലേ താനിന്ന് അനുഭവിക്കുന്നത്. അമ്പലം മറന്ന് അടിയന്തിരങ്ങൾ തേടി അച്ഛൻ പോയി. ഇപ്പോൾ തനിക്കാകട്ടെ അടിയന്തിരവുമില്ല. വരവുമില്ല.

ഉത്സവകാലത്ത് ഒറ്റ വാധ്യാരെക്കൊണ്ടൊന്നും കാര്യങ്ങൾ നടക്കില്ല. ശാന്തിക്കാരനും തന്ത്രിയും വേണം. ശാന്തിക്കാരൻ പൂജകൾ ചെയ്യും. തന്ത്രിക്കാണ് ഉത്സവകാലത്തെ വിശേഷാൽപൂജകളുടെ ചുമതല. ആറാട്ടും കൊടിയിറക്കവും തന്ത്രിക്കാണ്.

ചെല്ലവാധ്യാർ എപ്പോഴും ബിക്കുവിനെ ആയിരിക്കും ശാന്തിക്കാരനായി വിളിക്കുക. വിളിക്കേണ്ട ആവശ്യമൊന്നുമില്ല. അല്ലാതെ തന്നെ ബിക്കു ചെല്ലവാധ്യാരെ സഹായിക്കും.

സഹായിക്കുന്ന ആളിനെ ചെല്ലൻ വെറും കൈയോടെ അയയ്ക്കാറില്ല, അതിൽ സാധാരണ വാധ്യാമ്മാർക്കുള്ള പിശുക്കൊന്നും അയാൾക്കില്ല. അതുകൊണ്ടുതന്നെയാണ് ബിക്കു വിളിക്കാതെ തന്നെ ചെല്ലനെ സഹായിക്കുന്നതും.

പക്ഷേ, ചെല്ലന് ഒരു കാര്യമുണ്ട്. തൃന്നാളാണെങ്കിലും ശരി. ആറാ

---

* പിണ്ടത്തോർത്ത് = ശ്രാദ്ധത്തിനു കിട്ടുന്ന ചെറിയ തോർത്ത്.

ട്ടാണെങ്കിലും ശരി. തന്ത്രം ഒരിക്കലും ആർക്കും വിട്ടുകൊടുക്കില്ല. ശാന്തി ബിക്കുഭൊട്ടു ചെയ്യട്ടെ. തൃന്നാളിന് ശാന്തി ചെയ്യുന്നത് വലിയകാര്യമല്ല. അതെന്നും ചെയ്യുന്ന ഒരു കാര്യമല്ലേ? ആറാട്ടിനും കൊടിയിറക്കിനും ശാന്തിക്കാരനു വലിയ പങ്കൊന്നുമില്ല. പക്ഷേ, തന്ത്രം അങ്ങനെയാണോ? ശ്രീബലിയിടലും

ആറാട്ടും കൊടിയിറക്കും തന്ത്രിയുടെ പ്രധാന ചുമതലയാണ്.

ആറാട്ടിന്റെ ദിവസം ചെല്ലനെ ഒന്നു കാണേണ്ടതാണ്.

ബിംബം തലയിൽ വഹിച്ചാണ് ആറാട്ട് കടവിൽ ഇറങ്ങുക. അമ്പല ക്കുളത്തിൽ ചെല്ലൻ. പുതിയ വേഷ്ടി ഉടുത്ത് ജന്നൂവേ[1] പോലെ പുതിയ തോർത്തു ചുറ്റി, തലയിൽ വേണുഗോപാലവിഗ്രഹം. ശാന്തിക്കാരൻ ബിക്കു മന്ത്രം ജപിക്കുന്നു; ബിംബത്തെ പൂജിക്കുന്നു. കലശക്കുടങ്ങ ളിൽ നിന്നും നീർവീഴ്ത്തുന്നു.

അമ്പലക്കുളത്തിന്റെ പടിയിൽ നട്ടപ്രവെയിലത്ത് ആറാട്ടു കാണാൻ ഇരിക്കുന്ന ആയിരങ്ങൾ. അവരുടെ കണ്ഠങ്ങളിൽനിന്നും ഗോവിന്ദാ ഗോവിന്ദാ ശബ്ദം. തകർത്തു മേളിക്കുന്ന പഞ്ചവാദ്യം. നാഗസ്വരം, ബേലി. അമ്പലം ഭക്തിയുടെ ശബ്ദലഹരിയിൽ മുങ്ങിക്കിടക്കുന്ന സമയം, രോമാഞ്ചം കൊള്ളുന്ന ചെല്ലൻ.

ബിക്കു പലപ്പോഴും ഓർക്കും, ഒരിക്കൽപ്പോലും തന്നെ ചെല്ലൻ, ആറാട്ടു നടത്താൻ ഏൽപ്പിച്ചില്ലല്ലോ എന്ന്. തനിക്കെത്ര കൊതിയാണ് ജനങ്ങളുടെ മുന്നിൽ രോമാഞ്ചം കൊള്ളാൻ. ആ കൊതി തീരുന്നത് മൂന്നുകൊല്ലം കൂടുമ്പോഴാണ്.

എന്നിട്ടും ഒരിക്കൽ ചെല്ലൻ തന്നോടു പറഞ്ഞതെന്താണ്? തന്ത്രി അയാൾ ആകാമെന്ന്. താൻ ശാന്തി നടത്തിയാൽ മതിയെന്നും. പോരെ!

താൻ ആറ്റുനോറ്റിരുന്നതാണ്. തന്റെ തൃന്നാളിലെ ആറാട്ടിന്, എന്നിട്ട് ആ നോയ്മ്പ് അയാൾക്കു വേണ്ടി ബലി കഴിക്കണമെന്ന്.

താൻ സമ്മതിച്ചില്ല.

അയാൾ ലേശം മുഖം വീർപ്പിച്ചിരുന്നു. താൻ കൂട്ടാക്കിയില്ല. പക്ഷേ, തന്നെ സഹായിക്കാൻ അയാൾ മറന്നില്ല. കാരണം ഇനി വരുന്ന മൂന്നു വർഷം അയാൾക്കുള്ളതാണല്ലോ. തന്റെ സഹായം വേണ്ടിവരുകില്ലേ.

വർഷങ്ങൾ കഴിഞ്ഞപ്പോൾ ചെല്ലന് ബിക്കുവിന്റെ ആവശ്യം ഇല്ലാ തായി. ചെല്ലന്റെ മക്കൾ വലുതായിരിക്കുന്നു. ചിലപ്പോൾ ബിക്കുവിനെ ഉത്സവത്തിനു വിളിച്ചാലായി. എന്നാലും ചെറിയ ചെറിയ ജോലിക്കേ ബിക്കുവിനെ ആവശ്യമുള്ളൂ എന്നുവരെ വന്നു.

മനോഹരമായി അലങ്കരിച്ച, ഗജപാലകരുടെ അകമ്പടിയോടെയുള്ള ഗോഡവാഹന[2] പൂജയ്ക്ക് അമ്പലം ഒരുങ്ങുന്നത് ആറാട്ടിന്റന്ന് ഉച്ച യ്ക്കാണ്. പൂജയ്ക്ക് താറുടുക്കുന്നതുപോലെ വേഷം കെട്ടി. ശാന്തിയെ സംബന്ധിച്ച് ബാലപാഠംപോലും അറിയാത്ത ചെല്ലന്റെ മക്കൾ പഴ

1 ജന്നൂവെ = പൂണൂൽ

2 ഗോഡവാഹനം = അശ്വരഥം

ത്തൊലി രൂപത്തിൽ ഗൊച്ചന്ദനക്കുറിയും തൊട്ട് ഗോഡവാഹനത്തിൽ നിൽക്കുന്നത് ബിക്കു താഴെനിന്ന് കാണും. ശാന്തിയിൽ തഴക്കവും പഴക്കവും ചെന്ന താൻ താഴെ. ഒന്നുമറിയാത്ത വേഷങ്ങൾ മുകളിൽ. കാലത്തിന്റെ ഒരു വികൃതി!

ഉത്സവത്തിനെങ്കിലും തന്നെ വിളിച്ചല്ലോ എന്ന് ബിക്കു സമാധാനിച്ചു. വിളിച്ചില്ലെങ്കിൽ താൻ അമ്പലത്തിൽത്തന്നെ എങ്ങനെ പോകുമായിരുന്നു? ആളുകൾ ചോദിക്കില്ലേ ഉത്സവമായിട്ട് ബിക്കുഭൊട്ടു എന്താ കാഴ്ചക്കാരനായി നിൽക്കുന്നത് എന്ന്. അതിനുള്ള ഇട വന്നില്ലല്ലോ.

ചെല്ലന്റെ മക്കൾക്ക് തന്നോടു വിരോധം കാണും. തന്നെ വിളിച്ചതിൽ എതിർപ്പുമുണ്ട്; അമർഷമുണ്ട്. അവരുടെ പെരുമാറ്റവും അത്തരത്തിലായിരുന്നു. അമ്പലത്തിലെ കാര്യങ്ങൾ ചെയ്യാൻ തങ്ങൾക്കറിയാം. പിന്നെ എന്തിനാ ഇയാളെ വിളിക്കുന്നത് എന്ന് അവർ വിചാരിച്ചു കാണും.

പക്ഷേ, ബിക്കു ഗൗനിച്ചില്ല. തന്നെ വിളിച്ചത് ചെല്ലനാണ്. അയാളെ മാത്രം താൻ ഗൗനിച്ചാൽ മതി.

മക്കളെ കരുതി തനിക്കു പറ്റില്ലെന്നു പറയാനും മടി. ചെല്ലനാണ് ആള്. അയാളെ മറുത്തുപറയാനും ധൈര്യം കുറവാണ്. നാളെ അയാൾ തന്നേയും സഹായിക്കേണ്ടതല്ലേ? അതുമല്ല, ചെല്ലന്റെ ആ കുടവയറും ഉണ്ടക്കണ്ണും വല്ലാത്ത കനമുള്ള ശബ്ദവും കേട്ടാൽ ബിക്കുവിന്റെ ശബ്ദം എവിടെയോ പോയി ഒളിക്കും. അത്രയ്ക്കാണ് കാഴ്ചയിൽ ചെല്ലൻ. അമ്പലത്തിലെ ശാന്തി മിക്കവാറും ചെല്ലന്റെ കൈയിലായതിനാൽ അമ്പലത്തിലെ കാര്യക്കാർക്കും ചെല്ലനെ പേടിയാണ്.

ചെല്ലൻ എന്തും എവിടെവച്ചും പറയും. തെറി പറയുന്നതുപോലും ബിക്കു കേട്ടിട്ടുണ്ട്. അതും അമ്പലനടയിൽ വെച്ചുതന്നെ.

ജോലിക്കാർപോലും തെല്ലു ഭയത്തോടെയാണ് ചെല്ലനോട് അടുക്കാറ്.

വെറും വാധ്യാര്. ഗൃഹസ്ഥന്മാരെ പേടിച്ച് കഴിയേണ്ട ഒരുത്തൻ എങ്ങനെ ഇത്ര ധിക്കാരിയായി എന്നൊന്നും ചിന്തിക്കേണ്ട.

ദേവസ്വം അധികാരി ചെല്ലന്റെ ഭാര്യയുടെ അമ്മാവനാണ്. അയാളാണെങ്കിൽ ആലപ്പുഴയിലെ കൊടികുത്തിയ ഒരു വർത്തകനും. എന്തിനും അധികാരമുള്ളവൻ. പിന്നെ ചെല്ലനെ ജോലിക്കാർ പേടിക്കുന്നതിൽ അത്ഭുതമുണ്ടോ?

ദേവസ്ഥാനത്തിൽ ശാന്തിക്കു കുളിച്ചുകഴിഞ്ഞാൽപ്പിന്നെ ദേവന്റെ ഉച്ചയൂട്ട് കഴിയുന്നതുവരെ ജലപാനംപോലും നടത്തരുതെന്നാണ് പൂജാവിധി. അതിന്റെയിടയ്ക്ക് വംണ്* ആയാൽ പോലും പിടിച്ചു നിൽക്കണം. അഥവാ പുറത്തുപോയാലോ. പിന്നെ കുളിച്ചാലേ ദേവസ്ഥാനത്തിലേക്കു വരാവൂ.

പക്ഷേ, ചെല്ലനതൊന്നും പ്രശ്നമല്ല. അഭിഷേകത്തിനുള്ള മണി അടിച്ചതിനുശേഷം അയാൾ മെല്ലെ മഠത്തിലേക്കു നീങ്ങും. ലേശം കാപ്പി

---

* വംണ് = മൂത്രശങ്ക

കുടികൂടി കഴിഞ്ഞേ മടങ്ങൂ. എന്നാലേ ശാന്തിക്കൊരു ഉണർവുണ്ടാവൂ എന്നാണ് അയാടെ അഭിപ്രായം.

ബിക്കുവിന് അതൊക്കെ അറപ്പാണ്. ദേവന്റെ പൂജ കഴിയുന്നതു വരെ ജലപാനംപോലും ചെയ്യില്ല ബിക്കു. പിന്നെയല്ലേ കാപ്പികുടി! ജല പാനം തന്നെ തീർഥം മാതിരി ഊണിനുമുമ്പ് കുടിക്കുന്ന ആചമനജല മാണ്.

ചെല്ലനതൊക്കെ കാപ്പികുടിക്കു ശേഷമുള്ള പാനമാണ്. ഇതൊക്കെ എല്ലാവർക്കും അറിയാം. പക്ഷേ, ചെല്ലനോട് ഇതു ശരിയാണോ എന്നു ചോദിക്കാൻ ആരും ധൈര്യപ്പെടില്ല.

ആ ചെല്ലനുമായി താൻ പിണങ്ങിയാലോ? തന്റെ ഉത്സവത്തിനു സഹായിക്കേണ്ടവനാണ് അയാൾ. അല്ലെങ്കിൽ താൻ തൃന്നാൾ എങ്ങ നെയാണ് നടത്തുക.

ചെല്ലൻ തന്നെ സഹായിക്കാറുണ്ട് എന്നതു ശരിതന്നെ. പക്ഷേ, അയാളുടെ ചില ഭാവങ്ങൾ തനിക്ക് അസഹ്യവുമാകാറുണ്ട്.

ഉത്സവം, ആളുകൾ കൂടുന്ന ദിവസങ്ങൾ. ചെല്ലന്റെയാണ് ഉത്സവ മെന്നാണ് അയാടെ മട്ട്. അയാടെ ഓരോ നീക്കവും തന്നെ രണ്ടാമനാ ക്കി മാറ്റാൻ പാകത്തിലുള്ളതായിരിക്കും.

പക്ഷേ, അയാൾ വരുന്നതും അതിനൊക്കെത്തന്നെ ആയിരുന്നു. നാലാളുകൾക്കു മുന്നിൽ, അതും പെൺജനങ്ങൾക്കുമുന്നിൽ സ്വയം പ്രദർശിപ്പിക്കണം. വെറുതെയല്ല, അതിന്റേതായ പരിവേഷത്തോടെ. അതിന് ഉത്സവമേ പറ്റൂ.

അതുകഴിഞ്ഞാൽ ചെല്ലനെ ദേവസ്ഥാനത്തു കാണില്ല. ബിക്കു വിനും അതൊക്കെ മതി.

പക്ഷേ, മാസങ്ങൾ കഴിഞ്ഞപ്പോൾ ചെല്ലനും ബിക്കുവും പിണങ്ങി. പിണങ്ങാനുംമാത്രം ബിക്കു ചെല്ലന് ഒന്നുമില്ല. എന്നാലും ചെല്ലൻ തന്നോട് പിണക്കത്തിലാണ് എന്നാണ് ബിക്കുവിനു തോന്നിയത്.

ചെല്ലന്റെ ശാന്തിക്കിടയിൽ അയാൾക്കെന്തെങ്കിലും അസൗകര്യം വന്നാൽ മുട്ടുശാന്തിക്കായി ബിക്കു പോകാറുണ്ട്. സാധാരണ കാര്യ ങ്ങൾക്കൊക്കെ ചെല്ലന്റെ മക്കൾ മതി. പൂജാദികൾ അങ്ങനെയല്ലല്ലോ.

ചെല്ലന്റെ ഒരു ബന്ധു മരിച്ചപ്പോൾ ബിക്കുവിനെ ശാന്തി ഏൽപ്പിച്ചി ട്ടാണ് ചെല്ലൻ ചങ്ങനാശ്ശേരിയിൽ പോയത്. മൂത്തമകന് ശാന്തി അറിയാം. പക്ഷേ, പെലയുള്ളതുകൊണ്ട് അമ്പലത്തിൽ കയറാൻപോലും പറ്റില്ലാ ത്തതുകൊണ്ടാണ് ബിക്കുവിനെ ഏൽപ്പിച്ചത്. ഇളയവൻ ബ്രഹ്മചാരി ആയതിനാൽ പെലയില്ല. പക്ഷേ, അവന് ശാന്തി അറിയില്ല.

ബിക്കുവിന് ചെല്ലന്റെ പെരുമാറ്റത്തിൽ അസുഖമൊന്നും തോന്നി യില്ല. ഈയിടെയായി തന്നെ അധികം അമ്പലക്കാര്യങ്ങളിൽ അടുപ്പി ക്കാറില്ലാത്തതാണ് ചെല്ലൻ. പക്ഷേ, ഒരത്യാവശ്യം വന്നപ്പോൾ തന്നെ വിളിച്ചിരിക്കുന്നു. വേണമെങ്കിൽ പോകാതിരിക്കാം. പക്ഷേ, വയ്യ. പോയി.

കുറച്ചുദിവസത്തേക്കു

കോളായിരിക്കും അമ്പലത്തിൽനിന്നും ഇപ്പോൾ ആകെ കിട്ടുന്നത് ഒരു ചെർവി മാത്രമാണ്. ഇരുനാഴിയരിയുടെ ചോറ് കഷ്ടി കാണും അതിൽ. അതെന്താകാനാണ്?

മുട്ടുശാന്തി ഒരനുഗ്രഹമായാണ് ബിക്കു കണ്ടത്. പ്രജാരകനായി ചെല്ലന്റെ മകൻ ബബ്ലു ആയിരുന്നു.

വല്ലപ്പോഴും കിട്ടുന്ന ശാന്തി ഭംഗിയായിത്തന്നെ ചെയ്തു ബിക്കു. ചെല്ലൻ ഏഴുമണിക്കു നടത്തിയിരുന്ന മംഗളാരതി എട്ടുമണിക്കാണ് ബിക്കു കഴിച്ചത്. മംഗളാരതി എത്രയും വേഗം കഴിച്ചാൽ അത്രയും നേരം വിളക്കു കുറച്ചു കത്തിച്ചാൽ മതി. മിച്ചമുള്ള എണ്ണ മഠത്തിലേക്കും കൊണ്ടുപോകാം. അതാണ് വാധ്യാരുടെ പതിവ്.

അതൊക്കെ ബിക്കുവിന് നന്നായറിയാം. ബിക്കുവും അതൊക്കെത്തന്നെയാണ് ചെയ്യുന്നതും. പക്ഷേ, ഇത് ചെല്ലന്റെ ശാന്തിയാണ്. താനെന്തിനാ അയാൾക്ക് ലാഭം ഉണ്ടാക്കിക്കൊടുക്കുന്നത്? ഈയിടയായി തന്നെ അയാൾ കൂടുതൽ അടുപ്പിക്കുന്നില്ല. പിന്നെ താനെന്തിനു വേണു ഗോപാല പരമാത്മാവിന്റെ കോപത്തിന് ഇരയാവുന്നു? വിളക്ക് കുറച്ചു കത്തിച്ചിട്ട് തന്റെ മഠത്തിലൊന്നും കിട്ടാൻ പോകുന്നില്ല.

പക്ഷേ, ചെല്ലനില്ലെങ്കിലും, ചെല്ലന്റെ മകൻ ബബ്ലു പ്രജാരകനായി ഉണ്ടെന്നുള്ള കാര്യം ബിക്കു കാര്യമായി എടുത്തില്ല.

ചെല്ലനെക്കാളും പിശുക്കനാണ് ബബ്ലു. കഴിയുന്നതും കുറച്ചു കത്തിച്ച് വെളിച്ചെണ്ണ വീട്ടിൽ കൊണ്ടുപോകാനാണ് അവൻ നോക്കുക.

ദേവനെന്തിനാ വിളക്കൊക്കെ, ദേവന് ഇരുട്ടാണെങ്കിലെന്താ, വെളിച്ചമാണെങ്കിലെന്താ!

കനലുകൾ പോലുള്ള വിളക്കുകൾ. അതിൽ ദേവനെ കാണാൻ തന്നെ പ്രയാസം. അല്ലെങ്കിലും ദേവനെ കാണാൻ വിളക്കു വേണോ? ഇരുട്ടിലാണോ ദേവനിരിക്കുന്നത് എന്നൊക്കെ ബിക്കുവിനും തോന്നാറുണ്ട്. പക്ഷേ, ഇപ്പോൾ അങ്ങനെ തോന്നേണ്ട ആവശ്യമെന്ത്. ബിക്കു കനലുപോലത്തെ വിളക്കുകൾ മെല്ലെ ചെറുതാക്കി. ഇരുട്ടിലാണെങ്കിലും ദേവനെ കാണേണ്ടവരുണ്ടല്ലോ.

പക്ഷേ, കുറച്ചു കഴിഞ്ഞപ്പോൾ വിളക്കുകൾ കനലുകളായി.

എന്ത്! താനല്ലേ ഇപ്പോൾ വലുതാക്കിയത്. എന്നിട്ടെന്താ എണ്ണ തീർന്നോ? ഇല്ല. എണ്ണ ആവശ്യത്തിനുണ്ട്. തീരുമായിരിക്കും തീരുമ്പോഴെന്താ വീണ്ടും ഒഴിക്കാം. അത്രയല്ലേ ഉള്ളൂ. അതിനുമാത്രം എണ്ണ തരുന്നുമുണ്ടല്ലോ.

അല്ലെങ്കിലും ഒരു മല്ലെ* നിറച്ചും എണ്ണയുണ്ടെങ്കിൽ മംഗളാരതി വരെ കത്തുമെന്നാണോ?

വീണ്ടും തിരി വലുതാക്കി.

നോക്കി.

* മല്ലെ = ചെറിയ വിളക്കിൽ കൊള്ളുന്ന എണ്ണയുടെ അളവ്, ചെറിയ വിളക്ക്

എന്തു തിളക്കം. ഓടക്കുഴലും ഊതി അനുഗ്രഹിക്കുന്ന വേണുഗോപാലമൂർത്തിയുടെ തിരുസ്വരൂപം വെട്ടിത്തിളങ്ങി.

കൈകൂപ്പി.

പെട്ടെന്ന് ബബ്ലു വന്നു! ആ മുഖം ചുവന്നിരിക്കുന്നു. ഗർഭഗൃഹത്തിന്റെ വെളിച്ചത്തിൽ തുടുത്ത മുഖം ബിക്കു കണ്ടു.

തിരിതാഴ്ത്തി ബബ്ലു പെട്ടെന്ന് എടുത്തടിച്ചമാതിരി പറഞ്ഞു:

"അത്രയ്ക്കൊക്കെ വെളിച്ചം മതി ബിക്കുവിന്." ബിക്കു നിന്നു. ബബ്ലുവിനെ നോക്കി.

മിണ്ടിയില്ല. ഇവനോടു താനെന്തിനാ വർത്തമാനം പറയുന്നെ?

"വേഗം അങ്ങ് മംഗളാരതി കഴിക്കയല്ലേ?"

അധികാരത്തിലുള്ള ആ ഉപദേശം ബിക്കുവിന് രസിച്ചില്ല. അവന്റെ തന്തയുടെ പ്രായമുണ്ട് തനിക്ക്. എന്നിട്ട് ആ തന്നോട് അവന്റെ ഒരു ഉപദേശം!

"മംഗളാരതി നേരത്തെ കഴിക്കാൻ."

ആജ്ഞപോലെ തോന്നി ബിക്കുവിനത്.

എടാ, പയ്യനെ, നീ എന്നെ ഉപദേശിക്കുക. കൊള്ളാം. മംഗളാരതി കഴിയുന്നതും താമസിച്ചേ ചെയ്യുന്നുള്ളൂ. തീർച്ച. എന്താ സംഭവിക്കുന്നതെന്നു നോക്കട്ടെ.

പ്രജാകരനു പൂജാരിയോട് എന്തു ബഹുമാനമാണെന്നോ തോന്നേണ്ടത്! എന്നിട്ടിവനുണ്ടോ ലേശം ബഹുമാനം? തന്നെ ശാന്തിക്കായി ചെല്ലൻ ആക്കിയതുതന്നെ ഇവനു തീരെ രസിച്ചില്ലെന്നു തോന്നുന്നു.

പൂജ കഴിക്കാനും മാത്രം പ്രായമൊക്കെ ആയെന്നാ ഇവന്റെ വിചാരം. പൂജാരി വീട്ടിൽ കൊണ്ടുപോകുന്ന അവലും ദക്ഷിണയും ബബ്ലു ശ്രദ്ധിച്ചിരിക്കണം. അതാണീ മുറുമുറുപ്പ്.

അന്ന് മംഗളാരതി കുറച്ചു വൈകിച്ചു ബിക്കു വാധ്യാർ. ആരതി നടത്തുമ്പോൾ കൈകൾ മെല്ലെ ചലിച്ചു. പൂജ ശരിക്കും നടത്തി.

കൈകൾ തിരുമ്മി ഞൊട്ടയൊടിക്കുന്ന ബബ്ലുവിനെ ബിക്കു കടക്കണ്ണിട്ടു നോക്കി. എന്തൊക്കെയോ പുലമ്പുന്നുണ്ട്. അവൻ; പൂജ കഴിക്കുമ്പോൾ പോലും, മന്ത്രങ്ങൾ ജപിക്കുമ്പോൾ പോലും. ബിക്കുവിന് ചിരി വന്നു.

ഞും അത്രയ്ക്കായോലോ? ഇരിയെടാ കൊച്ചനേ! മനസിൽ കരുതി.

മുട്ടുശാന്തി കഴിയുന്നതുവരെ ബിക്കു അതൊരു പതിവാക്കി. ക്രുദ്ധനായ ബബ്ലുവിന്റെ മുഖം, ദിവസംതോറും കൂടുതൽ ഭീകരമാകുന്നത് ബിക്കു കണ്ടു. നിവേദ്യപ്പാത്രങ്ങൾ വല്ലാത്ത ശബ്ദത്തോടെ വെക്കുന്നതും ബിക്കു അറിഞ്ഞു.

ബബ്ലുവിനെ പണ്ടേ ബിക്കുവിന് ഇഷ്ടമില്ല. പ്രജാരക് നടത്തുമ്പോൾ പോലും നാലമ്പലത്തിനു പുറത്തു ചെന്ന് ബീഡി വലിക്കുന്ന ബബ്ലുവിനെ ബിക്കു ഒരിക്കൽ ശാസിച്ചു.

"ആനു ആനുവിന്റെ കാര്യം നോക്ക്യാ മതി. എന്നെ ഉപദേശിക്കാനൊന്നും വരേണ്ട.

മുഖത്തടിച്ചമാതിരി അതു പറഞ്ഞപ്പോൾ ബിക്കു നിന്നു വിയർത്തു.

ശരിയാണ്. താനെന്തിനാ അവനെ ഉപദേശിക്കുന്നത്.

രഹസ്യമായി ബബ്ലു ബീഡി അമ്പലത്തിനുള്ളിൽപ്പോലും കൊണ്ടു വന്നിട്ടുണ്ട്.

ഒരിക്കൽ ഒരു പരദേശിക്ക് പ്രസാദം കൊടുത്തത് ബബ്ലുവാണ്. ചന്ദനവും പൂവും ഒരു ഇലപ്പൊതിയാക്കി പരദേശിയെ ഏൽപ്പിച്ചു അവൻ പരദേശി അതു വളരെ ഭവ്യതയൊടെ രണ്ടു കൈയും നീട്ടി കുനിഞ്ഞു വാങ്ങി. ബബ്ലുവിന് എന്തോ ദക്ഷിണയും കൊടുത്തു.

പൊതി തുറന്ന് ചന്ദനമെടുത്ത് കുറി വരയ്ക്കാൻ തുടങ്ങുമ്പോൾ അത്ഭുത സ്തബ്ധനായി അയാൾ നിന്നുപോയി. ബബ്ലുവിനെ വിളിച്ച് പൊതി ഏൽപ്പിച്ചു. തുറന്നു നോക്കാൻ പറഞ്ഞപ്പോൾ ആളുകൾ അമ്പല നടയിൽ കൂടി. പൊതിയിൽനിന്ന് ഒരു ബീഡി എടുത്ത് ബബ്ലു പുറത്തെറി യുന്നത് ആളുകൾ കണ്ടു.

അങ്ങനെയുള്ള ഒരുത്തനെ താനെന്തിനാ ഉപദേശിക്കുന്നത്?

ചെല്ലവാധ്യാർ ചങ്ങനാശ്ശേരിയിൽനിന്നു വന്നപ്പോൾ ബിക്കു മനസി ല്ലാ മനസോടെ ഒഴിഞ്ഞു.

എന്തിനിയാൾ പോന്നു? കുറച്ചു ദിവസങ്ങൾകൂടി കഴിഞ്ഞു വന്നാൽ പോരായിരുന്നോ?

ബിക്കുവിനു തോന്നി.

പക്ഷേ, ബബ്ലുവിന് സന്തോഷമാണ് തോന്നിയത്.

പിറ്റേന്നാണ് ചെല്ലന്റെ വീട്ടിൽ ഉടനെ ചെല്ലാൻ ബിക്കുവിനോട് ഒരു ത്തൻ വന്നു പറഞ്ഞത്.

എന്താ കാര്യം! ബിക്കു അമ്പരന്നു. മുട്ടുശാന്തി കഴിഞ്ഞ ഉടനെയാ ണല്ലോ. ശാന്തിക്കിടയിൽ താനെന്തെങ്കിലും അബദ്ധം കാണിച്ചുവോ? അതോ, ബബ്ലു വല്ലതുമൊക്കെ കൊത്തിക്കൊറിച്ച് ഏഷണി കൂട്ടിയോ?

ഏതായാലും ചെല്ലുക തന്നെ,.

ചെന്നപ്പോൾ ചെല്ലവാധ്യാർ വരാന്തയിൽത്തന്നെയുണ്ട്. ബിക്കു വിനെ കണ്ടപ്പോൾ ചെല്ലൻ ഒന്നു ചിരിച്ചതു പോലുമില്ല. ഇരിക്കാനും പറഞ്ഞില്ല. ബിക്കുവിന്റെ അമ്പരപ്പ് യാഥാർത്ഥ്യമായി. എന്തോ സംഭവി ച്ചിട്ടുണ്ട്, തീർച്ച. അല്ലെങ്കിൽ ചെല്ലൻ ഇത്രയും ചുവക്കാറില്ല, ആ മുഖത്ത് കണ്ണിമയ്ക്കാതെ നോക്കി.

അകത്തെ മുറിയുടെ വാതിലിൽ ബബ്ലുവിന്റെ മുഖം കണ്ടതു പോലെ തോന്നി.

“ങാ, ബിക്കു ഭൊട്ടുബെസ്!”

ഇരിക്കാനൊന്നും ബിക്കുവിനു തോന്നിയില്ല. വന്ന ഉടനെ ആയി രുന്നെങ്കിൽ ഇരിക്കാമായിരുന്നു. സൗഹൃദത്തിന്റെ പുറത്ത്. പണ്ടും അങ്ങനെ ആയിരുന്നല്ലോ.

ഇപ്പോൾ ഇരിക്കാൻ പറയുന്നത് അത്രയ്ക്ക് ഒരു രസമായിത്തോ ന്നുന്നില്ല.

"ങാ, പിന്നെ..........." ചെല്ലൻ ഒന്നു നിർത്തി. പിന്നെ തുടർന്നു: "ഇത്രയ്ക്കു വേണ്ടിയിരുന്നോ ബിക്കു?"

"ങേ, എത്രയ്ക്കു വേണ്ടിയിരുന്നോ എന്ന്? ബിക്കുവിന്റെ കണ്ണുകൾ ചെറുതായി. കാണാത്ത കാര്യം കണ്ടുപിടിക്കാൻ ശ്രമിക്കുന്നതു പോലെ.

"ങെ! ഇത്തെ?"

"എന്താ കാര്യമെന്നോ? കൊള്ളാം അസ്സലായിരിക്കുന്നു. എന്നോടിതു വേണോ ബിക്കു.?"

"ഇത്തികി, എനിക്കൊന്നും മനസിലാവണില്യ."

ബിക്കുവിന്റെ സ്വരം വിറച്ചിരുന്നു.

"ഒന്നും മനസിലാവണില്ല അല്യോ? ചെയ്തതൊക്കെ ഇനി ഞാൻ പറയണമെന്നാണോ?"

ബിക്കുവിന് എന്നിട്ടും ഒന്നും മനസിലായില്ല. മുഖം അതു വിളിച്ചു പറഞ്ഞു. അതു കണ്ട ചെല്ലൻ പറഞ്ഞു:

"പർഭാളെ* യിലുള്ള സുദർശന് കാണാത്ത കാര്യം ഞാൻ പറഞ്ഞാലെ ബിക്കുവിനറിയൂ, അല്യോ?"

"ങേ."

ബിക്കു ഞെട്ടിപ്പോയി. ഒരുനിമിഷം ബിക്കുവിന്റെ നാവിറങ്ങിപ്പോയി., എന്തൊക്കെയോ പറയണമെന്നുണ്ട്. പക്ഷേ, ഒരുപിടി തുപ്പൽ വിഴുങ്ങി നിൽക്കാനേ ബിക്കുവിനു കഴിഞ്ഞുള്ളൂ.

സുദർശനമോ, അതു കാണാനില്ലെന്നോ? കാണാനില്ലെന്നല്ലേ പറഞ്ഞത്. അതിന്റെ അർഥം? അതു ചിന്തിക്കാൻപോലും ബിക്കുവിനു പേടിയായി.

"എന്റീശ്വരാ, സുദർശനം കാണാനില്ലെന്നോ?" വലിയ വായിലെ ബിക്കു ചോദിച്ചു.

"ങാ, അതുതന്നെ പറഞ്ഞത്."

" അതിനിപ്പോ ഞാനെന്തു വേണമെന്നാ?"

"ആഹാ, നല്ല ചോദ്യം? ഞാനെന്തു വേണമെന്നോ? പരിഹാസമട്ടിലുള്ള ആ നിൽപ്പുപോലും ബിക്കുവിനെ വേദനിപ്പിച്ചു.

"താനായിരുന്നു അന്നു പൂജാരി. അതറിയ്യോ? അപ്പോ ആരാ അതിന് സമാധാനം പറയ്യാ, ഞാനാ?"

"അയ്യൊ, ചെല്ലഭൊട്ടു, നോക്കൂ, സുദർശനം ഞാൻ നോക്കിയിട്ടു പോലുമില്ല. വേണുഗോപാലസ്വാമിയാണെ സത്യം."

ബിക്കു കരച്ചിലിന്റെ വക്കത്തെത്തിയിരിക്കുന്നു. ബിക്കുവിന്റെ അപ്പോഴത്തെ നില കണ്ടാൽ, അയാൾ സുദർശനം എടുത്തിട്ടുണ്ടെങ്കിൽപ്പോലും അയാളെ ആരും പിന്നെ എതിർക്കില്ല. അത്രയ്ക്ക് ദയനീയമാണ് ആ നിൽപ്പും സ്വരവും.

---

* പർഭാള് = തിടമ്പ്

"പിന്നെ എവിടെ പോയി?"

"അതാ ഞാനും ചോദിക്കുന്നത്?"

ബിക്കു ചെല്ലനെ നോക്കിയിരുന്നു. ചെല്ലൻ പക്ഷേ, അങ്ങോട്ട് നോക്കിയതേയില്ല.

ചെല്ലന്, ബിക്കു പറയുന്നത് സത്യമാണോ എന്ന് അറിയേണ്ട കാര്യമില്ല. ബിക്കുവാണ് അന്നു ശാന്തി നടത്തിയത്. അതിനുശേഷം സുദർശനം കണ്ടില്ല. അതിനുമുമ്പ് സുദർശനം ഉണ്ടായിരുന്നോ എന്ന് അയാളെന്തിനറിയണം? അയാൾക്കതല്ലേ തൊഴിൽ. അതിനുശേഷം കണ്ടില്ലെങ്കിൽ അതിന്റെ ഉത്തരവാദിത്വം തലയിൽ വെക്കാൻ ചെല്ലനെന്തിന് തുനിയണം?

പക്ഷേ, അയാൾക്ക് ഒന്നു ചിന്തിക്കാമായിരുന്നു. ബിക്കു എത്രയോ നാളായി തന്നെ സഹായിക്കുന്നു. കീഴ്ശാന്തിയായും മുട്ടുശാന്തിയായും. അന്നൊന്നും ഇത്തരം ഒരു സംഭവം നടന്നിട്ടില്ല. അന്നയാൾക്ക് എന്തൊക്കെ എടുക്കാൻ സന്ദർഭങ്ങളുണ്ടായിരുന്നു. എന്നിട്ടാ മനുഷ്യൻ ഇന്നു മാത്രം ഒരു സുദർശനം എടുക്കുക, അതും ഇത്ര ചെറിയ ഒരു സുദർശനം.

അങ്ങനെ സംശയിക്കുന്നത് ശരിയാണോ? പക്ഷേ, അയാൾ ചിന്തിച്ചതും വേറൊന്നാണ്. ബിക്കുവിന്റെ നിരപരാധിത്വം തെളിയിച്ചിട്ട് തനിക്കെന്തോ കിട്ടാനാണ്. നാളെ കണക്കു പറയുമ്പോൾ താനാണ് സുദർശനത്തിന്റ കണക്ക് ദേവസ്വത്തിനെ ഏൽപ്പിക്കേണ്ടത്. അന്ന് ബിക്കുവിന്റെ നിരപരാധിത്വം തന്നെ രക്ഷിക്കുമോ? സുദർശനം ഉണ്ടാക്കി താൻ കൊടുക്കേണ്ടിവരും. അല്ലെങ്കിൽ താൻ കള്ളനാവും. ബിക്കുവിന് പകരം താനെന്തിനാണ് മോഷ്ടാവാകുന്നത്? ഒരുപക്ഷേ, അയാൾതന്നെയാണ് എടുത്തെങ്കിലോ, തന്നോടയാൾക്ക് ലേശം കെറുവുണ്ട്. ഉത്സവത്തിനു മാത്രമാണ് താനയാളെ ഇപ്പോൾ കാര്യമായി ക്ഷണിക്കാറുള്ളു. കിട്ടിയ സന്ദർഭം ശരിക്ക് വിനിയോഗിച്ചതാവുമോ?

എന്തൊക്കെയാണ് ചെല്ലൻ വിചാരിച്ചത്.

"എല്ലാം ശരിക്ക് നോക്കിയോ ചെല്ലഭൊട്ടു?"

ബിക്കുഭൊട്ടു ചോദിച്ചു. ശരിക്കു നോക്കിക്കാണുകില്ല. അത്രയ്ക്ക് ചെറുതാണല്ലോ സാധനം. സുദർശനമല്ലേ? അതിന്റെ വലുപ്പം എത്രയാവാനാണ്. സൂക്ഷിച്ചു നോക്കിയാൽത്തന്നെ കാണാൻ പ്രയാസം.

അതാരാണ് ഇല്ലെന്നു പറഞ്ഞത്? ശരിക്ക് നോക്കാതെ തന്നെ വെറുതെ കുറ്റപ്പെടുത്താൻ.

"നോക്കിയെന്ന്! ഞാനെന്തിനാ കള്ളം പറയുന്നെ? ബബ്ബുവാണ് കണ്ടില്ലെന്നു വന്നു പറഞ്ഞത്."

ബബ്ബുവാണെന്നോ? ഒരുനിമിഷം ബിക്കു സ്തംഭിച്ചുനിന്നുപോയി. അത് കാണാതിരിക്കാൻ വേണ്ടിത്തന്നെ അവൻ നോക്കിക്കാണും. മനപ്പൂർവം തന്നെ കള്ളനാക്കാൻ വേണ്ടി. എന്നിട്ടവൻ അതെടുത്ത് മാറ്റിക്കാണും.

ബിക്കുവിന്റെ മനം നൊന്തു. ദ്രോഹി! താനെടുത്തെന്ന് ബബ്ബു തന്നെയായിരിക്കും പറഞ്ഞത്. എടുത്തത് അവൻതന്നെ ആണെന്ന് ബിക്കുവിനു മനസിലായി. പക്ഷേ, തനിക്കത് പറയാനൊക്കുമോ? മകൻ സുദർശനം എടുത്തെന്നു താൻ പറഞ്ഞാൽ ചെല്ലന് സഹിക്കുമോ? താനല്ലേ ശാന്തി നടത്തിയത്? പക്ഷേ, തന്നെക്കാളും ഗർഭഗൃഹവുമായി പരിചയം ബബ്ബുവിനുണ്ടെന്നു പറഞ്ഞാൽ ആരാണ് വിശ്വസിക്കുക? അതുമല്ല ചെല്ലനെതിരെ നിൽക്കാൻ തനിക്കെങ്ങനെ കഴിയും? ചെല്ല നാര്, താനാര്?

മുട്ടുശാന്തി ഏറ്റെടുത്തു നടത്തിയതുതന്നെ തെറ്റിപ്പോയി എന്നു തോന്നി ബിക്കുവിന്. തന്റെ ഒരു അത്യാഗ്രഹം.

എത്രതവണ മുട്ടുശാന്തി നടത്തിയിരിക്കുന്നു. എന്നിട്ടിന്നു തനിക്കു വന്ന ഒരു ദുര്യോഗം. ഇനി ഇപ്പോൾ എന്തു ചെയ്യാൻ? അകപ്പെട്ടുപോ യല്ലോ.

"ചെല്ലഭൊട്ടു; ഞാൻ സത്യമാ പറയുന്നെ, ഞാനെടുത്തില്ല."

"പിന്നെ അതെവിടെപ്പോയി? അതാ ഞാൻ ചോദിക്കുന്നെ"

അയാൾ തലയ്ക്ക് കൈയും കുത്തി നിന്നു.

"ഞാനെന്തോ ചെയ്യാനാ? ഒന്നുമില്ല. എനിക്ക് സുദർശനം കിട്ട്യാ മതി."

ബിക്കു മിണ്ടിയില്ല.

"ബിക്കു എടുത്തെന്നു ഞാൻ പറയുന്നില്ല. ശരിയായിരിക്കും. പക്ഷേ, ബിക്കു അമ്പലത്തിലുള്ളപ്പോഴാ അതു പോയത്, ശരിയല്ലേ?"

ഒന്നു നിർത്തി അയാൾ തുടർന്നു: "അതു ഞാനെങ്ങനെ ഏറ്റെ ടുക്കും ബിക്കുതന്നെ പറ."

ബിക്കുവിന് വാക്കുകളില്ല.

"ഞാനും ബിക്കുവും മാത്രമേ ഇതറിഞ്ഞിട്ടുള്ളൂ. അതു പറയാം. മൂന്നാമതൊരാൾ അറിയേണ്ട. കഴിയുന്നതും ബിക്കു ഒരു സുദർശനം ഉണ്ടാക്കി പർഭാളെയിൽ ഇട്ടാൽ മതി."

ചെല്ലൻ രഹസ്യമെന്നപോലെ ബിക്കുവിനോടു പറഞ്ഞു.

"ചെല്ലഭൊട്ടു, എന്നാലും ഞാൻ ചെയ്യാത്ത കുറ്റത്തിന്.......... അല്ലെ ങ്കിലും അതിനൊക്കെ എനിക്ക് എങ്ങനെ സാധിക്കും?"

"അതൊന്നുമെനിക്കറിയില്ല. എനിക്ക് സുദർശനം കിട്ടണം. അല്ലെ ങ്കിൽ...... ബാക്കി ഞാൻ പറയുന്നില്ല."

അതൊരു താക്കീതു പോലെ തോന്നി. ബിക്കു പിന്നെ അവിടെ നിന്നില്ല.

ബബ്ബു തന്നോട് എന്തിനിത് ചെയ്തു? താൻ വിളക്കു വലുതാക്കി കത്തിച്ചതിനാണോ? അതോ, താൻ കേട്ടതൊക്കെ ശരിയാണെന്നോ?

അമ്പലത്തിലെ ചില പാത്രങ്ങൾ ബബ്ബു അങ്ങാടിയിൽ എത്തി ക്കുന്നു എന്ന് ആരോ പറഞ്ഞിരുന്നു. അന്ന് അത് വിശ്വസിച്ചില്ല. ഇപ്പോൾ അതിലെന്തോ ശരിയുണ്ടെന്നു തോന്നി ബിക്കുവിന്.

ചെല്ലനെന്തൊരു മനുഷ്യൻ! ബബ്ബുവിനെ സംശയിക്കുകപോലും ചെയ്തില്ലെന്നോ!

സംശയിച്ചുകാണും. പിന്നെ വിചാരിച്ചു കാണും. താനൊരുത്തനുണ്ടല്ലോ. തൽക്കാലം മകനെ രക്ഷിക്കാമെന്നുവെച്ചു കാണും.

എന്നാലുംതന്നെ കള്ളനാക്കിയല്ലോ ചെല്ലൻ. അതാണു സഹിക്കാഞ്ഞത്.

ഏതായാലും സുദർശനം ഉണ്ടാക്കിക്കൊടുക്കണം. പക്ഷേ, എങ്ങനെ സാധിക്കും? ആ പ്രശ്നം മുന്നിൽ വായ് പിളർന്നു നിന്നു.

തന്റെ ശാന്തിക്കാലത്തല്ല നടന്നതെന്നു പറഞ്ഞ് വേണമെങ്കിൽ ഒഴിയാം. പക്ഷേ, വിലപ്പോവില്ല അത്രതന്നെ. ചെല്ലൻ അടങ്ങില്ല. താൻ സുദർശനം ഉണ്ടാക്കിക്കൊടുത്തില്ലെങ്കിൽ താൻ മോഷ്ടിച്ചെന്നു പറഞ്ഞ് ചെല്ലൻ നാടു മുഴുക്കെ നടക്കും. ജനം അതൊക്കെ അങ്ങ് വിശ്വസിക്കും. ചെല്ലനാണ് പറഞ്ഞത്. താൻ പറഞ്ഞാൽ ആരെങ്കിലും വിശ്വസിക്കുമോ ഈ ഗ്രാമത്തിൽ.

പിന്നെ തനിക്ക് പുറത്തിറങ്ങി നടക്കാനൊക്കുമോ? ദേവസ്വത്തിൽ ചെല്ലന് നല്ല സ്വാധീനമുണ്ട്. തന്റെ ശാന്തിക്കാലത്ത് എന്തെങ്കിലും ഒപ്പിക്കാതിരിക്കില്ല. പൊല്ലാപ്പൊന്നും വേണ്ട. താൻ വലിച്ചുവെച്ച മാരണമാണിത്. എന്തെങ്കിലും വിറ്റെങ്കിലും സുദർശനം ഉണ്ടാക്കണം.

പക്ഷേ, ബിക്കുവിന്റെ മനസിൽ ഒന്നു ശേഷിച്ചു. ചെല്ല വാധ്യാരുടെ പെരുമാറ്റം. തന്റെടുത്ത് അയാൾ ഇങ്ങനെ പെരുമാറുമെന്ന് ബിക്കു മനസിൽ പോലും വിചാരിച്ചിരുന്നില്ല.

ങാ, താൻ പാവമല്ലേ, അതുകൊണ്ടല്ലേ തന്റെ നേരെ നോക്കി കള്ളനെന്നു പറയാൻ ധൈര്യം തോന്നിയത്? തന്റെ സ്ഥാനത്തേക്ക് ചെല്ലനായിരുന്നെങ്കിൽ എന്താകുമായിരുന്നു ഇവിടെ കളി.

താൻ വെറും വിഡ്ഢിയായതിൽ ബിക്കുവിന് മനഃപ്രയാസം തോന്നി. ഇനി ഇപ്പോൾ എന്തു ചെയ്യാൻ? തന്റെ പെരുമാറ്റം അങ്ങനെ ആയിപ്പോയി. മാറ്റിയാലും ഇനി ആരും വകവെച്ചുതരാനൊന്നും പോണില്ല. എപ്പോഴും അവരുടെ മനസിൽ താൻ പഴയ ബിക്കുതന്നെ ആയിരിക്കും.

എന്നാലും ചെല്ലനങ്ങനെ ചെയ്യരുതായിരുന്നു.

എന്നിട്ടും ബിക്കുവിന്റെ ചോര തിളച്ചില്ല. സ്വതേ തണുത്ത ചോര. എത്ര ചൂടുപിടിച്ചാലാണത് തിളയ്ക്കുക.

പക്ഷേ, ബിക്കു ഒന്നറിഞ്ഞു തന്നിൽ എന്തോ ഒന്നു ചൊറിഞ്ഞുവരുന്നു. ചോരയിൽ ഒരു അനക്കം. മെല്ലെ മെല്ലെ തണുപ്പു കുറയുന്നതുപോലെ, പുറത്ത് നട്ടുച്ച. തിളച്ചുപൊങ്ങുന്ന വെയിൽ, അതിന്റെ നിഴലലാണോ ചോരയിൽ.

ബിക്കുവിന്റെ മനസിൽ പലതും തിരിഞ്ഞു മറിഞ്ഞു.

അതിൽപ്പിന്നെ ബിക്കുവും ചെല്ലനും മിണ്ടാതായി. ചെല്ലന്റെ മുട്ടുശാന്തിക്ക് ബിക്കു പോകാറില്ല. ചെല്ലൻ വിളിക്കാറുമില്ല.

ബിക്കുവും ചെല്ലനും പിണങ്ങിയതിൽപ്പിന്നെ ആദ്യം വരുന്ന തൃന്നാളാണിത്. തൃന്നാളിന് ശാന്തി നടത്താൻ ആളിനെ വേണം. ചെല്ലനെ വിളിക്കാൻ പറ്റില്ലല്ലോ. അമ്പലപ്പുഴെ നിന്നും പുത്തി വാധ്യാരെ കൊണ്ടുവരാം. ചെല്ലൻ ഒന്ന് കാണട്ടെ. അയാളില്ലാതെ താൻ ആറാട്ട് നടത്തുന്നതെങ്ങനെയെന്ന്.

ശാന്തി പുത്തിക്ക് കൊടുത്തേക്കാം. അയാൾക്ക് വലിയ സൗകര്യമാവും.

അങ്കുരാർപ്പണ[1] ദിവസം രാവിലെ ബിക്കു അമ്പലത്തിലേക്ക് നടന്നു. കഴിയുന്നത്ര വേഗം അങ്കുരാർപ്പണം നടത്തണം. ഗ്രാമത്തിൽ രണ്ടിടത്ത് ഗർഭിണികളുണ്ട്. കാലക്കേടിനു സമയം നോക്കി പ്രസവിച്ചുവെന്നിരിക്കും പിന്നെ പെലയായി. പെലയായാൽപ്പിന്നെ ദേവസ്ഥാനത്തിൽ കേറാൻ പോലും ഒക്കില്ല. അതിനു മുമ്പ് അങ്കുരാർപ്പണം നടത്തിയാൽ രക്ഷപ്പെട്ടു. അങ്കുരാർപ്പണം കഴിഞ്ഞാൽപ്പിന്നെ പെല ഏശില്ല. എന്നുവിചാരിച്ച് വളരെ നേരത്തെ അങ്കുരാർപ്പണം നടത്താനൊക്കില്ല. കൂടുതലായാൽ പത്തു ദിവസം മുമ്പു മാത്രം. പെല പത്തു ദിവസമാണല്ലോ. പത്തു ദിവസം മുമ്പുള്ള ഏതെങ്കിലും ഒരുദിവസം പ്രസവം നടന്നാൽ ഉത്സവത്തിന് മുമ്പ് പെല തീരും. ആളു ശുദ്ധനാവും. അതുകഴിഞ്ഞ് പെലവന്നാൽ ഉത്സവം തുടങ്ങിയാലും പെല കാണും. അതുവരാതിരിക്കാനാണ് അങ്കുരാർപ്പണം നടത്തുന്നത്.

അന്ന് അമ്പലത്തിൽ ഉത്സവത്തിനുവേണ്ട വാധ്യാമ്മാരുടെ കൈയിൽ, ജപിച്ചു കഴിഞ്ഞ ഒരു പട്ടുചരട് വളപോലെ കെട്ടിയിടുന്നു. അതിന്റെ ഒത്ത നടുക്കായി ഒരു മഞ്ഞൾ കഷണവും കാണും. അത് കെട്ടിക്കഴിഞ്ഞാലുത്സവത്തിനുള്ള തയാറെടുപ്പായി. കങ്കണ്[2] കെട്ടിയവർക്ക് ആറാട്ട് കഴിയുന്നതുവരെ ഏക്ബകത്[3] ആയിരിക്കും. ദേവസ്ഥാനത്തിൽ നിന്ന് അപ്പവും കിട്ടും.

ഉത്സവസമയത്തു മാത്രമല്ല കങ്കണു കെട്ടുക. മൂഞ്ചിക്കും കല്യാണത്തിനും ഇതൊരു പതിവാണ്. എന്നാണ് മരണമോ പ്രസവമോ നടക്കുക എന്നാർക്കാണറിയുക! എന്നാലും ഇതൊന്നുമില്ലാതെ എത്ര കല്യാണങ്ങൾ നടക്കുന്നു.

പിന്നെ ചുറ്റുവട്ടത്തെങ്ങാനും തങ്ങളുടെ ജൈജി മരിക്കാനോ പ്രസവിക്കാനോ കിടപ്പുണ്ടെങ്കിൽ പിന്നെ വേവലാതിയാണ്. എങ്ങനെയും നാന്ദി ദിവസം എത്തി കങ്കണം കെട്ടി പെലയിൽ നിന്നു രക്ഷപ്പെടാമല്ലോ.

---

1. അങ്കുരാർപ്പണം = ഉത്സവത്തിന് പത്തുദിവസം മുമ്പ് അമ്പലത്തിൽ ചെയ്യുന്ന ഒരു ചടങ്ങ്. ഉത്സവത്തിൽ പങ്കെടുക്കുന്ന വാധ്യാമ്മാർ ഇതിൽ പങ്കെടുക്കും. ഹോമം കാണും. എല്ലാവരുടെയും കൈയിൽ പട്ടുചരടു കെട്ടും. ഉത്സവം കഴിയുന്നതുവരെ പെല അവരെ ഏശില്ല.
2. കങ്കണ് = വള
3. ഏക്ബകത് = ഒരിക്കൽ

ബിക്കു വലിയ വഴിയിലെത്തി. ആരേയും കാണുന്നില്ല. മനസിൽ പെട്ടെന്ന് തോന്നിയതുകൊണ്ടാണ് നോക്കിയത്. ആരോ തന്നെ കാണാൻ വേണ്ടി വരുന്നതുപോലെ; പെല അറിയിക്കാനായി.

വെട്ടുവഴിയരികത്താണ് പ്രസവിക്കേണ്ട രണ്ടുഗർഭിണികളുടെ വീടുകൾ. ദേഷ്യം തോന്നി. മൂന്നു വർഷം ചെല്ലന്റേതായിരുന്നു. ആറ് ഉത്സവങ്ങൾ എന്നിട്ട് അവർ ഗർഭിണികളാവാൻ കണ്ട ഒരു സമയം! തനിക്ക് ആറു മാസം കിട്ടിയപ്പോൾ. അതും ഉത്സവമടുത്തപ്പോൾ പ്രസവിക്കാനിരിക്കുന്നു.

നാശങ്ങൾ!

പെട്ടെന്ന് തോന്നി. ഛേ! ഇതൊക്കെ ഓർത്തിട്ടാണോ ഓരോരുത്തർ ഗർഭിണികളാവുന്നത്.

എന്നാലും താനൊരു ഭൊട്മാമനല്ലേ. അതുകൊണ്ട് ഇതൊക്കെ ഓർക്കുന്നു എന്നുമാത്രം. ഏതൊരു വാധ്യാർക്കാണ് വെപ്രാളമില്ലാത്തത്? എങ്ങനെയെങ്കിലും 'അങ്ക്രാർപ്പണം' കഴിഞ്ഞുകിട്ടിയാൽ മതിയെന്നായിരിക്കും വിചാരം. അതിന് ദേവനു വഴിപാടുവരെ നേരുന്നവരുണ്ട്. വഴിപാടു നേരുന്നതു മാത്രം. നടത്തുന്നുണ്ടോ എന്നത് വേറെ കാര്യം.

സ്വതേ മരണം അന്വേഷിച്ചു നടക്കുന്നവരാണ് വാധ്യാമ്മാർ. പക്ഷേ, ഈ സമയത്ത് മരണവാർത്തയുമായി ആരും വരരുതേ എന്നു പ്രാർഥിക്കുന്നവരായിരിക്കും വാധ്യാമ്മാർ. ഈ സമയത്തു മരണം നടന്നാലും പ്രസവം നടന്നാലും പുറത്തു പറയാൻ മടിക്കും. വെറുതെ പ്രസവത്തിനെ കുറിച്ച് പറഞ്ഞാൽപ്പോലും ഭൊട്ടുവിന്റെ മുഖം ചുവക്കും. പറഞ്ഞവൻ ആരാണെങ്കിലും ശരി, ഭൊട്ടുവിന് ദേഷ്യം വരും. ചിലപ്പോൾ അടിച്ചെന്നും വരും.

ചെല്ലന്റെ ഉത്സവമായിരുന്നു ഒരിക്കൽ. അയാളുടെ ജൈജിയിൽപ്പെട്ട ഒരു സ്ത്രീ പ്രസവിച്ചു. ആലപ്പുഴെ വെച്ച്. അതറിഞ്ഞ ഒരുത്തൻ പുറക്കാട്ടോക്കോടിയെത്തി. പുറക്കാട്ടുള്ള ഒരുത്തനോട് പറഞ്ഞതേയുള്ളൂ. കേട്ട ആൾ ചെല്ലന്റെ സിൽബന്ധിയായിരുന്നു.

"ഇതു പറയാനാണോ നെന്നെ ഇങ്ങോട്ട് കെട്ടിയെടുത്തെ. എന്തെടാ കഴുവേറി."

ആ വാക്കുകൾ കേട്ട് വന്നവൻ വിരണ്ടുപോയി. ഇതു കൊള്ളാം. ഒരു പ്രസവക്കാര്യം പറഞ്ഞതിനാണോ? പക്ഷേ, അന്ന് അങ്ക്രാർപ്പണദിവസമാണെന്ന് അയാളറിഞ്ഞോ?

"ചോയി! എന്നോടു പറഞ്ഞതു ഞാൻ കേട്ടില്ലെന്നു വെച്ചു. വേറൊരുത്തനോടും ഇതു പറയേണ്ട. ഇന്നു ചെല്ലഭൊട്ടുവിന്റെ അങ്ക്രാർപ്പണമാണ്. തല്ലുകൊള്ളേണ്ട. മനസിലായോ?"

അവനു മനസിലായി. അവൻ പിന്നെ മിണ്ടിയില്ല. മിണ്ടിയാൽ എന്തു പറ്റുമെന്നു പറയാനൊക്കില്ല. ചെല്ലനാണ്, അയാടെ സ്വഭാവമറിയുന്നവൻ പിന്നെ ഇത്തരം കാര്യങ്ങൾ മിണ്ടില്ല.

അങ്ക്രാർപ്പണം കഴിഞ്ഞേ പ്രസവക്കാര്യം പിന്നെ പുറത്തുവന്നുള്ളൂ.

ബിക്കു അമ്പലനടയിൽ എത്തിയതറിഞ്ഞില്ല. എതിരെ വരുന്നതാര്? കലവറ പ്രഭുവല്ലേ. കൊള്ളാം.മോശമില്ല.

പക്ഷേ, അയാളുടെ മുഖത്തെന്താ ഒരു ചിരി? എന്താ കാര്യം?

എന്തോ ആയിക്കോട്ടെ തനിക്കെന്താ? ബിക്കു അമ്പലപ്പടിയിലേക്കു കാലെടുത്തു വെച്ചില്ല. അതിനിടയ്ക്കാണു പ്രഭുവിന്റെ വിളി:

"ഏയ്, ബിക്കു ഭൊട്ടുമാമു റബ്ബായിവൊ," ബിക്കു പെട്ടെന്നു നിന്നു. എന്താ കാര്യം?

"തുമ്മി നെണേയ്വെ."

ബിക്കു ജിജ്ഞാസയോടെ നോക്കി, താനറിഞ്ഞില്ലേ എന്നോ? എന്തറിഞ്ഞില്ലേ എന്ന്.

"തുംവ്ക്കാ സുർക്കല്ത്."

"ങെ."

ബിക്കു നിന്ന നിൽപ്പിൽ മറിയാൻ പോകുന്നതുപോലെ, വിളക്കു കാലിൽ അയാൾ ബലമായി പിടിച്ചു. തലയ്ക്കകത്ത് എന്തൊക്കെയൊ ഉരുളുന്നു. കണ്ണിനു കാഴ്ച മങ്ങുന്നു.

തനിക്കു പെലയുണ്ടെന്നോ!

എന്റീശ്വരാ, ചതിച്ചോ!

ബിക്കുവിന് ഒന്നും ചോദിക്കാൻ തോന്നിയില്ല. എന്തു ചോദിക്കാൻ?

"ആലപ്പുഴെ അനന്തവാധ്യാരുടെ ഭാര്യ പ്രസവിച്ചു."

ബിക്കു അതു കേട്ടില്ല എന്നു തോന്നി. എന്നാലും! ഇങ്ങനെ ഒരു വിധി തനിക്കുവേണ്ടി ഒരുക്കിയിരുന്നുവോ, ഇന്നത്തേക്കുവേണ്ടി.

നടയിൽ ആളുകൾ കൂടുന്നുണ്ട്.

"എപ്പോഴാ പൊർഭോ."

"ഇപ്പം അറിഞ്ഞതേയുള്ളൂ."

ഇപ്പോൾ അറിഞ്ഞതേ ഉള്ളൂവെന്നോ. ദൈവമേ! ലേശം കൂടി! ഒരു അഞ്ചു നിമിഷം കൂടി കഴിഞ്ഞു പോരായിരുന്നോ? എന്നാലും ഇതു വന്നു പറഞ്ഞവനാരെടാ? പറയാൻ കണ്ട ഒരു നേരം! കുറച്ചു കൂടി കഴിഞ്ഞു താൻ ദേവസ്ഥാനത്തിൽ കടന്ന് അങ്കാർപ്പണം നടത്തിത്തീരുംവരെ കാത്തിരിക്കാമായിരുന്നു.

നിന്നില്ല ദുഷ്ടൻ! ആരാണിതു ചെയ്തത്?

"ആരാ ഇദ് ഇപ്പം വന്നു പറഞ്ഞെ!"

പ്രഭു മിണ്ടിയില്ല. പക്ഷേ. അയാൾക്കറിയാമെന്നു തീർച്ച. ബിക്കുവിനതു മനസിലായി. പറയാൻ പാടില്ല എന്നായിരിക്കും.

ബിക്കു തോർത്തുകൊണ്ട് വിയർപ്പ് തുടച്ചു. തലകറക്കം തീർന്നില്ല. മുന്നിൽ മങ്ങിയ കാഴ്ച. നടക്കാനുള്ള ശേഷി ഒറ്റനിമിഷം കൊണ്ട് എവിടെയോ ചോർന്നൊലിച്ചതുപോലെ, ബിക്കു നടക്കുന്നില്ല. കാറ്റിനൊത്തു നീങ്ങുന്നു എന്നു മാത്രം.

ചുറ്റും അമ്പലമില്ല, ദേവനില്ല. പ്രഭുവില്ല. എല്ലാം എന്തോ നിഴലുകൾപോലെ തോന്നി ബിക്കുവിന്. പിന്നെപ്പിന്നെ മെല്ലെ തെളിഞ്ഞപ്പോൾ പ്രഭുവിന്റെ രൂപം വീണ്ടും.

പെലയുണ്ടെന്നു പറയാൻ വേണ്ടി വന്നതാണോ ഇയാൾ? അതൊ, ആരോ നിറുത്തിയതോ? കുറച്ചു കഴിഞ്ഞ് പറഞ്ഞാൽ എന്തായിരുന്നു കുഴപ്പം? ങാ! അയാൾക്കതിന് വാധ്യാരുടെ മനസല്ലല്ലോ പറയാതിരിക്കാൻ.

എന്നാലും സാധാരണ ഗ്രാമത്തിൽ അങ്ങനെയാണല്ലോ. ചെല്ലന്റെ ഉത്സവദിനമായിരുന്നെങ്കിൽ ഈ പ്രഭു വന്നു പ്രസവക്കാര്യം പറയുമായിരുന്നോ?

അപ്പോൾ അതല്ല. ആരോ ഇയാളെ പറഞ്ഞയച്ചതാണ്.

ആര്?

നടന്നു. മണ്ടഗശാല[1]യ്ക്കുള്ളിൽ നിന്നും പൊട്ടിച്ചിരി കേട്ടു. ശ്രദ്ധിച്ചു. ചെല്ലവാധ്യാരല്ലേ അത്. ആണല്ലോ. അയാളെന്തിനാ ചിരിക്കുന്നത്?

ങാ! ചിരിക്കാമല്ലോ. അയാൾക്കു കോളായല്ലോ. തന്റെ ജൈജി അല്ലേ അനന്തഭൊട്ടു. തനിക്കല്ലേ പെലയുള്ളൂ. ചെല്ലഭൊട്ടുവിനില്ലല്ലോ. ഇനി തൃന്നാൾ നടത്തേണ്ടത് അയാളായിരിക്കുമല്ലോ.

അങ്ങനെ ചിരിക്കേണ്ട ചെല്ല. അതിനു നിനക്ക് തൃന്നാള് കിട്ടാൻ പോണില്ല. തീർച്ച.

ബിക്കു മനസിൽ കരുതി.

"എന്നാലും ചെല്ലഭൊട്ടുകാര്യം പറ്റിച്ചു."

മണ്ടഗശാലയിൽനിന്നും തെറിച്ചു കാതിൽവീണ ആ വാക്കുകൾ കേട്ട് ബിക്കുവിന് എന്തോ ഒരു അപാകത തോന്നി. കാര്യം പറ്റിച്ചെന്നോ! ങെ! അപ്പോൾ! അപ്പോൾ ചെല്ലൻ പറ്റിച്ചതാണോ? അനന്തഭൊട്ടുവിന്റെ ഭാര്യ പ്രസവിച്ചകാര്യം ചെല്ലൻ കൊണ്ടുവന്നതാണെന്നോ. അയാൾ ഇന്നലെ ഗ്രാമത്തിൽ ഇല്ലായിരുന്നു. ഉത്സവമല്ലേ. മനഃപൂർവം ഒഴിഞ്ഞതാണെന്നല്ലേ താൻ കരുതിയത്. എന്നിട്ട് പ്രസവം അറിഞ്ഞ ഉടനെ പുറപ്പെട്ടുവന്നിരിക്കുന്നു.

കഴുവേറി! തൃപ്തിയായല്ലോ. ഇനി തിരുനാൾ നടത്താമല്ലോ!

തുലാവർഷാചി ഇടി ഏൽക്കട്ടെ ഇവന്റെ മണ്ടയ്ക്ക് എന്ന് മനംനൊന്ത് ബിക്കു ശപിച്ചു.

ദുഷ്ടൻ! നിനക്കു വെച്ചിട്ടുണ്ട് ദൈവം. ഒന്നും ചെയ്യാത്ത തന്നെ പറ്റിച്ചതിന്.

പെട്ടെന്ന് ബിക്കു ശ്രദ്ധിച്ചു. പിന്നിൽ ചെല്ലന്റെ ശബ്ദം. ചിരിച്ചു ചിരിച്ച് മറിയുകയാണയാൾ. ബിക്കു വേഗം നടന്നു.

പോകുന്ന പോക്കിൽ കേട്ടു;

"ഹ! ഹ! മൊട്ക്കി[2] എടുക്കുമ്പോൾ ഓർക്കണമായിരുന്നു."

ആരോ തന്റെ പക്ഷം പിടിച്ച് വാദിച്ചതിന് ചെല്ലൻപറഞ്ഞ വാക്കുകളായിരിക്കും അതെന്ന് ബിക്കുവിനു തോന്നി.

തരിച്ചു നിന്നുപോയി.

---

1. മണ്ടഗശാല = ഓഫീസ്മുറി
2. മൊട്ക്കി = അമ്പലത്തിലെ ചോറുപാത്രം.

തന്നോടല്ലേ അതു പറഞ്ഞത്. അതെ, താൻ കേൾക്കട്ടെ എന്നു വിചാരിച്ചുതന്നെ പറഞ്ഞത്.

അപ്പോഴാണ് അതാണ് കാര്യം. പ്രതികാരം തന്നോട്; മൊട്ക്കി എടുത്തു മാറ്റിയതിന്.

അതിന്, അതിന് ഇതു വേണമായിരുന്നോ ചെല്ലാ. ബിക്കുവിനു സഹിച്ചില്ല. തനിക്ക് ഒരബദ്ധം പറ്റി. അതിന്? തന്നോട് തന്റെ സ്വപ്ന ങ്ങൾക്ക് കത്തി വെക്കണമായിരുന്നോ.

താൻ തെറ്റു ചെയ്തു. പക്ഷേ, അത് ഒരു മനഃസമാധാനത്തിനു ചെയ്തതല്ലേ? ഒന്നുമറിയാത്ത ഒരു കാര്യത്തിനല്ലേ താൻ കള്ളനായത്. മുട്ടുശാന്തി ചെയ്തു താൻ ചെല്ലനെ സഹായിച്ചതിനു തനിക്കുകിട്ടിയ കൂലി. അതു താനെങ്ങനെ സഹിക്കും?

പകരം ചെല്ലനോട് എന്തെങ്കിലും ചെയ്യണമെന്നു ദുർബലമായ ബിക്കുവിന്റെ മനസ്സ് ആശിച്ചു. പക്ഷേ, എന്തു ചെയ്യണം? എങ്ങനെ ചെയ്യ ണം? മനസിൽ ഒന്നും തോന്നുന്നില്ല. പ്രതികാരം ചെയ്യാൻ മനസിനും അറിവില്ലാത്തതുപോലെ.

പിന്നെ ചെല്ലനാണ് ആള്, അയാളോട് എന്തെങ്കിലും ചെയ്യാനും മാത്രം ബിക്കു വളർന്നിട്ടുമില്ല. വളർന്നിട്ടുണ്ടെങ്കിൽ അന്നുതന്നെ ചെല്ല നോട് എതിർത്തുപറയമായിരുന്നില്ലേ.

സുദർശനം ഞാനെടുത്തില്ല. താൻ എന്തു വേണേലും ചെയ്തോ, എന്ന്. അയാളെന്തുചെയ്യാനാണ്? ശാന്തിമാസം അയാളുടേതാണ്. അയാ ളാണ് സുദർശനം സൂക്ഷിക്കേണ്ടത്.

പക്ഷേ, ബിക്കു ഒന്നും പറഞ്ഞില്ല. പക്ഷേ, നടക്കുമ്പോഴും മനസ്സ്, എന്തിനോ വേണ്ടി, കൊച്ചുകുട്ടിയുടെ മനസുപോലെ വാശി പിടിച്ചു.

എന്തെങ്കിലും പകരം ചെയ്യണം. വലുതായിട്ടൊന്നും വേണ്ട, ചെറു തായിട്ട്. തന്റെ മനസിന്റെ തൃപ്തിക്ക്, മനസിനെ തൽക്കാലം ഒന്നട ക്കാനും മാത്രം.

തല പുകഞ്ഞാലോചിച്ചു. ആ ആഗ്രഹമെന്ന ഭാരവും പേറി നട ന്നു. ഒന്നും അന്നേരം തോന്നിയില്ല.

പെട്ടെന്നൊരു ദിവസം തോന്നി. ശാന്തി ചെല്ലനാണ്. ഉച്ചയ്ക്കുള്ള വെള്ള നിവേദ്യം കൊണ്ടുപോകുന്ന ചെർവി* വീട്ടിൽ നിന്നല്ല കഴുകി അമ്പലത്തിലേക്കു കൊണ്ടുപോകുന്നത്. ഉച്ചപൂജ കഴിഞ്ഞാൽ ചെർവി വീട്ടിൽ കൊണ്ടുപോകും. അതിലെ ചോറ് പകർന്നെടുക്കും. ചെർവി തേക്കാനായി അമ്പലക്കുളത്തിൽ കൊണ്ടിടുന്നു.

അമ്പലത്തിലെ പാത്രങ്ങളും തേക്കാനായി അമ്പലക്കുളത്തിൽ കാണും. അതു തേക്കുന്നതിനിടയിൽ ചെല്ലന്റെ ചെർവിയും തേക്കുന്നു. മൂപ്പൻ അതൊന്നും തേക്കേണ്ട ആവശ്യമില്ല. ചെല്ലൻ തന്നെ കഴുകി അമ്പലത്തിൽ കൊണ്ടിടേണ്ടതാണ്. പക്ഷേ, ചെല്ലനായതിനാൽ അവർ എതിരൊന്നും പറയില്ല എന്നു മാത്രം.

---

* ചെർവി = അമ്പലത്തിലെ ചോറുപാത്രം

ബിക്കു ഉദ്ദേശ്യമൊന്നുമില്ലാതെയാണ് പാത്രം തേക്കുന്ന കുളത്തിന്റരികിൽകൂടി പോയത്. കുളത്തിന്റരികിൽ ഒരു സർപ്പക്കാവ്. കൂറ്റൻ ഇലഞ്ഞിമരം കാവിനു കുട പിടിച്ചു നിൽക്കുന്നു.

ചെല്ലന്റെ ചെർവി മൂപ്പൻ കുളത്തിൽ കൊണ്ടിടുന്നത് ബിക്കു കണ്ടു. കുളത്തിൽ വേറെ ആരുമില്ല. പാത്രം തേപ്പുകാർ വരാറായില്ല, ബിക്കു കുളത്തിൽ നോക്കി. കുളം നിറഞ്ഞു കിടക്കുന്നു. നിറച്ചും ചെളി. തേപ്പു കുളമായതിനാൽ കുളം വെട്ടിക്കാറുമില്ല. ദിവസം തോറും ചെളി കൂടിക്കൊണ്ടുമിരിക്കുന്നു.

പെട്ടെന്നു മിന്നൽപോലെ ഒരു ബുദ്ധി ബിക്കുവിന്റെ മനസിൽക്കൂടി പാളി.

ശക്തമായ ഒരു പ്രതികാരമല്ല. അതിനുള്ള മനസുമില്ല. അതാണല്ലോ തന്റെ പരാജയം. ആരെങ്കിലും വരുന്നുണ്ടോ? ചുറ്റും നോക്കി ആരുമില്ല. കുളത്തിലിറങ്ങി ചെർവി എടുത്തു കുളത്തിലേക്കു വിലച്ചെറിഞ്ഞാലോ! തനിക്കൊരു മനസ്സമാധാനമാവും. അവനെ ഒരു പാഠം പഠിപ്പിക്കലുമാവും. അറിയട്ടെ. ചെയ്യാത്ത കുറ്റത്തിനു ശിക്ഷ കിട്ടിയാൽ എങ്ങനെ സഹിക്കുമെന്ന്.

പെട്ടെന്നു പിന്മാറി. ഛെ! താനെന്താണു ചെയ്യാൻ ഭാവം. അമ്പലത്തിലെ ചെർവി എടുത്തു കുളത്തിലേക്കെറിയുക. ചെല്ലനോടു പ്രതികാരത്തിനു ചെർവി എന്തു പിഴച്ചു. അമ്പലമെന്തു പിഴച്ചു.

മെല്ലെ ഇറങ്ങി നടന്നു. അയാളെ കള്ളനാക്കാനാണല്ലോ താൻ തുനിഞ്ഞത്. എന്തിനാ? അയാൾ തന്നെ സംശയിച്ചു. ശരിതന്നെ, അതിനെന്താ? താനാണു ചെല്ലന്റെ സ്ഥാനത്തായിരുന്നെങ്കിലോ, താനും സംശയിക്കില്ലേ.

പെട്ടെന്നാരോ വരുന്നതു പോലെ തോന്നി. കാവിൽ പതുങ്ങി. നാഗങ്ങളെ നോക്കി നിൽക്കുകയാണെന്നു ധരിച്ചോട്ടെ. ആരെങ്കിലും വരാൻ വേണ്ടി ബിക്കു പ്രാർഥിച്ചു. എന്നാൽ പിന്നെ തെറ്റിൽ നിന്നു രക്ഷപ്പെടാം. ആളു വന്നതിനാലാണ് വേണ്ടെന്നു വെച്ചത്. അല്ലെങ്കിൽ എപ്പോഴേ ചെർവി കുളത്തിലെറിഞ്ഞേനെ എന്നു മനസിനെ സമാധാനിപ്പിക്കാമായിരുന്നു. വഴിയിൽ ആരുമില്ല.

കാവിൽനിന്നും ബിക്കു പുറത്തുവന്നു. എന്നാൽ പിന്നെ കാര്യം നോക്കുക തന്നെ. ബിക്കു കുളത്തിനരികിലേക്കു നടന്നു. അവനുമൊന്നറിയട്ടെ അപമാനത്തിന്റെ ഭാരം. നാളെ താനവനെ കാണും. എങ്ങനെയിരിക്കുന്നു ചെല്ലാ എന്നു മനസിൽ ചോദിക്കണം.

ചെർവി എടുത്തു.

വേണോ? പാവം! നാളെ ജനം അയാളെ കള്ളനെന്നു വിളിക്കില്ലേ. അതുവേണോ. തന്നെ എത്ര സഹായിച്ചവനാണ്.

വേണ്ട!

പെട്ടെന്നാണ് ചെർവി ബിക്കുവിന്റ കൈയിൽനിന്നും വഴുതി കുളത്തിന്റെ ഇറക്കത്തിലേക്കു വീണത്.

അയ്യോ, ബിക്കു ഞെട്ടി.

ഛെ! മോശമായല്ലോ, അതാ ചെർവി ഇപ്പം കയത്തിലേക്കു മുങ്ങുമല്ലോ.

ഛീ, വേണ്ട. താൻ ചെയ്തുകൂടാ. താൻ ഭൊട്ടുവാണ്. ഹീനമായതു ചെയ്തുകൂടാ.

ബിക്കു കുളത്തിൽ കൈ മുഴുക്കെയിട്ടു തപ്പി. എവിടെ! ചെർവി അഗാധമായ കയത്തിലെ ചെളിയിൽ പുതഞ്ഞു മുങ്ങിയിരുന്നു. നല്ല കനമുള്ള സാധനം. യാതൊരു തടസവുമില്ലാതെ പായസം പോലുള്ള ചെളിയിൽ അതു മുങ്ങിയത് എത്ര പെട്ടെന്നാണ്,.

ബിക്കു നെറ്റിയിലെ വിയർപ്പു തുടച്ചു.

പിന്നെ സമാധാനിച്ചു.

ഏതായാലും നടന്നു. ഇനി എന്തു ചെയ്യാനാ? പഠിക്കട്ടെ. പക്ഷേ, മനസിനു തീരെ സുഖമായില്ല. എന്തോ കുറ്റം ചെയ്ത ഒന്നാം തരത്തിലെ കുട്ടിയെപ്പോലെ തല കുനിച്ചു ബിക്കു വഴിയിലേക്കു തിരിഞ്ഞു.

പെട്ടെന്നാരോ വരുന്നതുപോലെ തോന്നി. നനഞ്ഞ കൈകൾ തോർത്തുകൊണ്ടു തുടച്ചു. നീട്ടി വലിച്ചു നടന്നു.

മഴക്കാലമായിട്ടുപോലും ബിക്കു വിയർത്തു. വന്നയാൾ ചെല്ലന്റെ ഒരു പരിചയക്കാരനായിരുന്നു. ബിക്കുവിന് ലേശം ഭയം തോന്നി. അയാൾ വല്ലതും കണ്ടോ. ഛെ! കണ്ടുകാണില്ല. അയാൾ ഇപ്പോഴല്ലേ തന്നെ കണ്ടുള്ളൂ.

എന്നാലും ബിക്കു ഒന്നുമറിയാത്തവനെപ്പോലെ നടന്നു. വന്നയാൾ ബിക്കുവിന്റെ മുഖഭാവം ശ്രദ്ധിച്ചു.

ബിക്കു അയാളെ ഗൗനിച്ചതേയില്ല. ധൃതിയിൽ നടന്നു. എന്നാലും തോന്നി. തന്നെ അയാൾ സൂക്ഷിച്ചു നോക്കിയോ വഴി തിരിയുമ്പോൾ ബിക്കു ഒന്നു തിരിഞ്ഞു നോക്കി. വന്നയാൾ തന്നെത്തന്നെ നോക്കി നിൽപ്പുണ്ട്.

മഠത്തിൽ എത്തിയപ്പോഴും ബിക്കുവിന് മനഃസമാധാനമായില്ല.

പകരം വീട്ടി. ശരിതന്നെ. പക്ഷേ. താൻ ചെയ്തതു ശരിയോ?

ഓ, ശരിയും തെറ്റും.

അയാൾക്കങ്ങനെ ചെയ്യാമോ? പിന്നെ താൻ ചെയ്യുന്നതാണോ തെറ്റ്?

അടുത്ത ദിവസം വാർത്ത അറിയാൻ ബിക്കു കാത്തുകിടന്നു. എഴുന്നേറ്റപ്പോഴേ ആരെയോ പ്രതീക്ഷിച്ചതുപോലെ അയാൾ.

അതിരാവിലെ ബിക്കു അമ്പലത്തിലൊന്നും പോയില്ല. പോകേണ്ട കാര്യമില്ല. അഭിഷേകം കഴിഞ്ഞേ ബിക്കുവിന് അമ്പലത്തിൽ കാര്യമുള്ളൂ. ലക്ഷ്മീദേവിയുടെ ശാലയിൽ പൂജ നടത്തണം. ഇരുനാഴിയരിയുടെ ചോറുള്ളതാണ്.

അഭിഷേകത്തിന് ഗാണ്ട്* അടിച്ചപ്പോൾ ബിക്കു അമ്പലത്തിലേക്കു പോകാനിറങ്ങി. അമ്പലനടയിൽ എത്തിയപ്പോഴുണ്ട്. ചെല്ലൻ മുന്നിൽ.

---

* ഗാണ്ട് = അമ്പലമണി

ബിക്കുവിനെ നോക്കി അയാൾ ചിരിച്ചു. ഒരു വല്ലാത്ത ചിരി. തൊലിയുരിയുന്നതുപോലെ തോന്നി. ബിക്കുവിന്. ബിക്കു അവിടെ നിന്നില്ല. ദേവസ്ഥാനത്തിനുള്ളിലേക്കു നടന്നു.

അപ്പോഴുണ്ട് ചെല്ലന്റെ ഒരു സിൽബന്ധി ചെർവിയിൽ അരിയും നിറച്ച് നാലമ്പലത്തിനുള്ളിലേക്കു പോകുന്നു.

ങെ! അത്! ആ ചെർവി താൻ കുളത്തിൽ തള്ളിയിട്ട ചെർവിയല്ലേ!

ബിക്കു ഒന്നേ നോക്കിയുള്ളൂ. ഒന്നുകൂടി നോക്കിയപ്പോഴുണ്ട്. സിൽബന്ധി തന്നെത്തന്നെ നോക്കുന്നതു ബിക്കു കണ്ടു.

ഇതെങ്ങനെ പറ്റി? എത്ര ആലോചിച്ചിട്ടും പിടികിട്ടിയില്ല. അമ്പലക്കുളത്തിൽ നിന്നു താനിറങ്ങുമ്പോൾ കണ്ട ചെല്ലന്റെ ആ പരിചയക്കാരൻ പറഞ്ഞതായിരിക്കുമോ? ചെർവി കാണാതായപ്പോൾ തന്നെ കണ്ട വിവരം അയാൾ പറഞ്ഞു കാണും. സാഹചര്യം അവരുടെ ശ്രദ്ധ തന്നിലേക്കു നയിച്ചുകാണും.

ചെല്ലനെ കാണാതെയാണ് ബിക്കു കുറച്ചു നാൾ കഴിഞ്ഞത്. ക്രമേണ ഗ്രാമം ഈ ചെർവി സംഭവം മറന്നു. പക്ഷേ. ചെല്ലൻ മറന്നില്ല എന്നത് ഇപ്പോൾ അറിയുന്നു.എന്നാലും താൻ വിടില്ല.

തനിക്കു പെലയുണ്ട്. പക്ഷേ, തൃന്നാൾ താൻ നടത്തും. ചെല്ലനു കിട്ടാൻ പോണില്ല.

പുത്തി വാധ്യാരുണ്ടല്ലോ സഹായത്തിനായി. അയാളുടെ അനിയനെ ഇപ്പോൾത്തന്നെ അമ്പലപ്പുഴെ നിന്നു വിളിക്കാം.

തന്ത്രിയും ശാന്തിക്കാരനുമായി.

ബിക്കു അന്നേരം തന്നെ അമ്പലപ്പുഴയ്ക്ക് യാത്രയായി.

എട്ട്

നണ്ണനെ റന്തേപി കമ്മത്തി അടിച്ചത്രേ! അമ്പലനടയിൽ വെച്ചാണു സംഭവം. എന്താണു കാര്യമെന്നറിയില്ല. അതുമല്ല, ആശ്ചര്യവും തോന്നി. കമ്മത്തി അടിക്കുക. അതും നണ്ണനെ. അതു സംഭവിക്കുമോ?

അതാണ് അറിഞ്ഞവർക്കൊക്കെ അത്ഭുതം. അത്രയ്ക്ക് അടുപ്പമായിരുന്നല്ലോ, നണ്ണനും കമ്മത്തിയും. ജന്നമല്ലന്റെ മഠത്തിനെ മൂഞ്ചി കഴിഞ്ഞതിൽ പിന്നെ നണ്ണൻ റന്തേപി കമ്മത്തിയുടെ കൂടെ ആണെന്ന് പറഞ്ഞു കേട്ടിരുന്നു. അവർ ഒന്നിച്ചു പലയിടത്തും ദേഹണ്ഡത്തിനു പോയതായിട്ടും കേട്ടിരുന്നു.

ആലപ്പുഴ ദേവസ്ഥാനത്തിലെ ദേഹണ്ഡക്കാരനാണ് കമ്മത്തി. പുറത്തെ ദേഹണ്ഡവും കമ്മത്തി ചെയ്യാറുണ്ട്. അതിലൊക്കെ നണ്ണനും ചേരാറുമുണ്ട്. പക്ഷേ, എന്നിട്ടിന്ന് അവർ തമ്മിൽ എന്താണൊരു ശണ്ഠ. കൃഷ്ണപുത്രൻ ദേവസ്ഥാനത്തേക്ക് ഓടി. ചെന്നപ്പോൾ ഗോപുരവരാന്തയിൽ ആളുകൾ കൂടി നിൽപ്പുണ്ട്. അടി നടന്നെങ്കിലും ആളുകൾക്ക്

അത്ര ഉൽക്കണ്ഠയൊന്നുമില്ല. ചിലരൊക്കെ എന്തോ പറഞ്ഞു ചിരിക്കു ന്നമുണ്ട്. അമ്പലത്തിൽ ആലപ്പുഴക്കാരൻ ഒരുത്തന്റെ വർഡിക്* ഉണ്ട്. അതിനു വന്നതാണ് ആളുകൾ. അല്ലാതെ പുറക്കാട്ട് ഇത്രയും ആൾക്കാരെവിടെനിന്നു വരാൻ.

പുത്രൻ അമ്പലത്തിലൊന്നും പോയിരുന്നില്ല. വാധ്യാമ്മാർക്കു ക്ഷണിക്കാതെതന്നെ അടിയന്തിരങ്ങൾക്കു പോകാം. പുരോഹിതരല്ലേ, പക്ഷേ, പുത്രൻ പോയില്ല. ആ ചക്കാത്തിടപാടു തനിക്കു വേണ്ട.

എന്നാലും അടി നടന്നെന്നു കേട്ടപ്പോൾ അമ്പലത്തിൽ പോകാതിരിക്കാൻ കഴിഞ്ഞില്ല. തല്ലുകൊണ്ടത് നണ്ണൻ ആണെന്നുകൂടി കേട്ടപ്പോൾ എന്തോ ഒരു സുഖം തോന്നി.

വേണം! അവന് അടി കൂടുതലൊന്നും അല്ല. നേരത്തേ കിട്ടേണ്ടതായിരുന്നു. ലേശം വൈകിപ്പോയി.

ആളുകൾക്കിടയിലൂടെ പുത്രൻ തിക്കി നോക്കി. വരാന്തയിൽ ചാരിക്കിടപ്പാണ് നണ്ണൻ. എന്താണു സംഭവിച്ചതെന്നറിയാൻവേണ്ടി അടുത്തു നിന്നവനോടു ചോദിച്ചു:

"വേയ്. ഇജ്ജെജല്ലെ ആനു." അയാൾ കാര്യമായെടുത്തില്ലെന്നു തോന്നി.

"ഓ, എന്താവാനാ! ഇവനൊക്കെ വേണമെന്ന് ദരിദ്രവാസികള്."

വേറൊരുത്തനാണ് അതു പറഞ്ഞത്. നടന്നതിൽ അൽപ്പം പൂർവവൈരാഗ്യം ഉണ്ടോ അയാൾക്ക് എന്നു തോന്നി.

പുത്രൻ പിന്നെ ഒന്നും ചോദിച്ചില്ല. നണ്ണനെ നോക്കി. ആളിനെ കണ്ടാലറിയാം. ശരിക്കും കൊണ്ടിട്ടുണ്ടെന്ന് വീർത്തിരിക്കുന്ന മുഖം. ശരീരത്തിൽ അവിടവിടെ പോറിയ പാടുകൾ. തോർത്തുമുണ്ട് മുഷിഞ്ഞു തറയിൽ കിടപ്പുണ്ട്. പൂണൂല് പൊട്ടി അടുത്തും. ദയനീയമായ അവസ്ഥ.

എന്നാലും പുത്രനു പകയാണു തോന്നിയത്. നേരത്തെ വേണമായിരുന്നു. നണ്ണാ നിനക്ക്, ലേശം താമസിച്ചുപോയി. പക്ഷേ സാരമില്ല. താമസിച്ചാണെങ്കിലും കിട്ടേണ്ടതു കിട്ടിയല്ലോ. ഗൊപ്പാളപ്പപ്പനെ ഇതൊന്നറിയിക്കണം. അപ്പപ്പന് എന്തു തോന്നും? സന്തോഷം തോന്നുമോ? പക്ഷേ, വെറുതെ എന്തറിയിക്കാൻ? എന്താണു സംഭവിച്ചതെന്നറിയേണ്ടേ?

പക്ഷേ, ആരോടു ചോദിക്കാൻ?

"ഇവനൊക്കെ വേണമെന്ന്. നേരും നെറിയും ഇല്ലെങ്കിൽ ഇങ്ങനെയൊക്കെ ഇരിക്കും."

ഒരുത്തൻ ലേശം ഉച്ചത്തിൽ വേറൊരാളിനോടു പറഞ്ഞതു പുത്രൻ കേട്ടു. അതു ശരിയാണെന്നു തോന്നി പുത്രന്.

"എന്താ നടന്നെ?"

---

* വർഡിക് = കല്യാണം.

പുതിയ ഒരുത്തൻ സംഭവം എന്താണെന്നറിയാനായിരിക്കാം, ചോദിക്കുന്നതു കേട്ടു.

"എന്തു നടക്കാൻ! എന്തോ കരാറുണ്ടായിരുന്നുവത്രെ. കമ്മത്തി അതു മുടക്കി, വക്കാണമായി, നണ്ണൻ തല്ലി, കമ്മത്തി തിരിച്ചും. വീണതു നണ്ണനും."

കമ്മത്തിയും നണ്ണനുമായി കരാറോ. എന്താണാവോ?

കല്യാണം കഴിഞ്ഞ് ആളുകൾ ഒഴിഞ്ഞിരിക്കുന്നു. നണ്ണൻ ഗോപുര വരാന്തയിൽത്തന്നെ. അവനു കൂട്ടിനായി ആരുമില്ല. അല്ലെങ്കിൽത്തന്നെ ആരാണവനു കൂട്ടിനിരിക്കുക.

ഏതായാലും ഗൊപ്പാളപ്പപ്പനോടു പറയാം. വലിയ വഴിയിൽ എത്തിയപ്പോൾ ചിറ്റപ്പനുണ്ട് അമ്പലത്തിലേക്കു വരുന്നു. അപ്പപ്പൻ അറിഞ്ഞു വന്നതാണോ? തന്നെ ചതിച്ചവനാണ് നണ്ണൻ എന്നറിഞ്ഞിട്ടും കാണാൻ വന്നതാണോ?

"ചിറ്റപ്പാ അറിഞ്ഞില്ലേ, ദേണ്ടെ നണ്ണനെ തല്ലിച്ചതച്ചിട്ടിരിക്കുന്നു."

അപ്പപ്പൻ കേട്ടെങ്കിലും എന്തോ ആലോചിക്കുകയാണ്. പിന്നെ പറഞ്ഞു.

"ങാ, ഞാനറിഞ്ഞു."

എന്നിട്ട് അമ്പലത്തിലേക്കു തന്നെ നടന്നു. കൃഷ്ണപുത്രൻ പുറകെ നടന്നു.

അമ്പലനടയിൽ എത്തിയപ്പോൾ നണ്ണൻ കിടക്കുന്നത് അപ്പപ്പൻ കണ്ടു. ആരോ നണ്ണന്റെ അടുത്തിരിപ്പുണ്ട്. അപ്പപ്പൻ വരുന്നതു കണ്ടിട്ട് അയാൾ ഒഴിഞ്ഞു. അപ്പപ്പൻ നണ്ണനെ സമീപിച്ചു. കണ്ടുനിന്നവർ അത്ഭുതപ്പെട്ടു. എന്തു ഭാവിച്ചാണീ മനുഷ്യൻ. അതോ, ചതിച്ചവന്റെ കിടപ്പു നോക്കി ചിരിക്കാൻ വന്നതോ?

അപ്പപ്പൻ അരികിൽ വന്നപ്പോൾ നണ്ണൻ നോക്കാനാവാതെ ഭിത്തിയുടെ നേർക്കു തിരിഞ്ഞു കിടന്നു.

നണ്ണനെ തട്ടി വിളിച്ചു അപ്പപ്പൻ:

"അരെ!"

കുലുക്കമില്ല, ഒന്നുകൂടി വിളിച്ചു:

"അരെ നണ്ണാ!"

ഇത്തവണ നണ്ണൻ തിരിഞ്ഞുകിടന്നു. "നീ എന്താ ഇവിടെ കിടക്കുന്നെ? എഴുന്നേൽക്ക്."

നണ്ണൻ കണ്ണുമിഴിച്ചു നോക്കി. പണ്ടത്തെ ആ ചതിയുടെ ഓർമ പോലും ഈ മനുഷ്യനില്ലേ എന്നായിരിക്കും അവൻ അന്നേരം ഓർത്തത്.

"എഴുന്നേക്ക് നണ്ണാ, ങും."

ഗൊപ്പാളാനു വിളിക്കുന്നതു കണ്ട നണ്ണൻ പറഞ്ഞു:

"ഗൊപ്പാളാനു.........."

"അതേടാ, ഗൊപ്പാളാനുതന്നെ, നീ എഴുന്നേൽക്ക്. ഇവിടെ കിടക്കേണ്ട."

ഗൊപ്പാളാനു അവനെ എഴുന്നേൽപ്പിച്ചു. "വേണ്ട ആനു. വേണ്ട ഞാനിവിടെ കിടന്നോളാം."

"അതു ഞാൻ തീരുമാനിക്കാം നീ എഴുന്നേൽക്ക്." സ്നേഹത്തിൽ പൊതിഞ്ഞ ആ നിർബന്ധത്തിന് നണ്ണനു വഴങ്ങേണ്ടിവന്നു.

അപ്പപ്പന്റെ കൂടെ ഒരു കുട്ടിയെപ്പോലെ, നണ്ണൻ നടന്നു.

ഗൊപ്പുറു* വിലുള്ളവർ എന്തൊക്കെയോ പിറുപിറുക്കുന്നത് പുത്രൻ കേട്ടു.

പടിപ്പുര കടന്നപ്പോൾ ചിറ്റമ്മയുണ്ട് മുന്നിൽ. നണ്ണന്റെ രൂപം കണ്ടപ്പോൾ അവരുടെ മുഖം ഇരുണ്ടു. ഇരുളാതിരിക്കുന്നതെങ്ങനെ? എത്ര തവണയാണ് താനിവനെ ചോറൂട്ടിയത്. ഇവന്റെ എച്ചില് താൻ എത്ര തവണ വാരിയിരിക്കുന്നു. എന്നിട്ടിവൻ ചെയ്തതെന്താണ്. പടിപ്പുരയ്ക്കകത്ത് കേറ്റാൻ കൊള്ളരുതാത്ത ഇനം. എന്നിട്ട് ആ നണ്ണനെ വീണ്ടും എഴുന്നള്ളിച്ചു കൊണ്ടുവന്നിരിക്കുന്നു.

അപ്പപ്പൻ അതൊക്കെ അറിഞ്ഞ് എന്തെങ്കിലും ചോദിക്കുമെന്നും അറിയാം.

"ഇവനെ എന്തിനെ ഇവിടെത്തന്നെ കൂട്ടിക്കൊണ്ടുവന്നത്?"

അതറിഞ്ഞുതന്നെ നിസ്സാരമട്ടിൽ അപ്പപ്പൻ പറഞ്ഞു:

"ങാ, അതൊക്കെ പറയാം."

നണ്ണനെ പിടിച്ചു വരാന്തയിലിരുത്തി അപ്പപ്പൻ.

"ആ കമ്മത്തി എവനെ തല്ലി. ആ ഗൊപ്പുറുവിൽ കിടക്കയായിരുന്നു. ഞാനിങ്ങു വിളിച്ചോണ്ടു പോന്നു."

ആകെ അവശനായ നണ്ണനെ ചിറ്റമ്മ ഒന്നിരുത്തി നോക്കി:

"ങും, നന്നായിരിക്കുന്നു. നിങ്ങള് തന്നെ ഇതു ചെയ്യണം. ഇട്ട കൈക്ക് കടിക്കുന്നവനോട്."

അപ്പപ്പൻ ചിറ്റമ്മയെ രൂക്ഷമായി നോക്കി, അതിൽ മിണ്ടാതിരിക്കാനുള്ള താക്കീതുണ്ടായിരുന്നു.

അവരങ്ങ് അകത്തേക്കുപോയി. ഇതൊക്കെ കണ്ട നണ്ണന് പോയാൽ മതിയെന്നായി.

"ഞാൻ പോട്ടെ ഗൊപ്പാളാനു."

"നീ അടങ്ങിയിരിയെടാ അവിടെ." ഗൊപ്പാളാനു അവനെ ശാസിച്ചു.

"വേണ്ട. ഞാൻ പോട്ടെ ആനു. ആനുനോട് ഞാനതു ചെയ്യരുതായിരുന്നു. പക്ഷേ.... ഞാൻ മനസറിഞ്ഞ് ചെയ്തതൊന്നുമല്ല അതൊക്കെ."

"ങെ." അപ്പപ്പൻ ശ്രദ്ധിച്ചു.

---

* ഗൊപ്പുറു = ഗോപുരം

"നീ മനസറിഞ്ഞു ചെയ്തതല്ലെന്നോ?"

"അതെ, ആനു എന്നെക്കൊണ്ട് ചെയ്യിച്ചതാണ്. എന്റെ അത്യാർത്തി. പണം കിട്ടാനുള്ള മോഹം. അതാണ് ഞാൻ ആനുവിനെ ചതിച്ചത്"

എനിക്കെന്തെല്ലാം കിട്ടുമെന്ന് ഞാൻ വിചാരിച്ചു. പക്ഷേ, കാര്യം കഴിഞ്ഞപ്പോൾ അവരെന്നെ ഗൗനിച്ചതേയില്ല, പിന്നെ ഞാൻ എത്ര പ്രാവശ്യം വിചാരിച്ചെന്നോ.... ആനുവിനോട് എന്റെ തെറ്റ് ഏറ്റു പറയണമെന്ന്. പക്ഷേ, ഞാൻ ആനുവിന്റെ മുഖത്തേക്ക് എങ്ങനെ നോക്കും?"

അപ്പപ്പനും പുത്രനും നണ്ണന്റെ വാക്കുകൾ കേട്ട് മിഴിച്ചിരുന്നു. എന്താണിവൻ പറയുന്നത്? ഇവനെ ആരോ ചതിച്ചെന്നോ! ആര്?

"എന്തേ ഒണ്ടായേ? നീ തെളിച്ചു പറ."

"പറയാം, എന്നാലേ എനിക്ക് സമാധാനമാവൂ."

നണ്ണൻ ലേശം മൗനിയായി. പിന്നെ അയാൾ പറഞ്ഞു തുടങ്ങി:

"മൂഞ്ചിയുടെ വീട്ടിൽനിന്നും ഒരുദിവസം ഞാൻ എവിടെയോ പോയത് ആനു ഓർക്കുന്നുണ്ടോ?"

എന്തോ ഓർത്തെന്നപ്പോലെ അപ്പപ്പൻ പറഞ്ഞു:

" ഓ, ഓ! നീ പോയത് ഞാനോർക്കുന്നു. എവിടെയാണെന്ന് ഞാനറിഞ്ഞില്ല.........."

"ഒരിടത്തുമല്ല. വെങ്കിപ്പൈ വിളിച്ചതാണെന്നേ."

"വെങ്കിപ്പൈയോ, എന്തിന്?"

നണ്ണൻ ആ സംഭവം വിവരിച്ചു:

ആലപ്പുഴയിലെ ഒരു ഒർത്തകനാണ് വെങ്കിപ്പൈ. വലിയ തറവാടിയൊന്നുമല്ല. ഈയിടെ പെട്ടെന്ന് കുബേരനായ വെങ്കിപ്പൈക്ക് ആലപ്പുഴയിൽ അത്ര പേരൊന്നുമുണ്ടായിരുന്നില്ല. പക്ഷേ, അതിനുള്ള തയാറെടുപ്പിലായിരുന്നു അയാൾ. പക്ഷേ, അത്രയധികം നേടാനൊന്നും അയാൾക്ക് സാധിച്ചില്ല എന്നു മാത്രം.

അത്രയ്ക്കായിരുന്നു ജന്നമല്ലന്റെ പ്രഭാവലയം. ആലപ്പുഴയിലെ കൊടികെട്ടിയ ഒർത്തകൻ. എവിടെ തിരിഞ്ഞാലും ചുറ്റിനും ഒരുപറ്റം സിൽബന്ധികൾ അയാളുടെ ആജ്ഞയ്ക്കുവേണ്ടി ഓച്ഛാനിച്ചു നിൽക്കും. ജന്നമല്ലന്റെ ഒരു വാക്ക് മതി. ആലപ്പുഴ കൊങ്കിണികൾക്കിടയിൽ അതിനുള്ള വില വളരെ വലുതായിരുന്നു. അതിന്റിടയ്ക്കാണ് മല്ലനെ ദേവസ്ഥാനത്തിന്റെ അധികാരസ്ഥാനവും ജനങ്ങൾ ഏൽപ്പിച്ചു കൊടുത്തത്.

അസൂയപ്പെടാൻ വെങ്കിക്ക് വേറെ എന്തുവേണം? പ്രസിഡന്റ് സ്ഥാനത്തേക്ക് തോറ്റവനാണ് വെങ്കി. അതിനുവേണ്ടി എത്ര പണം മുടക്കി. വോട്ടെടുപ്പിന്റന്ന് നാട്ടുകാർക്കെല്ലാം തന്റെ വീട്ടിൽ കാപ്പി സൽക്കാരം. ദൂരെയുള്ളവർക്കും എത്താത്തവർക്കും പലഹാരപ്പൊതികൾ കൊടുത്തയച്ചു.

എന്നിട്ടെന്താ?

മല്ലൻ തന്നെ ജയിച്ചു. നെറികെട്ട നാട്ടുകാരെ വെങ്കി തെറി വിളിച്ചു. നന്ദികെട്ട പരിഷകൾ മൂക്കുമുട്ടെ തന്റെ എച്ചിൽ തിന്നിട്ട് മല്ലനെ ജയിപ്പിച്ചിരിക്കുന്നു. തെണ്ടികൾ!

ങും, ആട്ടെ! ഒറ്റ രാത്രികൊണ്ട് നേരം വെളുക്കയില്ല. ഇനിയുമുണ്ട് രാത്രികൾ.

പക്ഷേ, കാര്യമിതൊക്കെയാണെങ്കിലും ജന്നമല്ലനെ നേരെചൊവ്വെ നേരിടാൻ വെങ്കിക്കു ഭയമാണ്. ജന്നമല്ലനാണെങ്കിൽ പണം കണ്ട് കൊതി തീർന്നവൻ. അയാടെ രൂപം കണ്ടാൽത്തന്നെ ആരും ബഹുമാനിക്കും അത്രയ്ക്കാണ് ആകർഷകമായ അയാളുടെ വ്യക്തിത്വം. തനിക്കെതിരായി എന്തു നടന്നാലും ജന്നമല്ലൻ അതിനെ അടിച്ചു തരിശാക്കും. പ്രായമൊന്നും അയാൾക്കു നോട്ടമില്ല. അച്ഛനായാലും ശരി, പറയേണ്ടത് അയാൾ പറയും.

അതുകൊണ്ടുംകൂടിയാണ് വെങ്കിപ്പൈ അറച്ചുനിന്നത്. പക്ഷേ, മനസിൽ ഒന്നയാൾ കരുതി. ഇങ്ങനെ വിട്ടാൽ പറ്റില്ല. ഇവനെ വെറുതെ വളർത്തരുത്.

അയാളുടെ മനസ്സ് നെരിപ്പോടായി. കാർത്തിക് മാസു[1] ആയപ്പോൾ വെങ്കി ലേശം ആശ്വാസം കൊണ്ടു. ആ മാസത്തിൽ ഗൃഹസ്ഥഗൃഹങ്ങളിൽ ബ്രാഹ്മണങ്ങൾ നടത്താറുണ്ട്. സർവവിധ വിഭവങ്ങളോടുകൂടിയ സദ്യ അതിന്റെ പ്രത്യേകതയാണ്. വെങ്കിയുടേതായിരുന്നു ആദ്യം. തകർക്കണം. ഇനി ഒരു വിഭവം കൂടി ജന്നമല്ലന് ഉണ്ടാക്കാൻ ഇടം വരുത്തരുത്. എല്ലാം ഉൾപ്പെടുത്തണം, കെങ്കേമമാക്കണം.

ഭോജനത്തിന് എട്ടുകൂട്ടം പോളികൾ കക്കേമ്പി. ഊണു കഴിഞ്ഞപ്പോൾ ഓരോ പൂവമ്പഴവും.

പലരും വന്ന് ബഹുമാനത്തോടെ നോക്കി. വെങ്കിയാണ് ശരിക്കു ഗൃഹസ്ഥൻ. പോകുന്ന നേരത്ത് വാധ്യാമ്മാരുവരെ അതുപറഞ്ഞപ്പോൾ വെങ്കി ഉയർന്നു. വാധ്യാമ്മാര് സാധാരണ തൃപ്തി കാണിക്കാത്തവരാണെന്നാണല്ലോ വയ്പ്. അവരുവരെ തന്നെ ഉയർത്തിയിരിക്കുന്നു.

പക്ഷേ, ജന്നമല്ലൻ തോൽക്കുമെന്ന് കരുതിയ വെങ്കിയാണ് തോറ്റത്.

അടുത്ത ഊഴം മല്ലന്റേതായിരുന്നു. മല്ലൻ ബ്രാഹ്മണ നടത്തിയത് ദേവസ്ഥാനത്തിൽ വെച്ചായിരുന്നു. ഉത്സവം നടത്തുന്നതുപോലെ. അമ്പലത്തിൽ കൊടിതോരണങ്ങൾ, നാഗസ്വരം.

പൈ സ്തംഭിച്ചു. തനിക്കെന്തേ ഇതൊന്നും നേരത്ത തോന്നാഞ്ഞത്? അയാൾ തലയ്ക്കടിച്ചു.

വലിയ പേരുകേട്ട പാചകക്കാരെ വിളിച്ച് അയാൾ നെയ്യിൽ ചുട്ടെടുത്ത പയ്ന്താറെ റൊന്റി[2] പ്രത്യേക വിഭവമായി വിളമ്പി. പോരുമ്പോൾ വാധ്യാമ്മാർക്കെല്ലാം ഓരോ പച്ചനോട്ട് ദക്ഷിണയായിട്ടും.

---

1. കാർത്തിക് മാസു = കാർത്തികമാസം.
2. പയ്ന്താറെ റൊന്റി = പഞ്ചസാരപ്പാവിൽ മുക്കിയ ഒരു പലഹാരം.

വെന്തുപോയി വെങ്കി ഹൊ! ഇത്രയും പ്രതീക്ഷിച്ചില്ല. വീമ്പിളിച്ച അയാടെ നാവ് ഇറങ്ങിപ്പോയി.

വെട്ടുവഴിയിൽക്കൂടി പോകുമ്പോൾ ആളുകൾ അന്നും പറഞ്ഞു:

"ജന്നമാമുവാണ് ശരിക്ക് ഗൃഹസ്ഥൻ."

"എരപ്പകൾ." വെങ്കി മുരണ്ടു.

ഇത്രയും വിചാരിച്ചില്ല. അടികൊണ്ട പട്ടിയെപ്പോലെ അയാടെ മനസ്സ് ഓടി.

വെങ്കിയെപ്പറ്റി നണ്ണൻ കേട്ടിട്ടുണ്ടെന്നല്ലാതെ ആളിനെ കണ്ടിരുന്നില്ല. വെങ്കി വിളിച്ചെന്നു പറഞ്ഞപ്പോൾ ലേശം പരിഭ്രമിച്ചുപോയി അവന്.

തന്നെ വിളിക്കുമോ? എന്തിന്? വെങ്കി ആര്!

താനാര്!

തന്നെ വിളിച്ചത് ആരും കണ്ടില്ലെന്നു നണ്ണൻ തീർച്ചവരുത്തി. മല്ലന്റെ വീടാണ്. വെങ്കിയാണെങ്കിലോ, മല്ലന്റെ ശത്രുവും മല്ലൻ അറിഞ്ഞാൽ........

പക്ഷേ, പോവാണ്ടിരിക്കാനൊക്കുമോ, പോയി. പതുങ്ങിപ്പതുങ്ങി. ഗൊപ്പാളുവിനോടുപോലും പറഞ്ഞില്ല. ഓ, എന്തു പറയാൻ വെങ്കി? തന്നെ വിളിക്കുന്നു. അതിന് ആനുവിനോട് എന്തു പറയാൻ? ആനുവിന് ഇനി എന്തെങ്കിലും തോന്നിയാലോ.

വെങ്കിയുടെ വീട്ടിൽ എത്തിയപ്പോൾ റന്തേപി കമ്മത്തിയുമുണ്ടു കൂട്ടത്തിൽ. അതൊരു വല്ലാത്ത കാഴ്ചയായിരുന്നു നണ്ണന്.

വെങ്കി നണ്ണനെ കണ്ട ഉടനെ ഹൃദ്യമായി ചിരിച്ചു. അടുത്തു വന്നു. നണ്ണൻ പക്ഷേ, ഭവ്യതയോടെ ഒഴിഞ്ഞുമാറി നിന്നു.

"ഇത്തെ നണ്ണാ കെശ്ശി സുഖവെ?"

തന്റെ സുഖാന്വേഷണത്തിൽ, നണ്ണന്റെ മനസിൽ തേൻ കിനിയുന്നതുപോലെ തോന്നി.

"ഓ, അങ്ങനെ കഴിയുന്നു."

നണ്ണൻ വിനീതനായി പറഞ്ഞു.

"ഛെ, ഛെ! അങ്ങനെയങ്ങു കഴിഞ്ഞാലോ." പിന്നെ താനെങ്ങനെ കഴിയണമെന്നാണ്? നണ്ണൻ വെങ്കിയെ നോക്കി തല ചൊറിഞ്ഞു.

"സ്വന്തമായി എന്തെങ്കിലും വേണ്ടേ." നണ്ണൻ പെട്ടെന്ന് തലചൊറിച്ചിൽ നിർത്തി.

ങെ! സ്വന്തമായിട്ടോ. തനിക്കോ. തനിക്കെന്തു സ്വന്തം. അതുമല്ല, സ്വന്തമായിട്ടെന്തെങ്കിലും വേണോ എന്ന് വെങ്കി ചോദിക്കാൻ കാരണം?

അവൻ മിണ്ടാതെ നിന്നു.

"എന്താ മിണ്ടാട്ടമില്ലാതെ നിൽക്കുന്നേ! കേട്ടില്ലേ?" സ്നേഹത്തോടെ വെങ്കി ചോദിച്ചു.

"കേട്ടു."

"മിടുക്കൻ. നീ വളർന്നിരിക്കുന്നു. പക്ഷേ, ഇങ്ങനെയൊന്നുമായാൽ പോരാ."

പിന്നെ എങ്ങനെയാണാവോ? നണ്ണൻ മനസിൽ ചോദിച്ചു.

"നീ ഇങ്ങനെ എപ്പോഴും ആ ഗൊപ്പാളുവിന്റെ മൂടുംതാങ്ങി നടന്നാൽ മതിയോ?"

എന്തു പറയാൻ.

"ങ്ങെ, എന്താ മിണ്ടാത്തെ. നെനക്കും സ്വന്തം കാലിൽ നിക്കണമെന്നില്ലേ?"

ഒരുകൊച്ചുകുട്ടിയെന്നവണ്ണം പൈ ചോദിച്ചു. നണ്ണനും തോന്നി, ശരിയല്ലേ. എത്ര നാളാണ് ഗൊപ്പാളുനുവിന്റെ കൂടെ നിൽക്കുക. അയാള് പറയുന്നതു കേട്ടുകഴിയണം.

കാശൊക്കെ വീതിച്ചുതരുന്നുമുണ്ട്. താനാണ് ആനുവിന്റെ സ്ഥാനത്തായിരുന്നെങ്കിൽപ്പോലും അങ്ങനെ ചെയ്യില്ല. പക്ഷേ, ആനു അങ്ങനെ ചെയ്യുന്നെന്നു വിചാരിച്ച് താൻ എന്നും സിൽബന്ധിയായിത്തന്നെ കഴിഞ്ഞാൽ മതിയോ?

സ്വന്തമായി ദേഹണ്ഡം നടത്താൻ തനിക്കറിഞ്ഞുകൂടാഞ്ഞിട്ടാണോ. അതൊക്കെ തനിക്കു നന്നേ പരിചയമായിരിക്കുന്നു. തന്നെയും ആൾക്കാർ വിളിക്കും. തനിക്കും ധാരാളം പൈസ കിട്ടും. പക്ഷേ, താൻ സമമായിട്ടൊന്നും സിൽബന്ധികൾക്ക് വീതിച്ചുകൊടുക്കില്ല, എന്നൊക്കെ നണ്ണൻ എത്ര പ്രാവശ്യം മനസിൽ സ്വപ്നം കണ്ടതാണെന്നോ. പക്ഷേ, അന്നൊന്നും ആനുവിനെ വിടാൻ തോന്നിയില്ല അവന്.

തന്നെ ഇത്രയും നാൾ വളർത്തിയത് ഈ ആനുവാണ്. ആ ആനുവിനെ താൻ എങ്ങനെ തള്ളിപ്പറയും?

ശരിതന്നെ! പക്ഷേ, ആനുതന്നെ ഇപ്പോളും വെറും സിൽബന്ധിയായിട്ടാണ് കരുതുന്നത്. അത് തനിക്കൊട്ടും പിടിക്കുന്നില്ല. അതു താൻ എത്രനാൾ സഹിക്കണം.

പണത്തിന്റെ ആർത്തി അവന്റെ മനസിൽ പടർന്നു തുടങ്ങി. വെങ്കിയുടെ വാക്കുകൾ അതിനു വെള്ളവും വെളിച്ചവുമേകി.

"നെനെക്കിഷ്ടമുണ്ടെങ്കി മതി? ഞങ്ങളൊരു വഴി കണ്ടുപിടിച്ചിട്ടുണ്ട്."

"ങ്ങേ," നണ്ണന്റെ വായിൽനിന്നും അറിയാതെ വീണു. ജിജ്ഞാസയോടെ നോക്കി.

പൈ ചിരിച്ചു.

"ചോയ്!"* മിഴിച്ചുനിന്നു നണ്ണനോടായി പൈ പറഞ്ഞു:

"ഇവിടെ ദേവസ്ഥാനത്തിലെ പാചകം ഈ കമ്മത്തിക്കാണ്. അതു തന്നെ കൂടുതലാണ്. അതിനിടയ്ക്കാണ് പുറത്തെ റന്ത്പണ്."

---

* ചോയ് = നോക്ക്

റന്തേപി ശരിയെന്ന് തലകുലുക്കി, ആലപ്പുഴയിൽ എത്രയോ കൊങ്കണ ബ്രാഹ്മണരുണ്ട് പക്ഷേ, റന്തേപി കമ്മത്തി ഒന്നേയുള്ളൂ. വിളിക്കുന്നിടത്തെല്ലാം പോകാൻ അയാൾക്കു പറ്റുമോ? അതുകൊണ്ട് വലിയ കോളുള്ള റന്ത്പണ് മാത്രം കമ്മത്തി ഏറ്റെടുക്കും. ബാക്കി സിൽബന്ധികളെക്കൊണ്ടു ചെയ്യിക്കും. ചിലതൊക്കെ തഴയുകയും ചെയ്യും. ചിലർ പുറത്തുനിന്നു പാചകക്കാരെ കൊണ്ടുവരും.

അതൊക്കെ നണ്ണനുമറിയാം.

"അതുകൊണ്ട് നീ ഒരു കാര്യം ചെയ്യ്, ഞങ്ങളിവിടെ ഒരാളെ അന്വേഷിക്കുകയാ, അപ്പോഴാണ് നെന്നെ ഓർത്തത്. നീയാണെങ്കി ആ ഗൊപ്പാളുവിന്റെ പുറകെ വെറുതെ നടക്കുന്നു."

"ഞാനെന്തു ചെയ്യണമെന്നാ?" നണ്ണൻ അറിയാതെ ചോദിച്ചുപോയി.

"അങ്ങനെ വാ. നീ ഒന്നും ചെയ്യേണ്ട. നെനക്ക് ആലപ്പുഴയിൽ സ്വന്തമായി റന്ത്പണ് നടത്തി സുഖമായി കഴിയാം. ഈ കമ്മത്തി റന്തേപിക്ക് കിട്ടുന്ന റന്ത്പണ് നീ നടത്തിക്കൊ. എന്താ കമ്മത്തി?"

കമ്മത്തി തലയാട്ടി.

"അതെ, അതൊക്കെ ഞാൻ ശരിയാക്കാം. അമ്പലത്തിലെ ദേഹണ്ഡവും പുറത്ത് ഗൃഹസ്ഥന്മാരുടെ മഠങ്ങളിലെ ദേഹണ്ഡവും ഒന്നിച്ചു നടത്താൻ പ്രയാസമായിരിക്കുന്നു. ഒരുത്തൻകൂടി ഉണ്ടെങ്കിൽ എന്നു പലപ്പോഴും ഓർക്കാറുണ്ട്. വെറുതെ ഒരുത്തനല്ല റന്ത്പണ് അറിയാവുന്നവൻ. മിടുക്കൻ, നെന്നെയാണ് ഞാൻ മനസിൽ കണ്ടത്.

നണ്ണൻ ആ പറച്ചിലിൽ ലേശം ഉയർന്നു. സ്വപ്നം കാണാൻ അവന്റെ മനസ്സ് ആരംഭിച്ചു കഴിഞ്ഞിരിക്കുന്നു.

"നണ്ണാ, നീ തൽക്കാലം ഈ കമ്മത്തിയുടെ കൂടെ കൂടിക്കോ. എന്താ കമ്മത്തി, നാട്ടിലൊക്കെ ഒന്നു പരിചയമാവട്ടെ. എന്താ?"

പൈ ഒരു നിർദേശം വെച്ചു. ആലപ്പുഴയിലെ ദേഹണ്ഡം നടത്തി വലിയവനാകുന്നത്. നണ്ണൻ സ്വപ്നം കണ്ടു. ആദ്യം റന്തേപി കമ്മത്തിയുടെ കൂടെ കഴിയണം. പിന്നെ താനാരാ?

"എന്തു പറയുന്നു!"

പൈയും കമ്മത്തിയും ഒന്നിച്ചു നണ്ണനോടു ചോദിച്ചപ്പോൾ നണ്ണൻ ശരിക്കും ത്രിശങ്കു സ്വർഗത്തിലായി. എന്തുപറയണം? സമ്മതിക്കണോ, വേണ്ടയോ. പിന്നെ ഒന്നും ആലോചിച്ചില്ല:

"എനിക്കു സമ്മതം." അവൻ വലിയവായിലെ പറഞ്ഞു.

"എന്നാ നെന്റെ സൗകര്യം പോലെ കൂടിക്കോ."

"ഓ." നണ്ണനു പിന്നെ അവിടെ നിൽക്കാൻ തോന്നിയില്ല. പുറത്തു പോയി കുറെ ശുദ്ധവായു ശ്വസിക്കണം. ഇവിടിരുന്നാൽ സന്തോഷം കൊണ്ട് ശ്വാസം മുട്ടും എന്നുതോന്നി അവന്."

" പിന്നെ ഒരു കാര്യം നീ ചെയ്യേണ്ടിവരും." പൈ ശബ്ദം കുറച്ചു പറഞ്ഞു.

നണ്ണൻ പൈയെ നോക്കി. എന്താണ് ഒരുകാര്യം? എന്തിനൊന്നാക്കുന്നു? പത്തായിക്കോട്ടെ. ഈ നണ്ണൻ ചെയ്യും.

പൈയും റന്തേപിയും കൂടി നണ്ണനോട് ആ കാര്യം പറഞ്ഞപ്പോൾ അവന്റെ മനസ്സ് ഇരുളുകയായിരുന്നു.

"എന്റീശ്വരാ!" അവൻ മിഴിച്ചുനിന്നു.

"അതു ചതിയല്ലേ പൈമാമൂ? എനിക്കു വയ്യ."

"എന്നാ ചതിയാന്നു പറഞ്ഞിവിടിരുന്നോ, അയാടെ മൂടും താങ്ങി."

"....................".

"നെനക്ക് ആലപ്പുഴയിലെ ദേഹണ്ഡം വേണോ? ആലോചിക്ക്."

"ഈ പറഞ്ഞ കാര്യം ചെയ്യാനാണോ എനിക്കു ദേഹണ്ഡം തരുന്നത്?"

"അല്ല പൊന്നേ, നെന്നോടുള്ള സ്നേഹം കൊണ്ട്. ഇവനാരെടാ?"

പൈ ഇളിച്ചു കാട്ടി.

"വെറുതെ അങ്ങു വലിയ റന്തേപി ആകാമെന്നു വിചാരിച്ചു. അല്ല്യോ?"

ചിരിച്ചുകൊണ്ട് റന്തേപി കമ്മത്തിയും കൊളുത്തി: "നീ നന്നാവാനൊരു അവസരം തന്നെന്നു മാത്രം. നീ ഒന്നും അറിയേണ്ട. കാര്യം നടത്തീട്ട് നീ ഇങ്ങ് പോര്, ബാക്കി ഞങ്ങളേറ്റു."

എന്നിട്ടും നണ്ണൻ മിണ്ടാട്ടമില്ലാതെ നിൽക്കുന്നത് കണ്ടിട്ട് പൈ ഒന്നു കൂടി അടുത്തുകൂടി:

"നോക്കൂ. ആലപ്പുഴയിലെ ദേഹണ്ഡമാ. പുറക്കാട്ടെ അല്ല. അതോർത്തോ."

നണ്ണന്റെ മനസിൽ പലതും കെട്ടിമറിഞ്ഞുകൊണ്ടിരുന്നു.

ഗൊപ്പാളുവിനെ ചതിക്കണമെന്നോ!

പക്ഷേ, താൻ! തനിക്കെങ്ങനെ അത് സാധിക്കും. എത്രനല്ല മനുഷ്യനാണ് ആനു. ഒന്നിനും വകയില്ലാതെ നടന്ന തന്നെ ഇവിടം വരെ എത്തിച്ചത് ആനുവാണ്. ആ മനുഷ്യനെ പുറകിൽ നിന്നും കുത്തുക. അത് നന്ദികേടല്ലേ.

മെല്ലെ മെല്ലെ അവൻ ഗൊപ്പാളാനുവിന്റെ കറുത്ത മറുകുകൾ അന്വേഷിക്കാൻ തുടങ്ങി.

കാര്യമൊക്കെ ശരിതന്നെ. ഗൊപ്പാളാനു നല്ല മനുഷ്യൻതന്നെ. പക്ഷേ, എന്നു കരുതി തനിക്കെന്താണൊരു ഗുണം. സ്വന്തമായി തനിക്കെന്തുണ്ട്? വല്ലതും ആവുന്ന മട്ടുണ്ടോ! അതുമില്ല. താൻ ശ്രമിച്ചിട്ടുമില്ല. ഗൊപ്പാളാനു സമ്മതിച്ചിട്ടുമില്ല. എന്നും ഗൊപ്പാളാനുവിന്റെ കീഴിൽ കഴിയണമെന്നാണോ? ആനുവിന്റെ മനസിൽ അതാണെന്നു തോന്നുന്നു. അതല്ലേ ഇന്നേവരെ തന്നെ സ്വതന്ത്രനാക്കാത്തത്.

താൻ അധ്വാനിക്കുക. എന്നിട്ട് പേരു മുഴുവനും റന്തേപി ഗൊപ്പാളുവിന്.

അതിനി പറ്റില്ല. തനിക്കൊരു നിലനിൽപ്പുവേണം. റന്തേപി നണ്ണൻ എന്ന പേര് തനിക്കെന്താ ചേരില്ലേ. ചേരും! ചേർക്കും! അതിന് ആനുവിൽനിന്നും താൻ സ്വതന്ത്രനാവണം. അതിന് പറ്റിയ സന്ദർഭം ഇതാണ്.

ഈ മനുഷ്യനാണ് അതിനൊരു അവസരം തരുന്നത്. ഗൊപ്പാളാനു!

ഇനി ഞാനില്ല! സിൽബന്ധിയായി കഴിയാൻ ഈ നണ്ണനില്ല.

വിളിച്ചു പറയണമെന്നു തോന്നി അവന്. നണ്ണനെ സാകൂതം നോക്കി നിന്ന റന്തേപിക്കും പൈക്കും തോന്നി. ഇവൻ വലയിൽ വീണിരിക്കുന്നു.

"പറഞ്ഞത് തീർച്ചയാണല്ലോ?" നണ്ണൻ ഗൗരവത്തിൽ ചോദിച്ചു. അവന്റെ ആ വരുത്തിവെച്ച ഗൗരവത്തിൽ ചിരിക്കാനാണ് പൈക്ക് തോന്നിയത്.

"പിന്നെ! വെങ്കി പറഞ്ഞാലുണ്ടല്ലോ, അതു വാക്കാ, അറിയ്യോ. നീയ്യ്."

നണ്ണന്റെ ഉറപ്പിനുവേണ്ടി പൈ പറഞ്ഞു:

"എന്നാ ശരി. ഞാൻ പോണു."

"നിക്ക്."

നണ്ണൻ നിന്നു. നൂറുരൂപയുടെ ഒറ്റനോട്ട് നണ്ണന്റെ കൈയിൽ വീണപ്പോൾ അവന്റ കണ്ണുകൾക്ക് അത് വിശ്വസിക്കാൻ കഴിഞ്ഞില്ല.

അവൻ ഒന്നുകൂടി നോക്കി. നൂറുരൂപയോ. തന്നെയോ! ഹൊ! ജീവിതത്തിൽ ആദ്യമായി കാണുന്ന ആ നോട്ടിൽ അവന്റെ കണ്ണുകൾ കുടുങ്ങി. തിരിച്ച് മല്ലന്റെ മഠത്തിൽ എത്തിയപ്പോൾ ഗൊപ്പാളാനുവും മറ്റും തിരക്കിട്ട് പണിയിലാണ്. നണ്ണനെ ആനു ഒന്നു നോക്കി. പിന്നീട് പണിയിലേർപ്പെട്ടു. എന്തിനോ പുറത്ത് പോയതായിരിക്കും. കൂടുതലന്വേഷിക്കാനൊന്നും ആനു പോയില്ല.

ആനുവിന്റെ മൗനം നണ്ണനെ സംശയത്തിലാക്കി. താനെവിടെയാണ് പോയതെന്ന് ആനു അറിഞ്ഞോ, ആവോ!

ഞാനെല്ലാം അറിഞ്ഞെടാ, നണ്ണാ എന്ന് ആ കണ്ണുകൾ പറയുന്നുവോ.

നണ്ണന് ആകെ പരിഭ്രമമായി. പിന്നത്തെ ഓരോ നിമിഷവും ശ്വാസം മുട്ടിയാണ് അവൻ കഴിഞ്ഞത്.

ഉപനയനത്തിന്റെ ദേഹണ്ഡം കഴിഞ്ഞ് ഗൊപ്പാളാനു ദക്ഷിണ വാങ്ങാൻ പോയ സമയം, സിൽബന്ധികൾ മൂഞ്ചിക്ക് വന്ന ആളുകളെ നോക്കി രസിക്കാൻ പോയ സമയം, നണ്ണൻ ശരിക്കും അവന്റേതാക്കി തീർത്തു. മൂലയിലിരുന്ന ഉപ്പുകൊട്ട നണ്ണൻ കൈയിലെടുത്തു.

പറഞ്ഞു കഴിഞ്ഞപ്പോൾ നണ്ണൻ പൊട്ടിക്കരഞ്ഞു:

"അങ്ങനെയാണ് ആനു ഞാൻ ആനുവിനെ ചതിച്ചത്. കാശ് കണ്ടപ്പോൾ ഞാൻ എല്ലാം മറന്നു. ആനുവിന്റെ സ്നേഹം പോലും മറന്നു."

അവൻ ചാരിയിരുന്നു.

ഗൊപ്പാളപ്പപ്പൻ നണ്ണനെ സമാധാനപ്പെടുത്തി: "ഛെ, ഛെ! പോട്ടെ. കരയാതെ. വന്നതൊക്കെ വന്നു. തലവരയാണെന്ന് വിചാരിച്ചാ മതി."

"തലവര! എന്റെ ആർത്തിയാണ് ചേട്ടാ, പണത്തിനോടുള്ള ആർത്തി. എന്നിട്ട് അതെനിക്ക് കിട്ടിയോ. അതുമില്ല. ആ പട്ടികളെന്നെ ചതിക്കയായിരുന്നു ആനു."

"ങേ. അതെന്താ അങ്ങനെ?"

"ജന്നമല്ലന്റെ മഠത്തിലെ മൂഞ്ചി അലങ്കോലപ്പെടുമ്പോൾ ഞാൻ വെങ്കിയുടെ മഠത്തിലായിരുന്നു. എനിക്കാകെ ഭയമായിരുന്നു. മല്ലനാണ് ആള്. അയാടെ വീട്ടിലെ സദ്യ തകർക്കുക. ഞാനാണ് അതിന്റെ പിന്നിലെന്ന് അറിഞ്ഞാൽപ്പിന്നെ അയാൾ എന്നെ വെച്ചേക്കുമോ? വെങ്കി എന്നെ സമാധാനപ്പെടുത്തി. തൽക്കാലം ആരും അറിയാതെ അവിടെ കൂടി.

സദ്യ അലങ്കോലപ്പെട്ടതിൽ മല്ലന് ദേഹണ്ഡക്കാരെ അടിച്ചുകൊല്ലാനുള്ള ദേഷ്യമാണ് തോന്നിയത്. എങ്കിലും സ്വന്തം അഭിമാനമോർത്ത് മിണ്ടാതിരിക്കയാണ് ചെയ്തത്. പൊലീസിനോടു പറഞ്ഞാൽ അവർ തന്റെ മഠത്തിൽ കയറി വരിക, നാട്ടുകാര് അതു കാണുക. ഛെ, ഛെ! മോശം. അയാൾ പിന്നെ അതിനെക്കുറിച്ചാലോചിച്ചതേയില്ല.

ഞാൻ പിന്നെ മെല്ലെ പുറത്തിറങ്ങി നടക്കാൻ തുടങ്ങി. റന്തേപി കമ്മത്തി എന്നെയും കൂട്ടി ചിലയിടങ്ങളിലൊക്കെ പോയിത്തുടങ്ങി.

അങ്ങനെ എത്ര മാസങ്ങൾ.

പക്ഷേ, എന്നെ ഒരിക്കലും അയാൾ ദേഹണ്ഡം ഒറ്റയ്ക്ക് ഏൽപ്പിച്ചിരുന്നില്ല; എന്നാൽ ദേവസ്ഥാനത്തിലെ ദേഹണ്ഡമെങ്കിലും. അതുമില്ല. അത് അയാടെ സിൽബന്ധികളെ ആരെയെങ്കിലും ഏൽപ്പിക്കും. ഞാൻ ഒരിക്കൽ അതിനെക്കുറിച്ച് ചോദിച്ചു. അപ്പോൾ അയാൾ പറഞ്ഞതെന്താണെന്നോ?

"നെനക്ക് ദേഹണ്ഡം തരാമെന്നു പറഞ്ഞെന്നോ? എപ്പോൾ! എപ്പോഴാടാ, ണെ."

ഞാൻ ഞെട്ടിപ്പോയി. ഈ മാറ്റം! "എടാ! നെന്നെയൊക്കെ ദേഹണ്ഡം എൽപ്പിച്ചാലുണ്ടല്ലോ. നീ എന്റെ വയറ്റത്ത് കുത്തില്ലെന്നാര് ഉറപ്പു തരുമെടാ അതൊന്നും വേണ്ട."

ശരിയാണെന്ന് എനിക്കും തോന്നി. ആനുവിനോട് ഞാൻ ചെയ്തതെന്താണ്? അതൊക്കെ അറിയാവുന്ന കമ്മത്തി എന്നെ എങ്ങനെ വിശ്വസിക്കും. പക്ഷേ, അയാളാണ് എന്നെക്കൊണ്ടത് ചെയ്യിച്ചതെന്ന് ഓർക്കാത്തതാണത്ഭുതം?

ഞാൻ പിന്നെയും എത്രയോ തവണ റന്തേപിയോട് കെഞ്ചി. പൈയോടു കെഞ്ചി. പിന്നെയാണെനിക്ക് മനസിലായത്, അവരുടെ കാര്യം കാണാനാണ് എന്നെ അവർ ദേഹണ്ഡം തരാമെന്ന് പറഞ്ഞു മോഹിപ്പിച്ചത്. അതൊക്കെ പിന്നെ ഞാനറിഞ്ഞു.

ഗൊപ്പാളുനുവും കൃഷ്ണപുത്രനും നണ്ണനെ നോക്കി അത്ഭുതപ്പെട്ടിരുന്നു.

അവർ റന്തേപി കമ്മത്തിയുടെയും വെങ്കിപ്പൈയുടെയും മറ്റൊരു മുഖം കാണുകയായിരുന്നു.

ജന്നമല്ലന്റെ മകന്റെ മൂഞ്ചിക്ക് തന്നെ വിളിക്കുമെന്നു സ്വപ്നം കണ്ടു നടന്നയാളാണ് റന്തേപി കമ്മത്തി. മല്ലന്റെ നല്ല അഭിപ്രായം കിട്ടുക, എത്രവലിയ കാര്യമെന്നൊ. അതിനുവേണ്ടി. മല്ലന്റെ മുന്നിൽ എത്ര തവണ മുഖം കാണിച്ചതാണ്. ദേഹണ്ഡം ഏൽപ്പിക്കുന്നതിനെക്കുറിച്ചാലോചിക്കുന്നത് എപ്പോഴാണെന്നാർക്കറിയാം. അപ്പോൾ താൻ മുന്നിൽ ത്തന്നെ ഉണ്ടെങ്കിൽ.

പക്ഷേ, എന്നിട്ടും ജന്നമല്ലൻ ദേഹണ്ഡം ഏൽപ്പിച്ചത് പുറക്കാട്ടുകാരൻ ഗൊപ്പാളുവിനെ. എങ്ങനെ സഹിക്കും. താനിവിടെ ഉള്ളപ്പോൾ പുറക്കാട്ടുനിന്ന് ഒരു റന്തേപിയെ വിളിക്കുക. താൻ പിന്നെ ആരാ കൊശവനാണോ. തന്റെ പണി എന്താണ്? മുടി കത്രിക്കുന്നതോ. അല്ല പിന്നെ!

എന്തൊക്കെ കരുതിയതാണ്. ജന്നാനുവിന് തോന്നിയില്ലല്ലോ, നാട്ടിൽ ഒരുത്തൻ ഇരിപ്പുണ്ട്, എങ്ങാണ്ടു കിടന്ന ഗൊപ്പാളുവിനെ വിളിക്കുന്നതിനു പകരം നാട്ടുകാരനെ വിളിക്കാം, അവനെങ്കിലും നന്നാവട്ടെ എന്ന്.

പക്ഷേ, എന്തു ചെയ്യാൻ? അശുവായ താൻ ജന്നമല്ലനോട് എന്തു കാട്ടാൻ.

പക്ഷേ, ഒരാളുണ്ട്. വെങ്കി? അയാളെ കണ്ടാലോ? റന്തേപി കമ്മത്തി മനസിൽ കരുതി. വെങ്കിയും മല്ലനുമായിട്ടുള്ള പോരാട്ടം നടന്നുകൊണ്ടിരിക്കുന്ന സമയം. ജന്നമല്ലനെ തോൽപ്പിക്കണം എന്നു പ്രതിജ്ഞ എടുത്തിരിക്കുന്ന ആളാണ് വെങ്കി. പക്ഷേ, ഒന്നിലും വിജയിച്ചിട്ടില്ല എന്നു മാത്രം.

ഓർത്തപ്പോൾ വെങ്കിയും താനും ഒരേ തട്ടിലാണെന്ന് കമ്മത്തി കണ്ടു. രണ്ടുപേരുടെയും ശത്രു ജന്നമല്ലൻ.

ഏതായാലും അയാളെ ഒന്നു കാണുകതന്നെ. റന്തേപിയെ കണ്ടപ്പോൾ വെങ്കി പെട്ടെന്നുണർന്നു. അയാടെ മനസിൽ നേരിയ ഒരു ആശ കിളിർത്തു. വിഷണ്ണനായി കേറിവന്ന കമ്മത്തിയെ നോക്കി വെങ്കി വലിയഘോഷത്തോടെ ചോദിച്ചു:

"അല്ലാ, റന്തേപിയൊ! നിന്നെ ഇനി കാണില്ലാന്നാ ഞാൻ വിചാരിച്ചെ."

"എന്താണു കാര്യം?" റന്തേപി അത്ഭുതത്തോടെ നോക്കി.

"നീ ജന്നമല്ലന്റെ ദേഹണ്ഡക്കാരായെന്നോ മറ്റോ ആരോ പറയുന്ന കേട്ടല്ലോ?"

എന്നിട്ടൊരു വല്ലാത്ത ചിരിയും.

തന്നെ കളിയാക്കുകയാണെന്ന് റന്തേപിക്കു തോന്നി. ആ ചിരി റന്തേപിക്ക് സഹിച്ചില്ല. നിസ്സാരമട്ടിൽ അയാൾ പറഞ്ഞു:

"ഓ! ആർക്കുവേണം പൈമാമൂ അയാടെ റന്ത്പണ്."

കിട്ടാത്തതിലുള്ള ഈർഷ്യ കൊണ്ടാണത് പറഞ്ഞതെന്നു പൈക്കു മനസിലായി പാവം!

"ഒന്നുപോടാ! നിന്നു വീരവാദം പറയുന്നു. നീയൊക്കെ റന്തേപി യായി എന്തിനാടാ നാണം കെട്ടവനേ നടക്കുന്നേ?"

റന്തേപി മിണ്ടിയില്ല. വെങ്കിയാണ്. മിണ്ടാതിരിക്കുന്നതാണ് ഭംഗി. എന്നാലും പറഞ്ഞു സ്വയമെന്ന വണ്ണം:

ങും, ഈ റന്തേപിയെ ഇനിയും ആവശ്യം കാണും. നമ്മളൊക്കെ ഈ നാട്ടുകാരാണെന്നകാര്യം അയാൾ മറന്നു.

"നെന്നെക്കാണ്ട് എന്തിനു കൊള്ളുമെടാ?"

"ആവശ്യം വരും. അന്നു കാണിക്കാം."

"പിന്നേയ്, നീ കൊറേകാണിക്കും എന്തോന്നു കാണിക്കുമെന്നാ? എന്തെടാ."

പൈ കളിയാക്കി."നെനക്കു ധൈര്യമുണ്ടോ, ഇനിയും സമയം വൈകിയിട്ടില്ല. ജന്നമല്ലനെ നമുക്ക് ശരിക്കൊന്നിരുത്താം."

റന്തേപി മിഴിച്ചു നോക്കി. എന്തേ പറഞ്ഞത്? ഇനിയും സമയമു ണ്ടെന്നോ. ങെ! അയാൾ വിശ്വസിക്കാനാവാതെ പൈയെത്തന്നെ നോക്കി.

"മിഴിക്കേണ്ട. ധൈര്യമുണ്ടോ, പറ."

റന്തേപി ഒന്നും മിണ്ടിയില്ല. പൈ അയാളെ അടുത്തേക്ക് വിളിച്ചു. കാതിൽ എന്തൊക്കെയോ പറഞ്ഞു.

ഒരടി പിന്നോക്കം മാറി റന്തേപി:

"അയ്യോ, അതു വേണോ പൈമാമൂ?"

"കണ്ടോ, അതാ ഞാമ്പറഞ്ഞെ, നെനക്കൊന്നും......... ഉറപ്പില്ലെന്ന്. പോയിനെടാ, ങും."

അയാൾ അകത്തേക്കു നടക്കാനായി ഭാവിച്ചു."എന്നാലും പൈമാമൂ, അതൊക്കെ കടുത്ത കൈയല്ലേ? ഒന്നുമറിയാത്ത ഒരുത്തനെ........"

"നീ ഒന്നും പറയേണ്ട. ഒരുത്തനെ മറിച്ചിടാതെ വേറൊരുത്തന് വാഴാനൊക്കില്ലെടാ, നീ മനസിൽ കരുതിക്കൊ. അല്ലെങ്കിൽ നെന്റെ ഗതി ഇതൊക്കെ തന്നെ ആയിരിക്കും."

നിശ്ശബ്ദത.

പിന്നെ അവരെന്തൊക്കെയോ തീരുമാനിച്ചു. അങ്ങനെയാണ് നണ്ണനെ അവർ കണ്ടതും കാര്യങ്ങളൊക്കെ നടന്നതും.

"എന്നിട്ടു കാര്യം കഴിഞ്ഞപ്പോൾ എന്നെ അവർക്കു വേണ്ട. ഞാൻ ചതിയനാണുപോലും പക്ഷേ അവരാണ് എന്നെ ചതിയനാക്കിയതെന്ന് അവർ മറന്നു."

"അന്നുതന്നെ ഞാൻ തീരുമാനിച്ചതാണ്. റന്തേപിയെ ഒന്നു പഠി പ്പിക്കണമെന്ന്. പൈയോട് എന്തു ചെയ്യാൻ? അയാൾ വലിയവനല്ലേ. പക്ഷേ, റന്തേപിയോടു ഞാൻ മതിയെന്നു തോന്നി."

"ആലപ്പുഴക്കാരന്റെ കല്യാണം പുറക്കാട്ട് ദേവസ്ഥാനത്തിൽ വെച്ചാണ് നടക്കുന്നതെന്നു ഞാനറിഞ്ഞു. എന്നെ റന്തേപി വിളിച്ചതു പോലുമില്ല. എനിക്കു സഹിച്ചില്ല. എന്റെ നാട്ടിൽ വന്നു ദേഹണ്ഡം നടത്തുക. ഞാൻ തെണ്ടി നടക്കുക. സാധ്യമല്ല. പക്ഷേ, എന്തുചെയ്യും? രാത്രി മുഴുവനും ആലോചിച്ചു. അവസാനം അതുതന്നെ തോന്നിച്ചു. റന്തേപി എന്നെ പഠിപ്പിച്ച വിദ്യ തന്നെ അവന്റടുത്തും എടുക്കുക.

അതുതന്നെയാണ് ഞാൻ ചെയ്യാൻ പോയതും. ദേഹണ്ഡപ്പുരയിൽ ആളില്ലാത്ത സമയം നോക്കി കയറി. മൂലയിൽ ഇഷ്ടം പോലെയുണ്ട് ഉപ്പ്. അതു വാരിയെടുത്തിട്ടാൽ മാത്രം മതി. പിന്നെ റന്തേപി കമ്മത്തി തല പൊക്കില്ല.

പക്ഷേ, ഒന്നും ചെയ്യാൻ പറ്റിയില്ല, "ആനു അതിനുമുമ്പ് ആ നശിച്ചവൻ എന്നെ വീഴ്ത്തി."

നണ്ണൻ നിർത്തി.

"അവനെ ഞാൻ കൊല്ലും, തീർച്ച."

വർധിച്ച വീര്യത്തോടെ നണ്ണൻ പറഞ്ഞു. കിട്ടിയ അടികൾ അവൻ ഓർത്തില്ല.

അപ്പപ്പൻ അവനെ സമാധാനിപ്പിച്ചു: "ഇനി നീ പൊല്ലാപ്പിനൊന്നും പോണ്ട നണ്ണാ, അടങ്ങിയിരി, ഇനിയെങ്കിലും മര്യാദയ്ക്കു നിന്നോ, എന്നാ നെനക്ക് കൊള്ളാം."

അവനെ ആശ്വസിപ്പിച്ചു അപ്പപ്പൻ. തെളിഞ്ഞ മുഖത്തോടെ അപ്പപ്പനെ നോക്കുന്നത് കൃഷ്ണപുത്രൻ കണ്ടു. ആ കണ്ണുകൾ നിറയുന്നതും പുത്രൻ കണ്ടു.

ഒമ്പത്

വീട്ടിലെത്തിയപ്പോൾ അകത്ത് അമ്മ ആരോടൊ വർത്തമാനം പറയുന്നുണ്ട്. പരിചിത സ്വരം.

അതു വത്സലയല്ലേ? ങേ! അതെ, വത്സലതന്നെ. അവൾ ഈ സമയത്ത് ഇവിടെ?

അവളെ "പെണ്ണുകാണാൻ"വന്ന ദിവസമല്ലേ ഇന്ന്. എന്നിട്ടും എങ്ങനെ അവൾക്ക് ഇവിടെ വരാൻ തോന്നി.

അതോർത്തപ്പോൾ ദേഷ്യമാണു തോന്നിയത്. തന്റെ സ്വപ്നത്തെ വേറൊരാൾ നോക്കുക. സ്വപ്നത്തിന്റെ മനോഹാരിത ആസ്വദിക്കുക, സ്വന്തമാക്കുക.

എങ്ങനെ തനിക്കതു സഹിക്കാനാവും. പക്ഷേ, താൻ എന്തുചെയ്യും.

എന്നിട്ട് അവൾ അതിന് നിന്നുകൊടുത്തിരിക്കുന്നു. അതാണു സഹിക്കാൻപറ്റാത്തത്. എന്തുകൊണ്ട് അവൾ അതിനു തയാറായി. തനിക്കു പറ്റില്ല എന്നു പറഞ്ഞുകൂടായിരുന്നോ.

അപ്പോൾ അതൊന്നുമല്ല.

സന്തോഷമായിരിക്കും.

ഈ വത്സല തന്നോട് ഒരിക്കൽ പറഞ്ഞതെന്താണെന്നോ.

"ജോലികിട്ടില്ലെന്നു വിചാരിച്ച് ചേട്ടൻ എന്തിനാണു വിഷമിക്കുന്നത്. ഇനിയും നമുക്കു പ്രതീക്ഷിക്കാമല്ലോ."

താൻ അവളെ നോക്കി.

"എന്തേ പറഞ്ഞത്? നമുക്കു പ്രതീക്ഷിക്കാമെന്നോ. എന്നു വച്ചാൽ?" പറഞ്ഞത് അവളും പെട്ടെന്നോർത്തു കാണും. ആ മുഖം ചുവക്കുന്നത് താൻ കണ്ടു.

വേറൊരിക്കൽ ഇതേ വത്സലയോടു താൻ ചോദിച്ചു:

"എന്തേ? എനിക്കു ജോലി കിട്ടിയില്ലെങ്കിൽ വത്സലയ്ക്കു വിഷമമുണ്ടോ?"

"ഇല്ല."

മറുപടി കേട്ട് താൻ ഞെട്ടിപ്പോയി. "ങെ! വിഷമമില്ലെന്നോ."

"എനിക്കു സന്തോഷമാണ്."

ചെറിയ ഒരു പുഞ്ചിരി ആ ചുണ്ടിൽ മിന്നുന്നത് താൻ അവഗണിച്ചു. വെറുപ്പോടെ ചോദിച്ചു:

"ഓഹോ, സന്തോഷമോ .... എന്നിട്ടാണോ......."

"എന്തിനെന്നോ. എനിക്ക് എപ്പോഴും ചേട്ടനെ കണ്ടോണ്ടിരിക്കാമല്ലോ."

ആ വാക്കുകൾ കുളിർമഴപോലെ തോന്നിച്ചു.

"അപ്പോൾ ജോലി കിട്ടിയാലോ."

"അപ്പോൾ ഏറെ സന്തോഷമായിരിക്കും?"

"ങേ, അതെങ്ങനെ?"

അവൾ ലേശം നിന്നു. പിന്നെ ലജ്ജയോടെ മൊഴിഞ്ഞു:

"പിന്നെ, പിന്നെ ചേട്ടനെ എപ്പോഴും കണ്ടോണ്ടിരിക്കാമല്ലോ."

ആ മറുപടിയുടെ അർഥം ഗ്രഹിച്ചപ്പോൾ നിർവൃതിയുടെ അജ്ഞാതമായ മേഖലകളിലേക്ക് ഉയർന്നു പൊങ്ങുന്നതായി തോന്നി തനിക്ക്.

അങ്ങനെയൊക്കെ തന്നെ മോഹിപ്പിച്ച വത്സലയ്ക്ക് എങ്ങനെ അവരുടെ മുന്നിൽ ചെന്നു നിൽക്കാൻ തോന്നി?"

അവൻ ശബ്ദമുണ്ടാക്കാതെ ചായ്പിനകത്തേക്കു കയറി.

പെട്ടെന്ന് അമ്മ പറയുന്നതു കേട്ടു:

"ഓഹോ, അപ്പോൾ അവർ വന്നത് നിന്നെ കാണാനല്ലേ?"

"ഏയ്, വന്നത് അമ്മയുടെ ഏതോ വകയിലുള്ള ഒരമ്മാവനാണെന്നേ."

തുള്ളിച്ചാടണമെന്നു തോന്നി കൃഷ്ണപുത്രന്.

മതി, തനിക്കിത്രയും മതി!

വത്സലയെപ്പറ്റി താൻ എന്തൊക്കെയോ തെറ്റിദ്ധരിച്ചു. മാപ്പ്, മോളേ മാപ്പ്.

പക്ഷേ, പെണ്ണുകാണാൻ വരുന്നെന്നു പറഞ്ഞവര് വന്നില്ലേ?

അനക്കം കേട്ടു തിരിഞ്ഞുനോക്കുമ്പോൾ വാതിൽപ്പടിയിൽ വത്സല.

മുഖം വീർപ്പിച്ച് ഗൗരവത്തിൽ ഇരുന്നു കൃഷ്ണപുത്രൻ. വത്സല അടുത്തുവന്ന് കുനിഞ്ഞുനോക്കി:

"എന്താ ഒരു ഗൗരവം?"

"ഒന്നുമില്ല."

"ഏയ്. എന്തോ ഉണ്ട്."

പിന്നെ ഒന്നും അറിയാത്ത ഭാവത്തിൽ പുത്രൻ പറഞ്ഞു:

"അല്ല. ഇന്നാരോ വത്സലയെ കാണാൻ വരുന്നുണ്ടെന്നറിഞ്ഞു. അവരങ്ങു കൊണ്ടുപോയോ എന്നു സംശയിച്ചു."

"ഓ, അവരോ! ഞ്ഞും കൊണ്ടുപോകും. കൊറെ വെഷമിക്കും."

പുത്രന് ഒരു കുസൃതി തോന്നി:

"അത്രയ്ക്കു വിഷമമാണോ? എന്നാൽ ഞാനൊന്നു നോക്കട്ടെ, കൊണ്ടുപോകാൻ പറ്റുമോന്ന്". പറഞ്ഞതും വത്സലയെ പുത്രൻ പൊക്കിയതും ഒന്നിച്ചായിരുന്നു.

"വിടു. വിടുന്ന്. അമ്മ വരുന്നു."

കൃഷ്ണപുത്രൻ വത്സലയെ താഴെ നിർത്തി.

അവൾ ഒറ്റ ഓട്ടം. വാതിൽപ്പടിയിൽ തിരിഞ്ഞുനിന്ന് ഒരു കൊഞ്ഞനം കാട്ടി ഓടി മറഞ്ഞു.

പുത്രൻ അവാച്യമായ ഒരു അനുഭൂതിയിൽ ലയിച്ചു നിന്നു. കൈ മണത്തുനോക്കി. ആ സുഗന്ധത്തിൽ അലിഞ്ഞു.

കൈകളിൽ സൂക്ഷിച്ചു നോക്കി.

എന്താണ്. വത്സലയുടെ നീണ്ട ഒരു മുടിയിഴ. ഏതോ സ്വപ്നം അടർത്തി എടുക്കുന്നതുപോലെ, അവൻ ആ മുടി വിടർത്തി എടുത്തു.

വിരലിൽ ചുറ്റി.

അഴിച്ചു.

വീണ്ടും ചുറ്റി.

ഭദ്രമായി മനസിന്റെ മടിയിൽ സൂക്ഷിച്ചു.

വീട്ടിലെത്തിയപ്പോൾ അകത്ത് അമ്മ ആരോടൊ വർത്തമാനം പറയുന്നുണ്ട്. പരിചിത സ്വരം.

അതു വത്സലയല്ലേ? ങേ! അതെ, വത്സലതന്നെ. അവൾ ഈ സമയത്ത് ഇവിടെ?

അവളെ "പെണ്ണുകാണാൻ"വന്ന ദിവസമല്ലേ ഇന്ന്. എന്നിട്ടും എങ്ങനെ അവൾക്ക് ഇവിടെ വരാൻ തോന്നി.

അതോർത്തപ്പോൾ ദേഷ്യമാണു തോന്നിയത്. തന്റെ സ്വപ്നത്തെ വേറൊരാൾ നോക്കുക. സ്വപ്നത്തിന്റെ മനോഹാരിത ആസ്വദിക്കുക, സ്വന്തമാക്കുക.

എങ്ങനെ തനിക്കതു സഹിക്കാനാവും. പക്ഷേ, താൻ എന്തുചെയ്യും.

എന്നിട്ട് അവൾ അതിന് നിന്നുകൊടുത്തിരിക്കുന്നു. അതാണു സഹിക്കാൻപറ്റാത്തത്. എന്തുകൊണ്ട് അവൾ അതിനു തയാറായി. തനിക്കു പറ്റില്ല എന്നു പറഞ്ഞുകൂടായിരുന്നോ.

അപ്പോൾ അതൊന്നുമല്ല.

സന്തോഷമായിരിക്കും.

ഈ വത്സല തന്നോട് ഒരിക്കൽ പറഞ്ഞതെന്താണെന്നോ.

"ജോലികിട്ടില്ലെന്നു വിചാരിച്ച് ചേട്ടൻ എന്തിനാണു വിഷമിക്കുന്നത്. ഇനിയും നമുക്കു പ്രതീക്ഷിക്കാമല്ലോ."

താൻ അവളെ നോക്കി.

"എന്തേ പറഞ്ഞത്? നമുക്കു പ്രതീക്ഷിക്കാമെന്നോ. എന്നു വച്ചാൽ?" പറഞ്ഞത് അവളും പെട്ടെന്നോർത്തു കാണും. ആ മുഖം ചുവക്കുന്നത് താൻ കണ്ടു.

വേറൊരിക്കൽ ഇതേ വത്സലയോടു താൻ ചോദിച്ചു:

"എന്തേ? എനിക്കു ജോലി കിട്ടിയില്ലെങ്കിൽ വത്സലയ്ക്കു വിഷമമുണ്ടോ?"

"ഇല്ല."

മറുപടി കേട്ട് താൻ ഞെട്ടിപ്പോയി. "ങെ! വിഷമമില്ലെന്നോ."

"എനിക്കു സന്തോഷമാണ്."

ചെറിയ ഒരു പുഞ്ചിരി ആ ചുണ്ടിൽ മിന്നുന്നത് താൻ അവഗണിച്ചു. വെറുപ്പോടെ ചോദിച്ചു:

"ഓഹോ, സന്തോഷമോ .... എന്നിട്ടാണോ......."

"എന്തിനെന്നോ. എനിക്ക് എപ്പോഴും ചേട്ടനെ കണ്ടോണ്ടിരിക്കാമല്ലോ."

ആ വാക്കുകൾ കുളിർമഴപോലെ തോന്നിച്ചു.

"അപ്പോൾ ജോലി കിട്ടിയാലോ."

"അപ്പോൾ ഏറെ സന്തോഷമായിരിക്കും?"

"ങേ, അതെങ്ങനെ?"

അവൾ ലേശം നിന്നു. പിന്നെ ലജ്ജയോടെ മൊഴിഞ്ഞു:

"പിന്നെ, പിന്നെ ചേട്ടനെ എപ്പോഴും കണ്ടോണ്ടിരിക്കാമല്ലോ."

ആ മറുപടിയുടെ അർഥം ഗ്രഹിച്ചപ്പോൾ നിർവൃതിയുടെ അജ്ഞാതമായ മേഖലകളിലേക്ക് ഉയർന്നു പൊങ്ങുന്നതായി തോന്നി തനിക്ക്.

അങ്ങനെയൊക്കെ തന്നെ മോഹിപ്പിച്ച വത്സലയ്ക്ക് എങ്ങനെ അവരുടെ മുന്നിൽ ചെന്നു നിൽക്കാൻ തോന്നി?"

അവൻ ശബ്ദമുണ്ടാക്കാതെ ചായ്പിനകത്തേക്കു കയറി.

പെട്ടെന്ന് അമ്മ പറയുന്നതു കേട്ടു:

"ഓഹോ, അപ്പോൾ അവർ വന്നത് നിന്നെ കാണാനല്ലേ?"

"ഏയ്, വന്നത് അമ്മയുടെ ഏതോ വകയിലുള്ള ഒരമ്മാവനാണെന്നേ."

തുള്ളിച്ചാടണമെന്നു തോന്നി കൃഷ്ണപുത്രന്.

മതി, തനിക്കിത്രയും മതി!

വത്സലയെപ്പറ്റി താൻ എന്തൊക്കെയോ തെറ്റിദ്ധരിച്ചു. മാപ്പ്, മോളേ മാപ്പ്.

പക്ഷേ, പെണ്ണുകാണാൻ വരുന്നെന്നു പറഞ്ഞവര് വന്നില്ലേ?

അനക്കം കേട്ടു തിരിഞ്ഞുനോക്കുമ്പോൾ വാതിൽപ്പടിയിൽ വത്സല.

മുഖം വീർപ്പിച്ച് ഗൗരവത്തിൽ ഇരുന്നു കൃഷ്ണപുത്രൻ. വത്സല അടുത്തുവന്ന് കുനിഞ്ഞുനോക്കി:

"എന്താ ഒരു ഗൗരവം?"

"ഒന്നുമില്ല."

"ഏയ്. എന്തോ ഒണ്ട്."

പിന്നെ ഒന്നും അറിയാത്ത ഭാവത്തിൽ പുത്രൻ പറഞ്ഞു:

"അല്ല. ഇന്നാരോ വത്സലയെ കാണാൻ വരുന്നുണ്ടെന്നറിഞ്ഞു. അവരങ്ങു കൊണ്ടുപോയോ എന്നു സംശയിച്ചു."

"ഓ, അവരോ! ങും കൊണ്ടുപോകും. കൊറെ വെഷമിക്കും."

പുത്രന് ഒരു കുസൃതി തോന്നി:

"അത്രയ്ക്കു വിഷമമാണോ? എന്നാൽ ഞാനൊന്നു നോക്കട്ടെ, കൊണ്ടുപോകാൻ പറ്റുമോന്ന്". പറഞ്ഞതും വത്സലയെ പുത്രൻ പൊക്കിയതും ഒന്നിച്ചായിരുന്നു.

"വിടൂ. വിടൂന്ന്. അമ്മ വരുന്നു."

കൃഷ്ണപുത്രൻ വത്സലയെ താഴെ നിർത്തി.

അവൾ ഒറ്റ ഓട്ടം. വാതിൽപ്പടിയിൽ തിരിഞ്ഞുനിന്ന് ഒരു കൊഞ്ഞനം കാട്ടി ഓടി മറഞ്ഞു.

പുത്രൻ അവാച്യമായ ഒരു അനുഭൂതിയിൽ ലയിച്ചു നിന്നു. കൈ മണത്തുനോക്കി. ആ സുഗന്ധത്തിൽ അലിഞ്ഞു.

കൈകളിൽ സൂക്ഷിച്ചു നോക്കി.

എന്താണ്. വത്സലയുടെ നീണ്ട ഒരു മുടിയിഴ. ഏതോ സ്വപ്നം അടർത്തി എടുക്കുന്നതുപോലെ, അവൻ ആ മുടി വിടർത്തി എടുത്തു.

വിരലിൽ ചുറ്റി.

അഴിച്ചു.

വീണ്ടും ചുറ്റി.

ഭദ്രമായി മനസിന്റെ മടിയിൽ സൂക്ഷിച്ചു.

പത്ത്

ഗുല്ലാനുവും ബല്ലുവും കൂടിയാണത്രെ എഞ്ചികൊമ്മള് റാവുവിന്റെ ബാറാവോയ്ക്കു പോകുന്നത്. റാവു വലിയ ഒർത്തോക ആയിരിക്കും. അതല്ലേ പുറക്കാട്ടുനിന്നുവരെ വാധ്യാമ്മാരു പോകുന്നത്.

താനും ബപ്പായും കൂടി പണ്ടൊരിക്കൽ എഞ്ചികൊമ്മള് പോയ കാര്യമാണ് പുത്രന് പെട്ടെന്ന് ഓർമ വന്നത്. അതും ഒരു ബാറാവോയ്ക്കുതന്നെ. ഒരു ഗൃഹസ്ഥന്റെ ബാറാവോയ്ക്കു പോലുമല്ല. ഒരു വാധ്യാരുടെ ബാറാവോയ്ക്ക്.

അന്ന് അതൊരു ആശ്ചര്യമായിട്ടാണ് തോന്നിയത്. ഒരു വാധ്യാരുടെ ബാറാവോയ്ക്ക് മറ്റൊരു വാധ്യാരു പോവുക. എവിടെ നടക്കുന്ന കാര്യമാണ്?

വാധ്യാമ്മാരുടെ മരണ അടിയന്തിരത്തിനു സാധാരണ മറ്റു പുരോഹിതന്മാർ അധികം പോകാറില്ല.

ഗൃഹസ്ഥന്മാരു മരിക്കുമ്പോൾ അവരുടെ ബാറാവോയ്ക്കു വേണ്ടി പോകുന്നവരാണെങ്കിലും സ്വന്തം കൂട്ടത്തിൽ ഒരാളു മരിച്ചാൽ അയാളുടെ കർമങ്ങൾക്കു പോകാൻ താൽപ്പര്യം കാണിക്കാറില്ല.

അതാണു വിധി.

ഗൃഹസ്ഥരുടെ ആത്മാക്കളെ തൃപ്തിപ്പെടുത്തി നല്ല രീതിയിൽത്തന്നെ പരലോകത്തേക്കു പറഞ്ഞയയ്ക്കുന്ന വാധ്യാർക്ക് അവസാനം സ്വന്തം ആത്മാവിന് അതു കിട്ടുന്നുണ്ടോ എന്ന് ആരും ഓർക്കാറില്ല.

അതാണല്ലോ ഗ്രാമത്തിലെ ഒരു വാധ്യാരു മരിച്ചാൽപ്പോലും കർമങ്ങൾക്കു പോകാൻ ഒരു ഭൊട്ടു മടിക്കുന്നത്. അവിടത്തെ പ്രേതക്രിയകൾ എല്ലാം ഒരുതരം ചടങ്ങുകളായി മാറുമെന്ന് അവർക്കറിയാം. ആർക്കുമില്ല താൽപ്പര്യം. അതനുസരിച്ചായിരിക്കുമല്ലോ ദക്ഷിണയുടെ ചിട്ടവട്ടങ്ങളും. അതറിഞ്ഞു തന്നെയാണ് വാധ്യാമ്മാർ കർമങ്ങൾക്കു കൂടാത്തതും.

എല്ലാവരും കൂടിയാലേ ആത്മാവിനു തൃപ്തി വരു എന്നാണ്. ആത്മാവിനു സംതൃപ്തി.

ഓ! മണ്ണാങ്കട്ടയാണ്.

അതൊക്കെ ഗൃഹസ്ഥർക്ക്.

ഏതെങ്കിലും ദാരിദ്രവാസി ഗൃഹസ്ഥൻ മരിച്ചാൽപ്പോലും വാധ്യാമ്മാര് അവിടെ പൊയ്ക്കളയും പക്ഷേ, താനും അച്ഛനും എഞ്ചികൊമ്മള് പോയത് ഒത്ത ഒരു വാധ്യാരുടെ കർമങ്ങൾക്കു തന്നെയായിരുന്നു.

കൊച്ചി ഭൊട്ടുവിന്റെ മഠത്തിലെ അടിയന്തിരത്തിന്. ഒരുമാതിരി ഭേദപ്പെട്ടവർ മരിച്ചാൽപ്പോലും വാധ്യാമ്മാര് ഇത്രയും ദൂരെ പോകാറില്ല. പക്ഷേ, ഇത് കൊച്ചി ഭൊട്ടുവാണ്; കൊച്ചി ഭൊട്ടുവിനെ പുറക്കാട്ടു ഗ്രാമത്തിൽ ഉള്ളവർക്കുപോലും അറിയാം.

സാധാരണ വാധ്യാമ്മാരെപ്പോലെയൊന്നും അല്ല അയാൾ. ഏതടിയന്തിരം നടത്തിയാലും വാധ്യാമ്മാരെ പ്രത്യേകം മനസിലോർക്കും; അങ്ങേരും ഒരു വാധ്യാരായതുകൊണ്ടായിരിക്കുമോ, എന്തോ!

ഇതൊക്കെ ഓർത്തുതന്നെയാണ് ബപ്പാ തന്നെയും വിളിച്ചത്. താൻ പോവുകയും ചെയ്തു.

പൂണൂലിനോടു തനിക്കന്ന് അത്രയ്ക്കു വെറുപ്പില്ല. മൂഞ്ചി കഴിഞ്ഞ യുടനെ ഏതടിയന്തിരത്തിനും താനും ബല്ലുവും കൂടി ചാടി പുറപ്പെടും. ചെന്നാൽ ഒരു സദ്യ; കുറച്ചു ദക്ഷിണ. ദക്ഷിണ മാറ്റിവെക്കും. അടുത്ത അടിയന്തിരത്തിനു വണ്ടിക്കൂലിക്ക്.

അന്ന് അതൊരു രസമായിരുന്നു. രാവിലെത്തന്നെ ഒറ്റ നട. ഉച്ചയാവുമ്പോഴേക്കും ഗൃഹസ്ഥന്റെ മഠത്തിലെത്തും. കുളിയൊക്കെ ഗൃഹസ്ഥന്റെ മഠത്തിൽത്തന്നെ. അല്ലെങ്കിൽ

അമ്പലക്കുളത്തിൽ. അമ്പലം എവിടെയുമുണ്ടല്ലോ.

നടപ്പ് തനിക്ക് ഒരു ശീലമായിത്തീർന്ന കാലം. എത്രയോ ദിവസങ്ങളിൽ നട്ടുച്ചയ്ക്കു നടന്നുവിട്ടിരിക്കുന്നു. ആലപ്പുഴ ആറാട്ട്. ആറാട്ടു ദിവസം സദ്യ. പോകാതിരിക്കുന്നതെങ്ങനെ.

സ്കൂളുള്ള ദിവസങ്ങളാണെങ്കിൽ പുസ്തകക്കെട്ട് സ്കൂളിനടുത്തുള്ള ചായക്കടയിൽ വെക്കും. വീട്ടിൽ അറിഞ്ഞാൽ പൊടിപൂരമായിരിക്കും. അതാണു പുസ്തകക്കെട്ട് എടുത്ത് സ്കൂളിലാണെന്നു പറഞ്ഞു പോരുന്നത്.

നടപ്പിന് ബല്ലുവും കാണും കൂട്ടിന്.

അക്കാലത്ത് അതൊക്കെ എന്തു രസമായിരുന്നെന്നോ? ആ രസത്തിലാണ് എഞ്ചികൊമ്മള് പുറപ്പെട്ടത്.

കൊച്ചി ഭൊട്ടുവിനെക്കുറിച്ചു താനും ചിലതൊക്കെ കേട്ടിരുന്നു. കേട്ടപ്പോൾ അതൊക്കെ വിശ്വസിക്കാൻതന്നെ പ്രയാസമായിരുന്നു.

ഭൊട്ടുവായിരുന്നെങ്കിലും ഒരു ഓർത്തോകുവിനെപ്പോലെ ആയിരുന്നു. ഭൊട്ടുവിന്റെ ജീവിതം.

വെറുതെ ഒർത്തോകുമായിട്ടല്ല. വലിയ ഒർത്തോകുമാർക്കുപോലും അസൂയ തോന്നത്തക്കവിധം.

ദേവസ്ഥാനത്തിലെ കാര്യങ്ങളെക്കുറിച്ച് ആലോചിക്കാൻപോലും ഭൊട്ടുവിനെ കാണാൻ ഒർത്തോകുമാര് വന്നിരുന്നു.

അരവിന്ദിന്റെ വേഷ്ടിയും ചുറ്റി താറുടുത്ത് എട്ടിടത്തും ചന്ദനക്കുറിയും വരച്ച് ഇരട്ട പൂണൂലും ധരിച്ച ആ രൂപം കണ്ടാൽപ്പിന്നെ മറക്കുകില്ല. വെള്ളിക്കമ്പിപോലുള്ള മുടി വെട്ടിത്തിളങ്ങുന്നുണ്ടാവും.

രാവിലെ വീട്ടിൽത്തന്നെയുള്ള ശ്രീകൃഷ്ണക്ഷേത്രത്തിൽ ജപം, തപം ഇവ കഴിഞ്ഞതിനു ശേഷമേ ഭൊട്ടു ജലപാനം പോലും നടത്തൂ.

സന്ധ്യക്കു വേണം ഒരുമണിക്കൂർ. പിന്നെ ആയിരത്തിയെട്ടു പ്രാവശ്യം ഗായത്രി. അതുകഴിഞ്ഞ് സാളഗ്രാമപൂജ.

അത്രയ്ക്കു ചിട്ടയോടെയായിരുന്നു ഭൊട്ടുവിന്റെ ജീവിതം. കുലത്തൊഴിലായ ഭട്പണ് നടത്തുന്നതിൽ ഭൊട്ടു ഒട്ടും മടി കാണിച്ചില്ല.

പക്ഷേ, അതിനുവേണ്ടി മാത്രം നടക്കാനൊന്നും ഭൊട്ടു പോയില്ല എന്നു മാത്രം.

കർമങ്ങൾക്കുവേണ്ടി മാത്രം ജീവിക്കുക. അതിനുവേണ്ടി ബ്രാഹ്മണ്യത്തിന്റെ വെളിമ്പറമ്പിൽ തന്റെ ജീവിതത്തെ തളച്ചിടാനൊന്നും കൊച്ചി ഭൊട്ടു ലേശം പോലും താൽപ്പര്യം കാണിച്ചില്ല.

പിന്നെ ചില ഗൃഹങ്ങളിൽ മാത്രം കുടുംബപുരോഹിതനായതിന്റെ പേരിൽ കർമങ്ങൾ ചെയ്യും. അതിനൊന്നും മടിയില്ല. തന്റെ കുലത്തൊഴിലാണ് ഭട്പണ്. അതു തന്റെ അഭിമാനവുമാണ്.

ഓരോ മനുഷ്യനും ഓരോന്നു കൽപ്പിച്ചിട്ടുണ്ട്. ഒരാൾക്കു കൽപ്പിച്ചതു വേറൊരാൾ ചെയ്യാൻ പാടില്ല. തനിക്കു വിധിച്ചതു ഭട്പണ് ആണ്. അതു ചെയ്യുന്നതിൽ എന്തുതെറ്റ്?

എഞ്ചികൊമ്മള് അന്ന് വാധ്യാമ്മാരധികമില്ല. കൊച്ചി ഭൊട്ടുവിനെ ത്തേടി ഓർത്തോകുമാരു വരും. പക്ഷേ, എല്ലാം ഏറ്റെടുത്തു നടത്താൻ ഭൊട്ടുവിനു താൽപ്പര്യമില്ല.

പോയിടത്തൊക്കെ ദക്ഷിണ ഒരുപോലെ കിട്ടിയെന്നു വരില്ല. പക്ഷേ, അതിലൊന്നും ഭൊട്ടു യാതൊരു അതൃപ്തിയും കാണിച്ചില്ല. അയാളെ വെറുപ്പിക്കാൻ ആർക്കും സാധിക്കില്ല. ദക്ഷിണ കുറയുമെന്നു വിചാരിക്കുന്നവർപോലും ആകൃഷ്ടമായ ആ വ്യക്തിത്വത്തിന്റെ മുന്നിൽ അടങ്ങും. കൈ തുറന്നു ദക്ഷിണ നൽകും.

ആരും ചെയ്യാത്ത ഒന്ന് ആ ഭൊട്ടു ചെയ്തു. തനിക്കു സൗകര്യമുള്ളിടങ്ങളിൽ മാത്രം ഭട്പണ് നടത്തി ബാക്കിയുള്ള ഭട്പണ് മറ്റു വാധ്യാമ്മാർക്കു വിട്ടുകൊടുത്തു.

വാധ്യാമ്മാരുപോലും ഭൊട്ടുവിന്റെ ആ തീരുമാനത്തിൽ അത്ഭുതാധീനരായി.

ആരാണ് ഇക്കാലത്ത് ഇതു ചെയ്യുക. ഭട്പണ് വിട്ടുകൊടുക്കുക! പുറക്കാട്ടിലെ ഒരു ഭൊട്ടുവിനു ചിന്തിക്കാൻപോലും സാധിക്കാത്ത കാര്യം.

കനത്ത ദക്ഷിണ കിട്ടുമായിരുന്ന എത്ര ഗൃഹങ്ങൾ ദൂരസ്ഥലങ്ങളിലുണ്ടായിരുന്നു. അതുമാത്രം മതിയായിരുന്നു ഭൊട്ടുവിന്. പക്ഷേ, കൊച്ചി ഭൊട്ടു അതൊന്നും ചിന്തിച്ചതേയില്ല. അടുത്തുള്ളവ മാത്രം തനിക്കായി എടുത്തു.

എഞ്ചികൊമ്മള് വിട്ടുള്ള പുരേത്പണിന് ഭൊട്ടു പോകാറില്ല. വിളിക്കാമെന്നുവെച്ചാൽ കനത്ത ദക്ഷിണ കൊടുക്കേണ്ടിവരും. ഭൊട്ടുവിന്റെ സൗകര്യവും നോക്കേണ്ടിവരും. ഭൊട്ടുതന്നെ നടത്തണമെന്നു വാശിയുള്ളവർ കനത്ത ദക്ഷിണതന്നെ കൊടുത്തു കർമങ്ങൾ നടത്തിച്ചു.

പക്ഷേ, ഒന്നുണ്ട്.

ദക്ഷിണ എത്രയാണെങ്കിലും ശരി. ദുർമരണങ്ങൾക്ക് അടിയന്തിരങ്ങൾ നടത്താൻ ഭൊട്ടു പോവില്ല. ആ പാപം വേണ്ട.

ആ കൊച്ചി ഭൊട്ടുവിന്റെ ബപ്പാ മരിച്ചപ്പോൾ പുറക്കാട്ടുനിന്നു വരെ വാധ്യാമ്മാരു പോയതിലെന്താണ് ആശ്ചര്യം?

എന്തോ വേറെ പരിപാടി ഉണ്ടായിരുന്നതു മാറ്റിവെച്ചിട്ടാണു താനും അച്ഛനും എഞ്ചികൊമ്മൾക്കു പുറപ്പെട്ടത്.

ആലപ്പുഴനിന്നും ബോട്ടിലായിരുന്നു യാത്ര. രാവിലെ എഞ്ചികൊമ്മള് എത്തും. ആലപ്പുഴ ജെട്ടിയിൽ എത്തിയപ്പോൾ കുറെ ഏറെ വാധ്യാമ്മാര്. ഭാഗ്യാന്വേഷികൾ, തമ്മിൽത്തമ്മിൽ ഇടം കണ്ണിട്ടുനോക്കുന്നു. വല്ലാത്ത കണ്ണുകൾ: ഒരുത്തനെ മറ്റൊരുത്തൻ നോക്കിയാൽ മതി. ആദ്യത്തെയാൾ ഉടനെ വേറെ എവിടെയോ നോക്കും. എന്തോ കെറുവുള്ളതുപോലെ.

ആർക്കും ആരെയും അത്ര ഇഷ്ടമൊന്നുമില്ല. ചതുർഥി കാണുന്നതുപോലെ ഒരു മുഖത്തു തെളിച്ചമില്ല.

ആരും ആരേയും തിരിച്ചറിയുന്നില്ല എന്നുണ്ടോ? ആരോ ഒരുത്തൻ അച്ഛനെ നോക്കി ചിരിക്കുന്നു. അച്ഛനും ചിരിച്ചു.

ആരെയോ കാത്തുനിൽക്കുന്ന, വഴിയമ്പലത്തിലെ ആളുകളെപ്പോലെ അവർ ബോട്ടുജെട്ടിയിൽ താവളമടിച്ചു. പോകേണ്ടത് ഒരിടത്തുതന്നെ. അതവർക്കറിയാം പക്ഷേ, ഓരോരുത്തരുടെയും മനസിൽ ഓരോയിടത്തു പോകുന്നതെന്നാണു വിചാരം. അത്രമാത്രം ദൂരെയായിരുന്നു അവരുടെ മനസ്സ്.

ബോട്ടെടുത്തപ്പോൾ ഓടി തപ്പിത്തടഞ്ഞു സ്വന്തം ഇരിപ്പിടങ്ങൾ ആക്രമിക്കുന്നതിനുള്ള തത്രപ്പാടിലായിരുന്നു അവർ. തനിക്കാദ്യം കിട്ടണം, ബാക്കിയുള്ളവർ കീഴടക്കുന്നതിനുമുമ്പ്. ശത്രുക്കളായി തോന്നി ഓരോരുത്തനും മറ്റുള്ളവർ.

തീരെ വയസായ ആലപ്പുഴ ഭൊട്ജിയും കൂട്ടത്തിലുള്ളത് പുത്രൻ കണ്ടു. നടക്കാൻ തീരെ ശേഷിയില്ല. എന്നാലും ബാറാവെ എന്നു കേട്ടപ്പോൾ വരണ്ടുപോയ ഉറവകളിൽനിന്നും എന്തെങ്കിലും തേടി അയാളും വന്നിരിക്കുന്നു. ഇനിയും തനിക്ക് എത്രയോ ബാറാവോകളും തേറാവോകളും ഉണ്ണാനുണ്ട് എന്ന മട്ടിലായിരുന്നു കിഴവന്റെ പുറപ്പാട്.

സ്വന്തം അടിയന്തിരം അടുത്തിരിക്കുന്ന വയസന്റെ പങ്കപ്പാടു കണ്ടു ചിരിവന്നു പുത്രന്.

ബോട്ടുപടിയിൽ പിടിച്ചു മെല്ലെ കയറുന്നതിനിടയിൽ വയസൻ വീഴേണ്ടതായിരുന്നു. പുറകിൽ നിന്നു ബിക്കു സഹായിച്ചപ്പോൾ. "ഓ, വേണ്ടായിരുന്നു. എനിക്കു കേറാനുള്ളതേള്ളൂ" എന്നു പറഞ്ഞപ്പോൾ ബിക്കുവിനും ചിരിവന്നു. അകത്ത് ഓരോരുത്തരും കിടക്കാനുള്ള തിരക്കിലാണ് പുത്രന് ഇത് ആദ്യത്തെ ബോട്ടുയാത്രയാണ്.

തണുത്ത കാറ്റു വീശുന്നുണ്ട്. പുറകോട്ടു പോകുന്ന കായൽ വിളക്കുകൾ.

തനിക്കീ ലോകം അജ്ഞാതമാണ്.

കിളവൻ ഭൊട്ജിക്കിതുവരെ സ്ഥലം കിട്ടിയിട്ടില്ല. തപ്പിത്തടഞ്ഞ് ബിക്കുവിന്റടുത്തയാൾ എത്തിപ്പെട്ടു.

ബിക്കു കുറച്ചു സ്ഥലമുണ്ടാക്കി അയാളെ ഇരുത്തി. അയാൾ ഇരുന്നു. ബിക്കുവിനെ നോക്കി. ഓർമയിൽ ഒന്നും മടങ്ങിവരുന്നില്ല.

"മൊന്നാം ജല്ലെനാ."[1]

"ബിക്കു."

"ബിക്കു? ഹെഞ്ചൊ."[2]

"പുറക്കാട്ട്ച്ചൊ."

"................"

"വാമൻഭൊട്ടുവിന്റെ മകൻ."

"വാമൻഭൊട്ടു ഓ, ഓ! വാമൻഭൊട്ടു അല്ലേ. ഇപ്പം മനസിലായി."

"പൂതുവെ."[3]

"അതെ."

അയാൾ ബിക്കുവിനെ ഒന്നുകൂടി നോക്കി. ബിക്കു ചിരി വരുത്തി. പരിചയം കാണും. വല്ല അടിയന്തിരപ്പന്തലിൽ വെച്ചാകാം. ബിക്കുവിനെ അയാൾ തോണ്ടി. മിന്നിമിന്നി കത്തുന്ന പ്രകാശത്തിൽ കിഴവന്റെ കണ്ണുകൾ തിളങ്ങി. ആശയുടെ തിളക്കം.

"എനിക്കു വയ്യാണ്ടിരിക്യ."

എന്നിട്ടാണോ ദക്ഷിണയ്ക്കു വേണ്ടി ഇറങ്ങിയിരിക്കുന്നത് എന്ന് പുത്രന് ചോദിക്കാൻ തോന്നി.

"ഈയിടെയായി ഇതിനൊന്നും ഇറങ്ങാറില്ല എന്നാലും കൊച്ചി ഭൊട്ടുവിന്റെ മഠമായതു കൊണ്ട് ഇറങ്ങിയതാ."

പിന്നെ പതുക്കെ പറഞ്ഞു:

"ഭായ്ല[4] അറിഞ്ഞിട്ടില്യ. അറിഞ്ഞാ എന്നെ കൊന്നുകളേം. എനിക്കു വയസായത്രെ. ഇനിയും നിർത്താറായില്ലേ എന്നാ അവള് ചോദിക്കുന്നെ."

"അവരിപ്പൊ അന്വേഷിക്കില്ലേ മാമൂ."

കിഴവൻ ചിരിച്ചു. എന്നിട്ടു പറഞ്ഞു:

"തെരയട്ടെന്ന് ഞാമ്പോട്ടിലല്ലേ."

കൊച്ചുപിള്ളേരെപ്പോലെയായിരുന്നു അയാളുടെ ഭാവം.

"അവക്കറിയ്യോ കൊച്ചി ഭൊട്ടുവിനെ, എനിക്കു പോവാണ്ടിരിക്കാൻ പറ്റില്ല."

"അത്രയ്ക്കെന്താ കൊച്ചു ഭൊട്ടുവിന് വിശേഷം?" ലേശം അറിയാം. എന്നാലും വേറെ എന്തെങ്കിലും അറിയാത്തതുണ്ടോ എന്നറിയണം ബിക്കുവിന്.

"അറിയില്ലേ ഭൊട്ടുവിനെ? ആഹാ, കൊള്ളാമല്ലോ."

"ഏതാണ്ടൊക്കെ അറിയാം."

---

1. മൊന്നാം ജല്ലെനാ = മനസിലായില്ലേ?.
2. ഹൊഞ്ചാ = എവിടുത്തെ.
3. പൂതുവെ = മകനാണോ.
4. ഭായ്ല് = ഭാര്യ

"എന്നാ അതൊന്നുമല്ല കൊച്ചി ഭൊട്ടു."

അയാൾ ഏതോ മധുരിക്കുന്ന ഓർമ അയവിറക്കി.

"ഭൊട്ടുവിനറിയ്യോ, കൊച്ചി ഭൊട്ടു മോന്റെ മുഞ്ചിക്കു ദക്ഷിണ എത്രയാ കൊടുത്തേന്ന്."

മോണ കാട്ടി ചിരിച്ചു ഭൊട്ജി. എന്നിട്ട് മൂന്നു വിരൽ പൊക്കിക്കാണിച്ചു രഹസ്യമെന്നപോലെ പറഞ്ഞു:

"മൂള് റുപ്പോയ."

ആ കൈകളിൽ ഇപ്പോഴും മൂന്നു രൂപാ ഇരിപ്പുണ്ടെന്നു തോന്നി.

"എന്നിട്ടോ? ഒന്നാംതരം മുണ്ട്. ഫാവ്ജെല്ലെ[1] സാല്."

ബിക്കു മിണ്ടിയില്ല.

"പോരെ, അവനാ ഭൊട്ടു."

ബിക്കു കനത്ത ദക്ഷിണയെക്കുറിച്ച് ആലോചിക്കയായിരുന്നു.

"ഇതിനൊക്കെ പോയില്ലെങ്കിൽ പിന്നെ ഭൊട്ടു എന്നു പറഞ്ഞു നടന്നിട്ടെന്താ കാര്യം."

കിഴവന്റെ ഉത്സാഹം കൃഷ്ണപുത്രനെ പിടിച്ചിരുത്തി.

"വേറൊരുത്തൻ ചെയ്യൂല. ഞാൻ ചോയ്ക്കട്ടെ. ഏതു ഗൃഹസ്ഥനാ മൂന്നു രൂപാ ദക്ഷിണ തരാ. കൈ വിറയ്ക്കും. അവമ്മാരു ചില്ലറ അന്വേഷിച്ചു നടക്കും."

കിഴവന്റെ ദേഷ്യം കണ്ട് പുത്രനു ചിരിവന്നു:

"അല്ലേലും ഗൃഹസ്ഥന്മാർക്കുണ്ടോ ഭട്മാമന്മാരുടെ മനസ്സ്. അതിനൊക്കെ ഭൊട്ടുവിനേ പറ്റൂ."

എന്നിട്ട് ബിക്കുവിനെ തോണ്ടി ചോദിച്ചു:

"ശരിയല്ലേ."

"അതൊക്കെ ശരിതന്നെ." ബിക്കുവിനും സമ്മതംതന്നെ. പിന്നെയും എന്തൊക്കെയോ പറഞ്ഞവരിരുന്നു.

പുത്രന്റെ മനസിൽ എറണാകുളത്തെത്തുന്നതുവരെ ഭൊട്ജിതന്നെ ആയിരുന്നു. ഈ ഭൊട്ജിയെക്കുറിച്ച് പുത്രൻ എന്തൊക്കെയോ കേട്ടിരുന്നു.

ആലപ്പുഴെ തൊങ്കണ ഗ്രാമത്തിൽ, മരണശയ്യയിൽ കിടക്കുന്നവരുടെ പാപങ്ങളൊക്കെ ഏറ്റുവാങ്ങുന്ന ഒരു വാധ്യാരായിരുന്നു ഭൊട്ജി.

ഗൃഹസ്ഥന്മാരു മരിക്കുമ്പോൾ അതുവരെ ചെയ്ത പാപങ്ങൾ മുഴുവനും ഭൂമിയിൽ ഒഴുക്കി പശ്ചാത്തപിക്കും. എന്നാലേ പരലോകയാത്ര സുഗമമാവൂ. പാപഭാരംകൊണ്ടുള്ള യാത്ര വിമ്മിട്ടമുളവാക്കും.

പക്ഷേ, ചെയ്ത പാപം ഭൂമിയിൽ വെറുതെ തള്ളിക്കളയാനാവില്ല. അതേറ്റുവാങ്ങാൻ ആളുണ്ടായിരിക്കണം. ഏറ്റുവാങ്ങുന്നവനെ അന്വേഷിക്കണം.ആരാണു പാപം ഏറ്റെടുക്കുക? മറുള്ളവർ ചെയ്ത ഘോരപാപ

---

1. ഫാവ്ജെല്ലെ = ഒന്നാംതരം

ങ്ങൾ ഏറ്റുവാങ്ങുക! നല്ല കാര്യമായി. സ്വയം ചെയ്ത പാപങ്ങൾ തന്നെ കാർന്നുതിന്നുമ്പോൾ മറ്റുള്ളവന്റെ പാപങ്ങൾ കൂടി ഏറ്റുവാങ്ങുക.

പിന്നെയുണ്ട് കാര്യങ്ങൾ.

പാപങ്ങൾ ഏറ്റെടുക്കുന്നവൻ വൈദികനായിരിക്കണം. എന്നാലേ ഗുണമാവൂ. പക്ഷേ, അതാരോ നിർബന്ധപൂർവം ഉണ്ടാക്കിയ നിയമം പോലെയേ തോന്നി. എന്തും വാധ്യാരെ പ്രലോഭിപ്പിച്ച് ചെയ്യിക്കാമെന്നുള്ള ധൈര്യംകൊണ്ട്. അങ്ങനെയും ഗൃഹസ്ഥന് ഭൊട്ടുവിന്റെആവശ്യം വന്നു.

എന്നാലും ഏതു വൈദികനാണ് അതിനു തയാറാവുക? വെറുതെ പാപം ഏറ്റുവാങ്ങാൻ വാധ്യാമ്മാര് തയാറാവില്ല. അവരെ പ്രീണിപ്പിക്കാൻ ഒന്നുചെയ്താൽ മതി. പാപത്തിന്റെ ഭാണ്ഡക്കെട്ടിനു മുകളിൽ കുറച്ചു ദക്ഷിണ വയ്ക്കുക. ആകർഷിക്കാൻ വേണ്ടി തീറ്റിസാധനം വയ്ക്കാറില്ലേ, അതുപോലെ അകപ്പെടും. അല്ലെങ്കിലും ദക്ഷിണ കണ്ടാൽ വാധ്യാമ്മാര് അകപ്പെടാതിരിക്കുമോ?

ഗൃഹസ്ഥന്റെ ചിന്ത അതായിരുന്നു പക്ഷേ, ഒരുവിധം ഭേദപ്പെട്ട വാധ്യാമ്മാരൊന്നും അതിനു തയാറാവില്ല. പാപത്തെക്കുറിച്ച് അറിവുള്ളവര്.

മറ്റുള്ളവരെ ദ്രോഹിച്ചവരും, അവരുടെ സാമ്പാദ്യങ്ങൾ മുഴുവനും ചതിയിൽ സ്വന്തമാക്കിയവരും ചെയ്ത പാപങ്ങൾ ഭട്മാമന്റെ തലയിൽ വെച്ച് സ്വന്തം സ്വർഗം വെടിപ്പാക്കാനുള്ള ഈ തന്ത്രം മിക്ക വാധ്യാമ്മാരും തള്ളിക്കളഞ്ഞു.

പക്ഷേ, അതിനും തയാറാവുന്നവർ കൊങ്കണഗ്രാമങ്ങളിലുണ്ട്. അത്രയും നികൃഷ്ടരായ വാധ്യാമ്മാര് പാപത്തിന്റെ ശവക്കെട്ടിനെ പൊതിഞ്ഞുവയ്ക്കുന്ന ആ ഇരുമ്പുപാത്രവും. ഉപ്പും. ദക്ഷിണയും തിലവും* നല്ലെണ്ണയും മോഹിച്ച് ചാടിപ്പുറപ്പെടുന്ന ഭാഗ്യഹീനർ. അവർക്കതെല്ലാതെ വേറൊരു ചിന്തയുമില്ല.

അതിലൊരാളായിരുന്നു ഭൊട്ജി. ആലപ്പുഴയിൽ ഇതിനായി നടക്കുന്നത് ഭൊട്ജി മാത്രമാണ് ഏതു പാപവും ഏറ്റുവാങ്ങും മരണം അടുത്തെന്ന് അറിഞ്ഞാൽ മതി. ഗൃഹസ്ഥന്മാർ ഭൊട്ജിയെ അന്വേഷിക്കുന്നു. മിക്കപ്പോഴും അന്വേഷിക്കേണ്ട ആവശ്യമില്ല. ഭൊട്ജി അതറിഞ്ഞുകൊണ്ടുതന്നെ ആയിരിക്കും ഇരിക്കുക; മരിക്കുന്നവന്റെ കൈയിൽനിന്നും ദക്ഷിണയും പാപവും ഏറ്റുവാങ്ങാൻ.

കുഷ്ഠം പിടിച്ച് കൈകാലുകൾ ദ്രവിച്ച് മാംസപിണ്ഡം പോലെയുള്ള ആളുകളുടെ പാപം പോലും ഏറ്റടുത്ത ഭൊട്ജി സ്വന്തം കുടുംബത്തെ തന്നെയാണ് പടുകുഴിയിൽ വീഴ്ത്തിയത്.

ഭൊട്ജിയുടെ ഭാര്യ ഒന്നും രണ്ടുമൊന്നുമല്ല പെറ്റുകൂട്ടിയത്. ഒമ്പതെണ്ണത്തിനുവേണ്ടി ആ ഗർഭപാത്രം തുടിച്ചു. പക്ഷേ, എന്തു വിശേഷം?

---

* തിലം = എള്ള്.

ഭാരം വഹിച്ച ആ അമ്മയ്ക്കു കിട്ടിയത് നഷ്ട സ്വപ്നങ്ങളുടെ ചാപിള്ള കളായിരുന്നു. പത്താമത്തെ സന്തതി ജനിച്ചതോ, ബുദ്ധിയുടെ ചക്രവാളങ്ങൾ വികസിക്കാത്ത ഒരു ജീവിയായിട്ടും.

എന്നിട്ടും ഭൊട്ജി പഠിച്ചില്ല.

മരണശയ്യയിൽനിന്നും കൊണ്ടുവരുന്ന ഇരുമ്പുപാത്രങ്ങൾ കൊണ്ട് അയാൾ മഠം നിറച്ചു; കൂടെ ദക്ഷിണയും. പക്ഷേ, കൂടെ വലിച്ചു കൊണ്ടുവന്ന പാപത്തിന്റെ ദർഭയിൽ അയാളുടെ കുടുംബത്തെത്തന്നെ കിടത്തിയത് അയാളറിഞ്ഞില്ല.

മരണക്കാശുമാത്രമേ അയാൾ ഓർത്തുള്ളു. പക്ഷേ. അയാളെ കുറ്റം പറഞ്ഞിട്ട് എന്തുകാര്യം? അയാളും വാധ്യാരുതന്നെ; കഷ്ടിച്ചുള്ള വാധ്യാര്. അതിനപ്പുറം, ഒരു ചെറിയ തർപ്പണം നടത്താനുള്ള അറിവുപോലും അയാൾക്കില്ലായിരുന്നു വാധ്യാരുടെ പണിക്കുവേണ്ടി അയാളെ പിന്നെ ആരെങ്കിലും വിളിക്കുമോ? വിളിച്ചാൽത്തന്നെ ഗൃഹസ്ഥനെ തൃപ്തിപ്പെടുത്താൻ അയാൾക്കു കഴിയുമോ? ലേശം അറിയുന്നവർ തന്നെ മന്ത്രങ്ങളും കൈക്രിയകളും കൊണ്ടു രക്ഷപ്പെടുന്നുണ്ട്. പക്ഷേ, ഭൊട്ജിക്കതിനും കഴിഞ്ഞില്ല. അതിനുള്ള മിടുക്കൊന്നും അയാൾക്കില്ലായിരുന്നു. പിന്നെ അയാളെന്തുചെയ്യും.

പിന്നെ കണ്ട എളുപ്പവഴി ഇതുതന്നെ. ഇതിന് ഭട്പണ് അറിയേണ്ട. തന്ത്രമറിയേണ്ട. യാതൊരുവിധ കൈക്രിയകളും വേണ്ട. ഗായത്രിപോലും അറിയണമെന്നില്ല. പൂണൂൽവേണമെന്നു മാത്രം. മരണശയ്യയ്ക്കരികിൽ ഇരിക്കുക. പ്രധാനവാധ്യാർ പറയുന്നതു ചെയ്യുക. രണ്ടുകൈയും നീട്ടി ദക്ഷിണ മേടിക്കുക. അപ്പോൾ പാപങ്ങളെക്കുറിച്ച് ഓർക്കരുത്. വീട്ടിലെ ആളുകളെക്കുറിച്ചോർക്കരുത്. ഓർക്കുന്നവന് ഇത്തരം പണി പറ്റില്ല.

ഒന്നോർക്കുക. ദക്ഷിണ. അതുമാത്രം ഭൊട്ജി ഓർത്തു.

ഈ പാപങ്ങളൊക്കെ മഠത്തിൽ കൊണ്ടുചെന്നാൽ ആരാണിതൊക്കെ ഏറ്റുവാങ്ങുക. ഭാര്യയോ? ബുദ്ധിയില്ലാത്ത സന്തതിയോ? താൻ വലിച്ചുകൂട്ടുന്ന പാപങ്ങൾ, തന്നെ വിഴുങ്ങുകില്ലേ.

കണ്ട ആത്മാക്കളുടെ പരലോകയാത്രയ്ക്കുള്ള വഴി തൂത്തുവെടിപ്പാക്കിയിട്ട് താൻ മരിക്കാൻ കിടക്കുമ്പോൾ തന്റെ പാപങ്ങൾ ആരെങ്കിലും വാങ്ങാൻ വരുമോ? തന്റെ വായിൽ തുള്ളി വെള്ളം ഒഴിക്കുന്നതാരാണ്? എല്ലാ കൊങ്കിണികൾക്കും പറഞ്ഞിട്ടുള്ള ഉദകക്രിയകൾക്കുവേണ്ടി താൻ കിടക്കുമ്പോൾ ആരാണതു ചെയ്യുക? എന്നൊന്നും അയാൾ ഓർത്തില്ല. ചിന്തിക്കാൻ സമയമെവിടെ? ശീലിച്ച വഴികൾ പെട്ടെന്നു മറക്കുന്നതെങ്ങനെ? പുതിയ വഴികൾ അയാൾക്കു വേണ്ടി തുറക്കുന്നതാരാണ്? ഇല്ലാത്തതുകൊണ്ടാണല്ലോ, അയാളും ഇന്ന് എഞ്ചികൊമ്മൾക്കു പുറപ്പെട്ടിരിക്കുന്നത്.

ഭൊട്ജിയുടെ കുർക്കംവലി പുത്രൻ കേട്ടു. ബോട്ടിന്റെ താളത്തിനൊത്ത് അയാളുടെ ശെണ്ഠി ആടുന്നു.

കൊച്ചി ഭൊട്ടുവിന്റെ മഠത്തിലെത്തിയപ്പോൾ അമ്പരന്നു. ഇതു കല്യാണവീടോ! അത്രയ്ക്കു വലിയ പന്തലാണ് മുറ്റത്ത്. ഒരു മൂലയ്ക്ക് കറിയും മറ്റും അരിയുന്ന സിൽബന്ധികൾക്കു കൽപ്പനകൾ കൊടുക്കുന്ന പാചകക്കാരൻ.

പെട്ടെന്ന് ഒരു ഒത്ത മനുഷ്യൻ. അവരുടെ അടുത്തേക്കു വന്നു. കണ്ടപ്പോൾ ബിക്കു ബഹുമാനത്തോടെ തൊഴുതു. ആരാണെന്നറിഞ്ഞിട്ടൊന്നുമില്ല. പക്ഷേ, മനസിന്റെ കൽപ്പനകൊണ്ടായിരിക്കാം.

വന്നവരെ കണ്ടിട്ട് ആ മനുഷ്യൻ അടുത്തേക്കു വന്നു.

കിഴവൻ ഭൊട്ജി മന്ത്രിച്ചു:

"കൊച്ചി ഭൊട്ടു."

ങെ! ഇതോ കൊച്ചി ഭൊട്ടു? ഔ! എന്തൊരു ഐശ്വര്യമുള്ള മുഖം ആരും നോക്കിനിൽക്കും. ബിക്കു ഒന്നുകൂടി നോക്കി, കണ്ണു നിറയെ.

"തുമ്മി, എവിടെനിന്നാണാവോ?"

സ്വന്തക്കാരോടെന്നവണ്ണമുള്ള ചോദ്യം ബിക്കുവിനെ എന്തെന്നില്ലാത്ത ഒരു അനുഭൂതിയിലാക്കി. എന്തൊരു ചോദ്യം? മരണവീട്ടിൽ വന്ന വാധ്യാമ്മാരോടു ചോദിക്കുന്ന ഒരു ചോദ്യം. ഗൃഹസ്ഥന്മാരിൽ ആരിതു ചോദിക്കും.

മതി! തനിക്കിതു മതി!

ബിക്കു പെട്ടെന്നുണർന്നു. ചോദിച്ചതിനു മറുപടി പറഞ്ഞില്ല.

"പൊറക്കാട്ട് നിന്ന്."

"പൊറക്കാട്ടുനിന്ന്. ശരി, അവിടെച്ചെന്ന് വിശ്രമിക്കൂ. എന്തെങ്കിലും ആവശ്യമുണ്ടെങ്കിൽ പറഞ്ഞാ മതി."

തോളിൽ തട്ടിയാണ് ഭൊട്ടു പറഞ്ഞത്.

കുമ്പിട്ടു തൊഴണമെന്നു തോന്നി.

ആരാണിന്നു വാധ്യാമ്മാരുടെ സുഖസൗകര്യങ്ങൾ നോക്കുക? തിരിഞ്ഞുനോക്കില്ല.

ബിക്കു വിശ്രമമുറിയിലേക്കു പോയി. അവിടെ അടുത്തുതന്നെയാണ് കർമാദികൾക്കുള്ള മുറി.

പന്ത്രണ്ടിന്റന്നുതന്നെ. കിഴവൻ ഭൊട്ജി പറഞ്ഞതെത്ര ശരിയെന്ന് ബിക്കു അറിഞ്ഞു. വന്നവർക്കെല്ലാം അഞ്ചുരൂപാ ദക്ഷിണ. ബിക്കുവിനു തുള്ളണമെന്നു തോന്നി. കൊച്ചി ഭൊട്ടുവിനെ അനുഗ്രഹിച്ചു.

ദക്ഷിണ കൊടുക്കേണ്ടതിങ്ങനെയാണ്......... പതിമ്മൂന്നിന്റന്നുതന്നെ വിളിക്കുമെന്നു മനസിൽതോന്നിയതാണ്, വിളിച്ചു.

കൂടെ കൊച്ചി ഭൊട്ടുവിന്റെ ഒരു പറച്ചിലും: "നോക്കൂ, എനിക്കു തേറാവോവിന് എല്ലാവരെയും ക്ഷണിക്കണമെന്നുണ്ട്. പക്ഷേ, പതിമ്മൂന്നു പേരെയല്ലേ ക്ഷണിക്കാനാവൂ."

മണ്ഡപത്തിൽ ഇരിക്കുന്നവരെ ഭൊട്ടു ഒന്നു നോക്കി, തുടർന്നു:

"അതുകൊണ്ടൊന്നു പറയാം. പതിമ്മൂന്നിനു ക്ഷണിച്ചില്ലെന്നു

കരുതി ആരും പോകണമെന്നില്ല. പതിമ്മൂന്നുകഴിഞ്ഞേ പോകാവൂ. അതിനുള്ള ദക്ഷിണയും മേടിച്ചിട്ടേ പോകാവൂ."

പന്തലിൽ ഇരുന്ന ഭൊട്ടുമാമന്മാർക്ക് സ്വർഗം കിട്ടിയപോലായി.

പതിമ്മൂന്നിന്റന്ന് ബിക്കുവിന്റെ പാദം കഴുകി. ദക്ഷിണയായി കിട്ടിയത് ഒരു ഒറ്റ സ്വർണ്ണനാണയം. അതു വാങ്ങിയപ്പോൾ ബിക്കുവിന്റെ കൈകൾ വിറച്ചു. കണ്ണുകൾ നിറഞ്ഞു. നിറഞ്ഞപ്പോൾ ആ കണ്ണീരിൽ ആ നാണയം മുങ്ങി.

കണ്ണടച്ച് ഒരുനിമിഷം നിന്നു.

തന്റെ ജീവിതം സാർഥകമായതായി ബിക്കുവിനു തോന്നി. വാധ്യാരായി ജീവിച്ച നിമിഷം ഇതാണ്. ഇനി ഈ നശിച്ച വാധ്യാർജന്മം കിട്ടിയതിൽ ഖേദിക്കേണ്ട. എല്ലാ കയ്പിനും ഈ ഒരു മധുരം മതി.

കഴിയുന്നതും വേഗം ഗ്രാമത്തിൽ എത്തിയാൽ മതിയെന്നായി, നാലു പേരോടു പറയാൻ. അതും ഗൃഹസ്ഥന്മാർ അറിയത്തക്ക വിധത്തിൽ പറയാൻ അത്രയ്ക്ക് തിടുക്കമായി ബിക്കുവിന്.

പിന്നെ എത്രയോ കാലം ബിക്കു ആ നാണയം തന്റെ ചെല്ലത്തിൽ സൂക്ഷിച്ചുവെച്ചു.

അച്ഛൻ ഇടയ്ക്കൊക്കെ അതെടുത്തു നോക്കാറുള്ളത് കൃഷ്ണപുത്രൻ ഓർത്തു.

ഭട്മാം ആയി ജീവിച്ചതിൽ മധുരമേറിയ ഒരു സംഭവം ഇതാണെന്ന് അച്ഛൻ പലപ്പോഴും പറയാറുള്ളത് കൃഷ്ണപുത്രൻ ഓർത്തു.

പതിനൊന്ന്

ബിക്കു കിടപ്പിലായതോടെ പുത്രൻ ആകെ വിഷമത്തിലായി. ദേവസ്ഥാനത്തിൽനിന്ന് ആകെ കിട്ടുന്നത് രണ്ടു നാരായം അരിയുടെ വെള്ള നിവേദ്യമാണ്. അതിന് കുളിച്ചു ശുദ്ധമായി അമ്പലത്തിൽപോകണം. ലക്ഷ്മീദേവിയുടെ ശാലയിൽ പൂജ കഴിക്കണം. വെള്ളച്ചോറ് ശരിയാക്കണം. ബിക്കു അമ്പലത്തിൽ പോകാറുള്ളപ്പോൾ പുത്രൻ ഒന്നും അറിയേണ്ട. എല്ലാം ബിക്കു നോക്കിക്കൊള്ളുമായിരുന്നു.

പക്ഷേ, ഇപ്പോൾ പുത്രനു തന്നെ എല്ലാറ്റിനും പോകേണ്ടിവന്നു. ആ വെള്ളച്ചോറ് കിട്ടിയിട്ടു വേണം ഉച്ചയ്ക്ക് വയറുകഴിയാൻ.

അച്ഛന് ആവതുള്ളപ്പോൾ ഭട്പണ് നടത്തിയ വകയിലെന്തെങ്കിലും വരവ് ഉണ്ടാകുമായിരുന്നു. വീട്ടുകാര്യം അറിയേണ്ട.

അച്ഛൻ കിടപ്പിലായതോടെ ആ വരവു നിലച്ചിരിക്കുന്നു. വാധ്യാന്മാർക്ക് സൗകര്യമില്ലെങ്കിൽ പിന്നെ മതകർമങ്ങളിൽ എന്തിനാണ് നിർബന്ധം?

താൻ പുച്ഛിച്ചു തള്ളിയ ഭട്പൺ തന്നെ നോക്കി ഇളിക്കുന്നത് പുത്രൻ അറിഞ്ഞു. എന്നാലും അടങ്ങി.

ഭിക്ഷ യാചിച്ചു നടക്കാൻ തനിക്കു വയ്യ. ഉള്ള പാപം ഏറ്റിയതു മതി. ഇനിയും പാപം വലിച്ചു തലയിൽ വയ്ക്കാൻ തനിക്കു സാധ്യമല്ല.

ബിക്കുകിടന്ന കിടപ്പിൽ അടുത്തുള്ള അലമാര തുറക്കും. അലമാരിയിൽ തന്റെ പൂജാ സമ്മാനങ്ങൾ അനാഥമായി ചെല്ലത്തിൽ കിടക്കുന്നതു തുറന്നു നോക്കും. നെടുവീർപ്പിടും. അലമാരയുടെ ഒരു തട്ടത്തിൽ കിടക്കുന്ന ഒരു ഗ്രന്ഥക്കെട്ടിൽ ബിക്കുവിന്റെ കണ്ണുകൾ കുടുങ്ങി.

കെട്ടു മുഴുവനും മന്ത്രങ്ങളുടെയും തന്ത്രവിധികളുടെയും ഗ്രന്ഥങ്ങളാണ്. ഒരു വാധ്യാർ ചെയ്യേണ്ട അടിയന്തിരങ്ങളുടെ വിധികൾ മുഴുവനും ഗ്രന്ഥങ്ങളിൽ ഒതുക്കിവെച്ചിരിക്കുന്നു. പരമ്പരാഗതമായി തനിക്കു കിട്ടിയ ഒരേയൊരു സ്വത്ത് ആ ഗ്രന്ഥക്കെട്ടു മാത്രമാണ്.

പക്ഷേ, നാളത്തെ കാര്യം ഓർക്കുമ്പോൾ...........

ബിക്കുവിന്റെ കണ്ണുകൾ നിറഞ്ഞു.

നാളെ അല്ലെങ്കിൽ വേറൊരുദിവസം ഇവയൊക്കെ അനാഥങ്ങളാവില്ലേ. താൻ തന്റെ വഴിക്കുപോവും. തന്റെ തേറാവോ നടക്കും. സപിണ്ഡി[1] നടത്തും. തന്നെ പിതൃക്കളുടെ നിരയിലേക്കു തള്ളും. പക്ഷേ, തന്റെ ഈ ഗ്രന്ഥങ്ങൾ അതാരാണ് ഏറ്റുവാങ്ങുക?

തന്റെ ബപ്പാ മരിച്ചപ്പോൾ സന്തോഷത്തോടെ ബപ്പായ്ക്ക് പോകാൻ കഴിഞ്ഞു. അച്ഛന്റെ ഏകസമ്പാദ്യം ഏറ്റുവാങ്ങാൻ അർഹനായി താനുണ്ടായിരുന്നു. താൻ എത്ര സന്തോഷത്തോടെയാണ് അത് വാങ്ങിയത്.

ഇന്നു തനിക്കെന്തു സന്തോഷമാണുള്ളത്?

മക്കളെപ്പോലെ താൻ കരുതുന്ന ഗ്രന്ഥങ്ങൾ ആരെയാണ് താൻ ഏൽപ്പിക്കുക? അലമാര തുറക്കാൻ തന്നെ ആരും മറക്കും. കല്ലറയിലെ ശവം കണക്ക് ഗ്രന്ഥങ്ങൾ ജീർണിച്ചു നശിക്കും. അഥവാ തുറന്നാൽ തന്നെ അലമാര ശുദ്ധമാക്കാൻ ഗ്രന്ഥക്കെട്ടുകൾ വല്ല മൂലയിലും തള്ളിക്കളയും.

ഹൊ, അതോർക്കാൻകൂടി വയ്യ. മൂലയിൽ തള്ളുക. എത്ര നിസ്സാരമായിട്ടാണ് പുതിയ തലമുറ അതു ചെയ്യുക.

കൂടുതൽ ചിന്തിക്കേണ്ട. ചിന്തിച്ചാൽ ഒരെത്തുംപിടിയും കിട്ടുകില്ല.

ബിക്കു ഒരു നെടുവീർപ്പോടെ കണ്ണുകൾ ഗ്രന്ഥക്കെട്ടിൽനിന്നും പിൻവലിച്ചു. പക്ഷേ, മനസിനെ മാറ്റാൻ ബിക്കുവിന് സാധിച്ചില്ല

എങ്ങനെ സമ്പാദിച്ചതാണ് ചില ഗ്രന്ഥങ്ങൾ! ഒരിടത്തും കിട്ടാത്ത എത്രയെത്ര തന്ത്രവിധികൾ! തലമുറകൾ സൂക്ഷിക്കാത്തതിന്റെ പേരിൽ അനാഥമായി തീരാവുന്ന തന്ത്രങ്ങൾ, മന്ത്രങ്ങൾ അവ കിട്ടാൻ വേണ്ടി ആരുടെയൊക്കെ കാലു പിടിച്ചിരിക്കുന്നു താൻ.

---

1. സപിണ്ഡി = മരിച്ചതിന്റെ പന്ത്രണ്ടാംദിവസം ചെയ്യുന്ന ഒരു ചടങ്ങ്.

അച്ചടിയിൽ കിട്ടാത്ത സത്യനാരായണ വ്രതത്തിന്റെ മന്ത്രം ആലപ്പുഴെ ഒരു വാധ്യാരുടെ മഠത്തിൽനിന്നും പാടുപെട്ട് ഒരുദിവസം മുഴുവനും ഇരുന്ന് എഴുതിയെടുത്തിട്ടാണു താൻ സ്വന്തമാക്കിയത്. എഴുതിയെടുത്തു മടക്കിത്തരാമെന്നു പറഞ്ഞപ്പോൾ അയാൾ സമ്മതിച്ചില്ല. വേണമെങ്കിൽ മഠത്തിലിരുന്ന് എഴുതിയെടുക്കാനാണ് പറഞ്ഞത്.

എന്തു ചെയ്യും? ഇരുന്നു. തന്റെയല്ലേ ആവശ്യം. ദുർമരണം പ്രാപിച്ചവരുടെ തേറാവോയ്ക്കു വേണ്ടിയുള്ള യന്ത്റ്[1] കിട്ടാൻ, പകരം സന്താനഗോപാല വ്രതത്തിന്റെ മന്ത്രം എഴുതിക്കൊടുക്കേണ്ടിവന്നു തനിക്ക്.

എന്നിട്ടിന്ന് അതൊക്കെ ആരും ശ്രദ്ധിക്കാതെ മൂലയിൽ കിടക്കുക. താൻ മറ്റൊരു മൂലയിലും. ഹൊ!

ബിക്കു കണ്ണടച്ച് എന്തോ ഓർത്തുകിടന്നു.

ആയിടയ്ക്കാണ് ബിക്കുവിന്റെ ഗൃഹസ്ഥന്റെ മഠത്തിൽ ഒരു വർഷിക് വന്നത്. സാധാരണ ഗൃഹസ്ഥനൊന്നുമല്ല. ഇതിലൊക്കെ ലേശം താൽപ്പര്യമുള്ളയാൾ. എന്തെങ്കിലും ദക്ഷിണയും കിട്ടുന്നതാണ്.

പക്ഷേ, ബിക്കു എന്തു ചെയ്യും? എങ്ങനെ പോകും. ഗൃഹസ്ഥനാണെങ്കിൽ വന്നിട്ട് പോയതേയുള്ളൂ. താൻ കിടപ്പിലായതിൽ പിന്നെ അയാളുടെ മഠത്തിൽ വരുന്ന

ആദ്യത്തെ അടിയന്തിരമാണ്. അറിയാനായി വന്നതാണ് അയാൾ. തന്റെ അസൗകര്യം അയാൾക്കു നോക്കേണ്ട കാര്യമില്ല. തനിക്കുവയ്യെന്നു വെച്ച് അയാളുടെ ബപ്പായുടെ വർഷിക് നടത്തേണ്ട എന്നുപറയാനൊക്കുമൊ? താനേറ്റും പോയി. അസുഖകാര്യമൊന്നും അന്നേരം ഓർത്തില്ല. പെട്ടെന്ന് തള്ളാനൊക്കുമോ? തള്ളാൻഎളുപ്പമാണ്. പക്ഷേ, ഒരെണ്ണംകിട്ടാൻ നോയമ്പു നോക്കേണ്ട കാലമാണ് ഇപ്പോൾ.

കൃഷ്ണപുത്രനെ അയയ്ക്കണം എന്നുള്ള ഒറ്റ ചിന്തയിലായിരുന്നു ബിക്കു പിന്നെ. വർഷിക് നടത്താൻ ഏതാണ്ടൊക്കെ അവനറിയാം ബാക്കി പറഞ്ഞേൽപ്പിച്ച് അയയ്ക്കാം എന്നാണു മനസിൽ.

പക്ഷേ, അവൻ പോകുമോ?

ഇപ്പോൾ ഭട്പണ് വേണ്ട, ദക്ഷിണയും വേണ്ട എന്നു പറഞ്ഞു നടക്കുകയാണ്. അതിനിടയ്ക്ക് ഇതുംകൂടി ആയാൽ അവൻ എന്തൊക്കെയാണ് കാട്ടിക്കൂട്ടുക എന്നു പറയാനൊക്കില്ല.

വേറെ ആരെയെങ്കിലും അയയ്ക്കാമെന്നു വച്ചാൽ ഗൃഹസ്ഥന്റെ സമ്മതം അറിയേണ്ടേ. ഇതിനു മുമ്പ് ഒരുത്തനെ താനയച്ചതാണ്. തനിക്കു വയ്യാണ്ടിരിക്കുന്ന സമയം. എന്നിട്ടു പിന്നീട് ഗൃഹസ്ഥൻ തന്നോടു പറഞ്ഞതെന്താണെന്നോ:

“ഭൊട്മാമനു വയ്യെങ്കി പറഞ്ഞാമതി. വേറെ വാധ്യാരെ ഞാൻ ഏർപ്പാടു ചെയ്യാം” എന്ന്. താൻ ആകെ വഷളായി.

---

1. യന്ത്റ് = യന്ത്രം

അതിൽപ്പിന്നെ അയാടെ വീട്ടിൽ താനേ പോകു. എത്ര തിരക്കുണ്ടെങ്കിലും.

ഇവനൊക്കെ എന്തുപറ്റി? ലേശം പഠിച്ചതാ കുറ്റം. പിന്നെ കുലത്തൊഴിൽതന്നെ മ്ളേച്ഛമെന്നു കരുതുക. ഇപ്പോഴത്തെ പഠിപ്പിന്റെ ഒരു വിശേഷത. ബ്രാഹ്മണനെന്നു പറഞ്ഞാൻ പൂണൂലും കഴുത്തിലിട്ടു നടക്കുക എന്നായിരിക്കും. താനൊക്കെ എത്രതവണ സന്ധ്യാവന്ദനവും ഗായത്രിയും ജപിച്ചിട്ടാണ് ഭട്മാമനായത്. ഇപ്പോഴതൊന്നുമില്ല. പൂണൂലിടണം. തീർന്നു. ബ്രാഹ്മണനായി. സന്ധ്യാവന്ദനവും ഗായത്രിയുമൊക്കെ മൂഞ്ചിയുടെ അന്നു മാത്രം.

എന്നാലും കൃഷ്ണപുത്രൻ ഇങ്ങനെയായതാണ് അത്ഭുതം. ആദ്യമൊക്കെ എവിടെയെങ്കിലുമൊക്കെ അടിയന്തിരത്തിനു പോകാറുണ്ടായിരുന്നു. ഇപ്പോളതില്ല. ജീവിക്കാൻ പഠിക്കണം. ഇപ്പോഴത്തെ ചെറുപ്പക്കാർക്ക് അതാണറിയാത്തത്. ഇപ്പം കിട്ടും ജോലി എന്നു പറഞ്ഞു നടന്നാൽ അതുവരെ എന്തു ചെയ്യുമെന്നാണ്? ജോലി സാവകാശമേ കിട്ടുകയുള്ളൂ. എന്നാൽ ജോലി കിട്ടുന്നതുവരെയെങ്കിലും കുലത്തൊഴിൽ ചെയ്യരുതോ. ഏയ്, അതൊന്നുമില്ല.

ഇപ്പോഴിതൊക്കെ വിചാരിച്ചിട്ടെന്തു കാര്യം. നാളെ വർഷിക് നടത്തണമല്ലോ.

ഒന്നു പറഞ്ഞുനോക്കുക. നല്ല മനസാണെങ്കിൽ ജയിച്ചു.

ഇന്ന് വത്സലയുടെ കല്യാണനിശ്ചയമാണത്രെ. തന്നെ ഏകനാക്കിയിട്ട് അവളും പോവുകയാണ്. തന്നെ ഇനി ആരാണ് ആശ്വസിപ്പിക്കാനുള്ളത്. തന്റെ ദുഃഖങ്ങൾ പങ്കിടാൻ. അവയ്ക്കു തണലാവാൻ.

താനും അവളും മനസിന്റെ കോണിൽ എത്ര സ്വപ്നങ്ങൾ നെയ്തിരുന്നു!

ഒരു ജോലി. താൻ, പിന്നെ അവൾ. ഒരു കൊച്ചു കുടുംബം. കൂടെ സ്വപ്നങ്ങൾ. അവയുടെ ദുഃഖങ്ങൾ. സുഖങ്ങൾ പങ്കിടാൻ താനും അവളും. തളിരുപോലത്തെ അവളുടെ സ്പർശനംപോലും കിട്ടാൻ താൻ എത്ര തവണ കൊതിച്ചു നടന്നതാണ്. മണലിൽ പൊതിഞ്ഞ അവളുടെ കാലടികളുടെ ചിത്രം. മറന്നിട്ടുപോയ ശരീരസുഗന്ധം. അടർന്നുപോയ മുടിച്ചുരുളുകൾ എല്ലാം തനിക്കു സ്വപ്നമായിരുന്നു.

എന്നിട്ടിന്ന് അവ സ്വപ്നങ്ങൾ മാത്രമോ? അവ യാഥാർഥ്യമാക്കാൻ തനിക്കു കഴിഞ്ഞില്ലല്ലോ. അതിനുള്ള ശേഷിയും തനിക്കില്ലാതായല്ലോ.

അതല്ലേ വത്സലയുടെ അച്ഛൻ പറഞ്ഞത്.

"അവന്റെ മനസിൽ എന്തെങ്കിലും വിചാരമുണ്ടെങ്കിൽ അതു കളയുന്നതാണ് നല്ലത്. വെറും വാധ്യാരുചെക്കന്റെ വിചാരത്തിൽ എനിക്കു തീരെ തൃപ്തിയില്ല."

താൻ കേട്ടതാണ്. അമ്മായിയോട് വത്സലയുടെ അച്ഛൻ പറഞ്ഞപ്പോൾ. താൻ ഇല്ലെന്നു വിചാരിച്ചായിരിക്കും പറഞ്ഞത്. അതോ,താൻ കേൾക്കട്ടെ എന്നു കരുതിയാണോ.

എന്താണെങ്കിലും താൻ കേട്ടു.

അമ്മായി തിരിച്ചൊന്നും പറഞ്ഞില്ല. അവരെന്തു പറയാൻ? അവരുടെ മനസ്സ് എന്തു നല്ല മനസ്സ്! കൂടെ തേങ്ങലുകൾ. വത്സലയുടെതെന്ന് പുത്രന് അറിയാം.

തന്റെ വത്സലയുടേത്.

തന്റേതെന്നു പറയാമോ? അതിനുള്ള ഭാഗ്യം തനിക്കുണ്ടോ? അതിനു തെളിവല്ലേ വത്സലയുടെ അച്ഛന്റെ വാക്കുകൾ?

പിന്നെ അധികം അവിടെ നിന്നില്ല. ഇറങ്ങിനടന്നു. കണ്ണുകൾ നിറഞ്ഞതറിഞ്ഞില്ല. വഴിയിൽ ഇറങ്ങിയപ്പോൾ വഴിയില്ല. നിറഞ്ഞ കണ്ണുകൾ വഴികൾ തേടി. താൻ വന്ന വഴികളൊക്കെ എവിടെ.

എല്ലാം തകർക്കണമെന്നു തോന്നി.

വാധ്യാരായി ജനിച്ചതേ കുറ്റം. അതിനു താനാണോ കുറ്റക്കാരൻ? സമൂഹം തന്നെ വാധ്യാരാക്കിയതല്ലേ. തനിക്കും ഈ സമൂഹത്തിനും എന്താണൊരു വ്യത്യാസം? ചോരയുടെ നിറം ചുവപ്പല്ലേ? പിന്നെ തനിക്കു മാത്രം ഒരു പ്രത്യേക പദവി. പദവി മാത്രമോ? ഒരു പരിവേഷം നൽകി ഒറ്റപ്പെടുത്തുകയും, ഭട്മാമനായി.

വാധ്യാരാണത്രേ. എന്നിട്ട് എവിടെയും അവഗണന മാത്രം. മറ്റുള്ളവരുടെ അടിയന്തിരങ്ങളെ ആശ്രയിക്കേണ്ട ഗതികേടും.

അങ്ങനെയാണോ ഭട്മാമൻ ജീവിക്കേണ്ടത്? അത്ര ഗതികെട്ടതാണോ ഈ ബ്രാഹ്മണ്യം?

എന്നാൽ തനിക്കിനി ഈ മുഖംമൂടി വേണ്ട.

താനിതു വലിച്ചു കീറും.

പക്ഷേ. എങ്ങനെ? തനിക്കതിനുള്ള ആയുധമുണ്ടോ? എന്റീശ്വരാ!

പുത്രൻ കേണു.

മുന്നിൽ ഇരുട്ടു മാത്രമോ! ആ ഇരുട്ടിൽ പിടിച്ചു നിൽക്കാൻ തനിക്ക് ആവതുണ്ടോ. ഒരുതരി വെട്ടം തനിക്കു കിട്ടുമോ.

അവന്റെ കണ്ണുകൾ പരതി.

എന്നിട്ടും തന്നോട് അച്ഛൻ പറഞ്ഞതെന്താണ്. പ്രഭുവിന്റെ മഠത്തിൽ വർഷികിനു പോണമെന്ന്.

ഇത്രയുമൊക്കെ നഷ്ടപ്പെട്ടതു പോരാ. ചെളിയിൽ വീണ്ടുംവീണ്ടും താൻ താഴണമെന്നാണ്. ചതുപ്പുനിലത്തിലാണ് താൻ. എത്ര ആയത്തിൽ ഉയരുന്നുവോ, അത്രയും ആഴത്തിൽ വീണ്ടും ചെളിയിൽ താഴുന്നതാണ് തന്റെ ഇപ്പോഴത്തെ അവസ്ഥ. അതിനിടയ്ക്ക് ഒരു വള്ളിയെങ്കിലും കിട്ടിയാൽ താൻ രക്ഷപ്പെടും. എന്നിട്ടാണ് ബപ്പാ തന്നോടു പ്രഭുവിന്റെ മഠത്തിലെ കാര്യം പറഞ്ഞു ചെളിയിൽ താഴ്ത്തുന്നത്.

ജ്വലിച്ചുപോയി. ഇല്ല. താൻ പോവില്ല. തനിക്കിനി അതു സാധ്യമല്ല.

“സാധ്യമല്ല.” പുത്രൻ തീർത്തുപറഞ്ഞു.

ബിക്കു മകനെ കണ്ണിമയ്ക്കാതെ നോക്കി. പ്രതീക്ഷിച്ചതും ഇതുത

ന്നെയാണ്. എന്നാലും ഇത്രയും പെട്ടെന്നു മറുത്തു പറയുമെന്നു വിചാരിച്ചില്ല.

"ങെ! സാധ്യമല്ലേ! പിന്നെ എങ്ങനാടാ? ഞാനയാടെ ഒൊട്ടുവാണ്. അതു നടത്തിക്കൊടുക്കേണ്ടത് നമ്മുടെ കടമയല്ലേ"

"കടമ! കടമപോലും. എന്നിട്ട് അവരുടെ നക്കാപ്പിച്ച കിട്ടാൻ വേണ്ടി വാലാട്ടി നടക്കുക. അതല്ലേ നമ്മുടെ കടമ."

ബിക്കു മിണ്ടിയില്ല.

"ഇത്രയൊക്കെയായിട്ടും അച്ഛനു സ്വന്തം കടമയെക്കുറിച്ചു മാത്രമേ വിചാരമുള്ളു. അവർക്കു നമ്മോടുള്ള കടമയെക്കുറിച്ച് എന്തെങ്കിലും ചിന്തിച്ചിട്ടുണ്ടോ?"

"അവർക്ക് നമ്മോടു കടമയോ, എന്തു കടമ?"

"ങെ, എന്തു കടമയെന്നോ?""

"അതെ," ഉറച്ച സ്വരത്തിൽ ബിക്കു ചോദിച്ചു. പുത്രൻ അന്തിച്ചിരുന്നുപോയി. ജീവിതം മുഴുവൻ ഭട്പണ് നടത്തി. അതും ഗൃഹസ്ഥന്മാരുടെ സൗകര്യം നോക്കി മാത്രം ഭട്പണ് നടത്തി, അവരു തരുന്ന തുച്ഛമായ ദക്ഷിണ വാങ്ങി നിത്യവൃത്തി കഴിക്കുന്ന ബപ്പാ തന്നോടു ചോദിച്ച ചോദ്യം!

പക്ഷേ, അതിനെക്കുറിച്ചു താനിതുവരെ ചിന്തിച്ചിട്ടുണ്ടോ എന്നും പുത്രനും സംശയം തോന്നി. "അതാ പറഞ്ഞത്, നീ കൂടുതലൊന്നും ചിന്തിക്കേണ്ട. അവരു ജോലി തരാമെന്നൊന്നും ഏറ്റിട്ടില്ല. അവരുടെ മഠത്തിൽ നടക്കുന്ന അടിയന്തിരത്തിന്, നമുക്ക് ജീവിക്കാൻ പാകത്തിനുള്ള ദക്ഷിണ തരാമെന്നൊന്നും അവർ ഏറ്റിട്ടില്ല, ഉണ്ടോ? നീ നിന്റെ ജോലി നോക്കിയാൽ മതി."

കാര്യം ശരിയാണെന്നു തോന്നി. ഗൃഹസ്ഥന്മാരാരും പറഞ്ഞിട്ടില്ല, വാധ്യാമ്മാർക്കു ജീവിക്കാനുള്ള ദക്ഷിണ തരാമെന്ന്.

എന്നാലും താൻ തോൽക്കാൻ തയാറല്ല. വേണ്ട. അവർക്ക് തങ്ങളോടു ബാധ്യതയൊന്നുമില്ലല്ലോ. പിന്നെ തനിക്കെന്താണിത്ര വേവലാതി? പോയി തുലയട്ടെ.

"ഞാൻ പോവില്ല. എനിക്കതു സാധ്യമല്ല. അവന്റെയൊക്കെ പിണ്ഡം വയ്ക്കാനായി മാത്രം ഞാനില്ല."

"അതു പറഞ്ഞാൽ പറ്റുമോ, നീ ഒൊട്ടുവാണ്. നിന്റെ ജോലി നിനക്കറിയില്ലെങ്കിൽ നീ ഇട്ടിരിക്കുന്ന പൂണൂലിന് എന്താ അർഥം?"

"അപ്പൊ ഞാനും ഈ പൂണൂല് ധരിച്ചതുകൊണ്ട് കണ്ട ഗൃഹസ്ഥരുടെ മഠങ്ങളിൽ ചെന്ന് ഭട്പണ് നടത്തണം. അവരുടെ വായിലുള്ളതു കേൾക്കണം. ഒരു പൈസ ദക്ഷിണയാണെങ്കിലും മേടിക്കണം, അല്യോ?

പരിഹാസത്തോടെയാണ് പുത്രൻ അതു പറഞ്ഞത്. ബിക്കുവിനും അതു തോന്നി. ഒരു പൈസ താൻ ദക്ഷിണയായി മേടിച്ചത് സൂചിപ്പിച്ചാണ് അവൻതന്നെ കുറ്റപ്പെടുത്തുന്നത്.

"അതു ചിലപ്പോഴൊക്കെ അങ്ങനെയും സംഭവിക്കാം. എന്നു വെച്ച്?"

"ചിലപ്പോഴൊക്കെയോ, എന്തിനു ചിലപ്പോഴൊക്കെ ആക്കുന്നു എന്നും അതേ നടന്നുള്ളു ഇത്രയും കൊല്ലം അച്ഛൻ ഭട്പണ് നടത്തിയല്ലോ എന്നിട്ട് അച്ഛനെന്തു നേടി?"

ആ ചോദ്യം ബിക്കുവിനെ തളർത്തി. എവിടെക്കെയോ മുറിപ്പെടുത്തി. അത്രയ്ക്ക് താൻ പ്രതീക്ഷിച്ചിരുന്നുവോ. തന്റെ മോൻ ഇത്രയ്ക്ക് വളർന്നുവോ?

ബിക്കു കണ്ണുകളടച്ചു കിടന്നതേയുള്ളൂ.

"അച്ഛനെന്തു നേടി! അച്ഛനെന്തു നേടി."

ഭീമാകാരനായ ഒരു രാക്ഷസനെപ്പോലെ ആ ചോദ്യം ബിക്കുവിനെ നോക്കി പേടിപ്പിച്ചു. ഒരുപിടി തുപ്പൽ അയാൾ വിഴുങ്ങി.

ശരിയല്ലേ? ഇത്രയും കാലം ഭട്പണ് നടത്തിയിട്ട് തനിക്കെന്തു കിട്ടി? എന്തു ലാഭമുണ്ടായി – അഞ്ചു കുട്ടികൾ. ഒരു കരയും എത്താത്ത താൻ. തന്റെ കണ്ണടഞ്ഞാൽ ഇവരൊക്കെ എങ്ങനെയാണ് ജീവിക്കുക? ആരാണവർക്കൊരു വഴി പറഞ്ഞുതരിക? തന്റെ തൊഴിൽ അവർക്കറിയില്ല. അതിനുള്ള പ്രാപ്തിയുമില്ല അവർക്ക്. ആയാലും താൻ പെടുന്ന പാടു കണ്ട്, ഇവർ തന്റെ വഴി സ്വീകരിക്കുമോ? അറിഞ്ഞുകൊണ്ട് സ്വീകരിക്കാനിടയില്ല. എന്റീശ്വരാ! തന്റെ ഭട്പണ് നടത്തിപ്പിന്റെ സമ്പാദ്യം.

ബിക്കുവിന്റെ കണ്ണുകൾ നിറഞ്ഞു.

കൃഷ്ണപുത്രൻ അതൊന്നും കണ്ടില്ല. പുറത്തേക്കെവിടെയോ അവന്റെ മനസ്സ് മേയുകയായിരുന്നു.

ബപ്പാ മിണ്ടാട്ടമില്ലാതിരിക്കുന്നതു കണ്ട പുത്രന് തോന്നി, എന്തേ, അച്ഛനെ താൻ വേദനിപ്പിച്ചുവോ?

പക്ഷേ, തന്റെ വേദന ആരറിയുന്നു! ആ വേദന ആരോടു പറയാൻ? എല്ലാം നഷ്ടപ്പെട്ട താൻ എന്തുചെയ്യും?

എല്ലാറ്റിനും കാരണം ഈ കവചമാണ്. ഈ പൂണൂൽ. കർണന് കവചകുണ്ഡലങ്ങൾ ഉണ്ടായിരുന്നു. അത് കർണനെ അജയ്യനാക്കാനുള്ളതായിരുന്നു. പക്ഷേ, തനിക്ക് കിട്ടിയ ഈ കവചകുണ്ഡലങ്ങൾ – മുഞ്ചിയും പൂണൂലും — തന്നെ തോൽപ്പിക്കാൻ മാത്രം അണിയിച്ചതാണ്.

ഈ കവചങ്ങൾ വാങ്ങാൻ ഒരു ഇന്ദ്രനില്ലല്ലോ എന്നു കൃഷ്ണപുത്രന് മനഃസ്താപം തോന്നി. അവന്റെ കൈകൾ ഞെരിഞ്ഞു. താൻ തന്നെ തന്റെ ഇന്ദ്രൻ. താൻതന്നെ കർണൻ.

ഭ്രാന്തമായ ഒരാവേശം അവനെ കീഴടക്കി. പൂണൂലിൽ അവന്റെ കൈകൾ പതിഞ്ഞു. ഒറ്റവലി. പൊട്ടിച്ചെറിയണം. തനിക്കീ കവചം വേണ്ട. താൻ സ്വതന്ത്രനാവും. ബ്രാഹ്മണ്യത്തിന്റെ കഷണങ്ങൾപോലെ ഈ യജ്ഞോപവീതം കഷണങ്ങളാവട്ടെ. തന്നെ ഇനി തോൽപ്പിക്കാനാവില്ല.

വലിച്ചപ്പോൾ.......

പെട്ടെന്ന് ബലിഷ്ഠമായ ഒരു കൈ പുത്രന്റെ കൈകളെ പിടിച്ചു മുറുക്കി:

"അരുത്."

പുത്രൻ ആ ഗർജനം കേട്ട് ഞെട്ടിപ്പോയി. പിന്നിലുണ്ട് ഗൊപ്പാളപ്പപ്പൻ.

"അതിൽ തൊടാൻ നിനക്കാരു തന്നു അധികാരം?"

ആ ശാസനം കേട്ട് പുത്രന്റെ കൈകൾ താനേ അയഞ്ഞു.

"ങും, നന്നായിരിക്കുന്നു? നീ വളർന്നിരിക്കുന്നു. കൊള്ളാം."

പുത്രൻ അപ്പപ്പനെ നോക്കി. ചിറ്റപ്പൻ എങ്ങനെ ഇവിടെ എത്തി? താൻ പറഞ്ഞതു മുഴുവനും കേട്ടുവോ. നേരെ നോക്കാൻ പുത്രനു മടിയായി?

"ഞാനെല്ലാം കേട്ടു. ഞാൻ പുറത്തുണ്ടായിരുന്നു."

ഗൊപ്പാളപ്പപ്പൻ പുത്രന്റെ സംശയം തീർത്തു. ചുണ്ടിൽ ലേശം ചിരി പരത്തി:

"ങും, നീ ആളു മിടുക്കനായിരിക്കുന്നു. എന്നാലും നീ ചോദിച്ച ആ ചോദ്യം, ബപ്പായോടു വേണ്ടിയിരുന്നോ?"

ബിക്കു ഇതെല്ലാം നോക്കിക്കിടന്നു.

"നീ എന്താലോചിച്ചാണ് അച്ഛനോട് ആ ചോദ്യം ചോദിച്ചത്. ഇത്രയും നാൾ ഭട്പണ് നടത്തിയിട്ട് എന്തു കിട്ടിയെന്നു ചോദിച്ചല്ലോ നീയ്."

പുത്രൻ തലയും താഴ്ത്തി നിന്നതേയുള്ളൂ, അപ്പപ്പനാണ്. അപ്പപ്പന്റെ മുന്നിൽ പുത്രന് പണ്ടേ വാക്കുകളില്ല.

അപ്പപ്പൻ അമർത്തി മൂളിയിട്ട് പുത്രനോട് ചോദിച്ചു:

"നിനക്ക് അങ്ങനെയൊരു ചോദ്യം ചോദിക്കാൻ പ്രാപ്തിയുണ്ടാക്കിത്തന്നത് ആരാണെന്നു നിനക്കറിയ്യോ?"

"......................."

"അറിയില്ല, അല്ലേ. അതല്ലേ നീ ഇപ്പോൾ പൂണൂൽ പൊട്ടിക്കാൻ തയാറായത്. ആ പൂണൂലാണ് നിന്നെക്കൊണ്ടതു ചോദിച്ചത്. പൂണൂലിട്ടതു കൊണ്ടാണല്ലോ നീ ബ്രാഹ്മണനായത്. എന്നിട്ടതു വലിച്ചെറിയാനാണു നിനക്കു താൽപ്പര്യം. മണ്ടൻ."

"നീ ലേശം കൂടി ചിന്തിക്കുമെന്നാണു ഞാൻ വിചാരിച്ചത്. ഇത്രയും താഴുമെന്നു വിചാരിച്ചില്ല.

"അപ്പപ്പ ഞാൻ..........."

പുത്രൻ എന്തോ പറയാനാഞ്ഞു.

"ഒന്നും മിണ്ടേണ്ട. പൂണൂല് ഇട്ടാൽ ഉടൻ ഗൃഹസ്ഥന്മാര് നിനക്കു ജീവിക്കാനുള്ള വക കൈയിൽ കൊണ്ടുത്തരുമൊന്നു വിചാരിച്ചോ? പൂണൂല് ധരിക്കുന്നത് അമ്പലത്തിൽ ഉണ്ണാനും അതുകൊണ്ടങ്ങ് ഉപജീവിക്കാനുമൊന്നുമല്ല. അരെ പുത്തോ! നീ ഉയർന്നവനാ. ഉയർന്ന ചിന്ത

കൾ നിന്നിൽനിന്നു വരണം. അത് ഓർമിപ്പിക്കാനാണ് ഈ യജ്ഞോപ വീതം.”

അപ്പപ്പൻ പുത്രനെ തോളിൽ തട്ടി:

“നോക്ക്! എത്ര ജന്മംകൊണ്ടാണ് ബ്രാഹ്മണജന്മം കിട്ടുന്നതെന്ന റിയാമോ? അറിയില്ല. നിനക്കൊന്നുമറിയില്ല. പണ്ടുള്ളവരു പറയുന്നത് എല്ലാം വെറും ഭോഷത്തമാണെന്നു ധരിക്കരുത്. പല ജീവിതവും കഴി ഞ്ഞാണ് ബ്രാഹ്മണജന്മം കിട്ടുന്നത്. ആ ജന്മം ഉൽക്കൃഷ്ട വിചാര ങ്ങൾക്കുള്ളതാണ്. അത് ഓർമിപ്പിക്കാനാണ് നീ ഇട്ടിരിക്കുന്ന പൂണൂല്. ആ പൂണൂല് പൊട്ടിച്ചാൽ നീ സർവതും നേടിയോ? നീ ഇവിടെ അച്ഛ നോട് പറഞ്ഞതിനൊക്കെ പരിഹാരമായോ?”

അപ്പപ്പൻ നിറുത്തിയപ്പോൾ പുത്രൻ വിഷമിച്ചു. താനെങ്ങനെയാണ് തന്റെ വേദന അപ്പപ്പനെ അറിയിക്കുന്നത്? എല്ലാം തകർന്നവനല്ലേ താൻ? അതല്ലേ താനിതൊക്കെ ബപ്പായോട് പറഞ്ഞത്?

“അപ്പപ്പാ, ഞാൻ അറിയാതെ എന്തൊക്കെയോ പറഞ്ഞുപോയി, എന്റെ വിഷമം...........”

പെട്ടെന്ന് അവൻ ജനലിൽക്കൂടി പുറത്തേക്കു നോക്കി. വത്സലയുടെ വീടിന്റെ മുൻവശം. ആരൊക്കെയോ വന്നിട്ടുണ്ട്. വിശേഷാൽ ആളുകൾ. എന്തിനാണവർ വന്നിരിക്കുന്നതെന്ന് പുത്രനറിയാം.

പുത്രന്റെ കണ്ണുകൾ നിറഞ്ഞു.

അപ്പപ്പൻ അതു ശ്രദ്ധിച്ചു. പുത്രന്റെ അടുത്തേക്കു നീങ്ങി. പുറ ത്തേക്കു നോക്കി. അപ്പപ്പനു കാര്യം മനസിലായി.

“എനിക്കറിയാം പുത്തോ, നിന്റെ വിഷമം. എനിക്കറിയില്ലെങ്കിൽ പിന്നെ ആർക്കറിയാനാണ്?”

തിരിഞ്ഞുനോക്കിയതും, പുത്രന്റെ കണ്ണുകൾ നിറഞ്ഞൊഴുകുന്ന താണ് അപ്പപ്പൻ കണ്ടത്.

എന്ത് ! അവൻ കരയുന്നോ! മെല്ലെ തോളിൽ കൈയിട്ടു.

“ശ്ശെ ശ്ശെ! കരയുന്നോ? നീ എന്താ കൊച്ചുകുട്ടിയോ മറ്റോ ആണോ? എല്ലാം സഹിക്കാനുള്ള കരുത്ത് നിനക്കില്ലാത്തതെന്തേ?”

പക്ഷേ, അപ്പപ്പന്റെ വാക്കുകൾ കൃഷ്ണപുത്രനെ പൊട്ടിക്കരയി പ്പിക്കയാണ് ചെയ്തത്. അപ്പപ്പന് സഹിച്ചില്ല. അപ്പപ്പൻ തോർത്തുകൊണ്ട് കണ്ണുകൾ തുടച്ചു.

ഇവൻ തനിക്ക് മകനെപ്പോലെയാണ്. തനിക്ക് മകനില്ലാത്ത സങ്കടം ഇവനെ കണ്ടാൽ തീരുന്നു. അവൻ കരയുന്നു. തനിക്കെന്തു ചെയ്യാൻ സാധിക്കും? തന്റെ ഉപദേശങ്ങൾ അവനെ രക്ഷിക്കാൻ പോകുന്നോ?

അപ്പപ്പൻ പുറത്തേക്കിറങ്ങി.

പടിപ്പുര കടന്നില്ല.

“കിഷ്ഷുത്തനില്ലേ.”

“ങും! എന്താ, അവിടെയുണ്ടല്ലോ.”

"ഒരു കത്തുണ്ട്. പോസ്റ്റ്മാൻ തന്നതാ."

"ങെ! കത്തോ! കൃഷ്ണപുത്രനോ? നോക്കട്ടെ." അപ്പപ്പൻ കത്തു വാങ്ങി. എന്തോ ഒരു കവറാണ്. എന്താണാവോ?

ഇനി വല്ല ജോലിക്കാര്യമോ മറ്റോ ആണോ.? എന്റീശ്വരാ, എങ്കിൽ എന്റെ മോൻ രക്ഷപ്പെട്ടു. അപ്പപ്പൻ കണ്ണടച്ചു. ഒരുനിമിഷം!

"കിഷ്ഷുത്താ, ഓ നിനക്കൊരു കത്തുണ്ട്. " കൃഷ്ണപുത്രൻ അഴികളിൽ പിടിച്ചു നിന്നതേയുള്ളു. കത്തോ? തനിക്കോ? തനിക്കെന്തു കത്ത്! ഓ, ഇനിയും വല്ല എഴുത്തു പരീക്ഷയുമായിരിക്കും. ഇനി എന്തിന് ഒരു എഴുത്തു പരീക്ഷ? തന്റെ എല്ലാം നഷ്ടപ്പെട്ടിരിക്കുന്നു.

ചുണ്ടുകോട്ടി പുത്രൻ അവിടെ നിന്നു. "എടാ! പുത്തോ. ടെ! ജോലിക്കാര്യമാണെന്നാ തോന്നുന്നെ."

"ങെ! ജോലിക്കാര്യമോ"

പുത്രൻ പുറത്തേക്ക് ഓടുകയായിരുന്നു. കൈയിൽ കിട്ടിയ കവർ നോക്കി അവർ മിഴിച്ചുനിന്നു. ലേശം കനമുള്ള കവർ.

മെല്ലെ പൊട്ടിച്ചുനോക്കി.

ഒരുനിമിഷം.

കൃഷ്ണപുത്രൻ ഇടിവെട്ടേറ്റവണ്ണം നിന്നുപോയി, മുന്നിൽ ആരുമില്ലെന്നു തോന്നി. അതോ, കണ്ണുകൾക്ക് കാഴ്ച നഷ്ടപ്പെടുകയാണോ?

"എന്താണു പുത്തോ, നീ എന്താ വല്ലാതെ നിക്കുന്നെ."

അപ്പപ്പൻ പുത്രനെ കുലുക്കിവിളിച്ചു. കൈകളിൽനിന്നും കവർ താഴെപ്പോയത് പുത്രൻ അറിഞ്ഞില്ല.

"കൃഷ്ണപുത്തോ, എന്തായിദ്?"

ബല്ലു കൃഷ്ണപുത്രനെ നോക്കി വായും പൊളിച്ചു നിന്നു. അകത്തുനിന്ന് കൃഷ്ണപുത്രന്റെ അമ്മ വരാന്തയിലേക്കു വന്നു.

"അറെ പുത്തോ."

അപ്പപ്പൻ നോക്കിയപ്പോൾ പുത്രന്റെ കണ്ണുകൾ വീണ്ടും നിറയുകയായിരുന്നു.

"ഛെ, കരയുന്നോ? നീ എന്താണ് കാര്യമെന്നുവെച്ചാൽ പറയ്. വെറുതെ ഇരുന്നു കരഞ്ഞാലോ. എന്താ എഴുത്തില്?"

"എനിക്ക് ഇനി ജോലികിട്ടില്ലെന്ന്. പ്രായപരിധി കഴിഞ്ഞെന്ന്. അയച്ച അപേക്ഷ തിരിച്ചുവന്നതാ."

പുത്രൻ എങ്ങനെയോ പറഞ്ഞൊപ്പിച്ചു.

അപ്പപ്പൻ സ്തംഭിച്ചുനിന്നു.ഇനി! ഇനി! ഇവനെന്താണൊരു രക്ഷ.

കൃഷ്ണപുത്രൻ അകത്തേക്കു നടന്നു. അവസാനത്തെ ആശ്രയവും നഷ്ടപ്പെട്ടിരിക്കുന്നു. അപേക്ഷിക്കുമ്പോൾത്തന്നെ അറിയാമായിരുന്നു. പ്രായപരിധി കഴിഞ്ഞിരുന്നു എന്ന്. എന്നാലും ഭാഗ്യപരീക്ഷണം നടത്തിയതാണ്. ഒത്തെങ്കിൽ ഒത്തു.

ചിതലരിക്കുന്ന സാക്ഷിപത്രങ്ങൾ കൃഷ്ണപുത്രൻ മനസിൽ കണ്ടു. ഇനി അതുകൊണ്ട് എന്തു പ്രയോജനം?

മനസ്സ് മെല്ലെ മെല്ലെ ബപ്പായുടെ ഗ്രന്ഥക്കെട്ടുകളിലേക്കു നുഴഞ്ഞു കയറാനുള്ള ഭാവമാണ്.

ബപ്പാ എപ്പോഴും ഗ്രന്ഥക്കെട്ടുകളെ നോക്കി നെടുവീർപ്പിട്ടിരുന്നത് അവൻ ഓർത്തു.

ഇനി തന്റെ അഭയം ആ ഗ്രന്ഥക്കെട്ടുകളാണോ?

പക്ഷേ, തനിക്കത് സാധിക്കുമോ? ആ ഗ്രന്ഥങ്ങളിൽ താൻ അഭയം തേടണോ? കുഷ്ഠത്തെപ്പോലെ താൻ വെറുക്കുന്ന ഭട്പണിനെ താൻ പുൽകണോ?

എന്താണ് താൻ ഇനി ചെയ്യുക?

ഏതു വഴിയാണ് തനിക്കിനി തുറക്കാൻ..............

www.ingramcontent.com/pod-product-compliance
Lightning Source LLC
LaVergne TN
LVHW100836051026
849519LV00006B/2322